தென்னங்காற்று

முதற்பதிப்பு: 2023
First Edition: 2023

Thennangkaatru

தென்னங்காற்று

Vidya Subramaniam

வித்யா சுப்ரமணியம்

ISBN: 978-93-95416-63-4

Pustaka Digital Media Pvt. Ltd.
#7-002, Mantri Residency,
Bannerghatta Main Road, Bengaluru - 560 076
Karnataka, India
+91 7418555884

தென்னங்காற்று
வித்யா சுப்ரமணியம்

Pustaka
EBooks | Audiobooks | Paperback

முன்னுரை

என் இனிய சிநேகிதிக்கு,

வணக்கம். நேற்றிரவு என் வீட்டின் மொட்டை மாடியில் பூந்தொட்டிகளுக்கருகில் அமர்ந்து 'தென்னங்காற்றை' இழுத்துச் சுவாசிக்க ஆரம்பித்தேன். நாவலின் ஆரம்பமே மிக மிக அருமை. தங்களின் நாயகனுக்கு இயற்கையை ரசிப்பதில் மிகுந்த ஆர்வமுண்டு என்பதைப் பல இடங்களில் உணரமுடிந்தது. வேலையில்லாத் திண்டாட்டம் என்பது பல பேரால் கையாளப்பட்ட கருதான் என்றாலும், தென்னங்காற்றில் கிருஷ்ணமூர்த்தியின் எண்ணங்களும் உணர்ச்சிகளும் மிக யதார்த்தமாக வெளிப்பட்டுள்ளன.

இன்றைய சமுதாயத்தில் படித்த பல இளைஞர்கள் ஒயிட் காலர் வேலை மட்டும் உத்தமம் என்று நினைக்கும்போது கிருஷ்ணமூர்த்தி வேறுவிதமாய்த் தன் வாழ்க்கையை அமைத்துக் கொள்கிறான். கிருஷ்ணமூர்த்தி பலருக்கு வழிகாட்டியாக இருப்பான்.

பொழுதுபோக்குக்காகக் கதை படிப்பவர்களுக்காகத் தாங்கள் இந்நாவலைப் படைக்கவில்லை என்பது புரிகிறது. நல்லதொரு கருவை எடுத்துக்கொண்டு கனமான ஒரு படைப்பைத் தந்திருக்கிறீர்கள். ஒவ்வொரு கதாபாத்திரத்திற்கும் உயிரூட்டியிருக்கிறீர்கள். நாவலில் என்னை மிகவும் பிரமிக்க வைத்த விஷயமே இந்தப் பாத்திரப் படைப்புகளும், கதை சொல்லியிருக்கும் நேர்த்தியும்தான். முக்கியமாக அம்மாவின் பாத்திரப் படைப்பும், சிகாமணியின் பாத்திரப் படைப்பும், இதுபோல் தாயும், நண்பனும் கிடைக்க மாட்டார்களா என்று படிப்பவரை நிச்சயம் ஏங்க வைக்கும்.

படைப்புகளில் தாயன்பு கதை முழுக்க அற்புதமாக வெளிப்படுத்தப்பட்டிருக்கிறது. அன்புக்குத் தாய், நட்புக்குச்

சிகாமணி, காதலுக்குப் பாலாம்பிகா, பட்டினத்தார் பாடலுக்குப் புது அர்த்தம் சொல்லும் இந்து, பெண்ணை முழுமையாக நம்பும் செட்டியார், ஊரே கேவலமாகப் பேசினாலும் பொறுமையாய் அந்த ஊரில் வாழ்ந்து கொண்டு கிருஷ்ணமூர்த்தியின் முன்னேற்றத்திற்கு உதவும் ஸ்டேஷன் மாஸ்டர், ஆரம்பத்தில் பிள்ளையை இகழ்ந்தாலும் இறுதியில் அவனிடம் மன்னிப்புக் கேட்க வரும் கிருஷ்ணமூர்த்தியின் அப்பா... என்று ஒவ்வொரு பாத்திரப் படைப்பும் உயிர்த்துடிப்புள்ளது. நினைவில் நிற்பது. இத்தோடு, வேப்ப மரத்தையும் தென்னை மரங்களையும்கூடக் கதாபாத்திரங்களாக மாற்றியிருப்பது சிறப்பான விஷயம்.

நாவல் நெடுக, கிருஷ்ணமூர்த்தியின் மூலமாக இயற்கையை ரசித்திருக்கிறீர்கள். நதிகள்தான் பூமித்தாயின் ரத்தக் குழாய்கள், குழாயில் ரத்தம் இல்லை என்றால் எப்படி...? என்ற சிந்தனை புதுமையானது. மனித மனங்களைக் கிரகங்களோடு ஒப்பிட்டிருப்பதும் அப்படித்தான். கூட்டமாய் வாழ்ந்தாலும் ஒவ்வொரு மனித மனதும் புதிரான கிரகம்தான் என்பது சத்தியமான வரிகள். பாரதிக்குச் சரியான இடத்தில் இந்நாவல் மூலம் அஞ்சலி செலுத்தியிருக்கிறீர்கள். தெய்வக் கவிக்கு ஏது மரணம்? கவி வடிவாய் அவன் என்றும் வாழ்வான் என்று கூறிக் காணி நிலத்தையும் தென்னை மரத்தையும் தீண்டித் தாலாட்டும் தென்றலையும், கத்தும் குயிலையும், தங்க நிலவையுமே பாரதியாகக் காண்கின்ற தங்களது மனப்பாங்கு... பாரதிக்கு நல்லதொரு அஞ்சலியாக வந்து விழுந்திருக்கின்றன வார்த்தைகள். Hats Off.

இப்படி ஒவ்வொரு வரியாகச் சொல்லிக் கொண்டு போனால் இதுவே இன்னொரு நாவலாகிவிடும். ஒரு விஷயம் நிச்சயம். நாவலைப் படித்து முடித்ததும் தூக்கிப் போட்டுவிட்டு அடுத்த வேலையைப் பார்க்க அவ்வளவு எளிதாய் எழுந்து போய்விட முடியாது என்பது நிஜம். ஒரு வாரத்திற்கு உங்கள் கதாபாத்திரங்களோடு மனசு சுற்றிச் சுற்றி வந்ததும், ஒவ்வொரு வாழ்வியல் உண்மையையும் தத்துவத்தையும் மீண்டும் மீண்டும்

நான் அசை போட்டதும் நிஜம். முக்கியமாக அம்மாவின் பாத்திரப்படைப்பு என் அன்னையை நினைத்து அழவைத்தது. மிக உயர்ந்த முறையில் அனுபவித்து எழுதியிருக்கிறீர்கள் என்று நினைக்கிறேன். அதேபோல் சிகாமணி! அவன் கிருஷ்ணமூர்த்திக்குச் சொல்லும் அறிவுரை, "உன் இடத்தை ஒருவன் பிடித்து விட்டால், பிடித்தவன் புறப்பட்டு வந்த இடம் காலியாகத்தான் இருக்கும். அந்த இடத்திற்குச் சென்று உன் அறிவை உபயோகித்து நீ முன்னேற முயன்றால் யார் தடுக்க முடியும்?" வைரவரிகள். பலபேரின் வாழ்க்கையைத் திசை திருப்பக் கூடிய சக்தி படைத்த வரிகளும்கூட. தென்னை மரங்களைப் பற்றியும் நிறைய விஷயங்கள் சொல்லியிருப்பது ஆச்சர்யமாக இருக்கிறது. இதற்காகவே தென்னை பற்றி நிறையப் படித்தீர்களா...?

மொத்தத்தில் நீண்ட நாட்களுக்குப் பிறகு நிறைவான ஒரு நல்ல நாவல் படிப்பதற்கு வாய்ப்புக் கொடுத்ததற்கு ஆயிரம் கோடி நமஸ்காரம். என் இனிய தோழி! இன்னும் இதுபோலப் பலப்பல நாவல்களை நீ படைத்திட நெஞ்சார வாழ்த்துகிறேன்.

பழனிவேல்

(P.W.D. Chennai-5)

அத்தியாயம் 1

ஆகாயம் நிர்மலமாயிருந்தது. மதில் சுவரோரம் படர்ந்து விரிந்திருந்த வேப்பமரக்கிளைகள் சலசலவென அசைந்ததில், வேப்பங்காற்று லேசான வாசத்தோடு முகத்தில் மோதியது. வானத்தில் மினுக் மினுக்கென்று நட்சத்திரங்கள் ஜாலம் காட்டிச் சிரித்தன. பௌர்ணமி கழிந்து இரண்டாம் நாள் நிலாவின் வெளிச்சம் மொட்டை மாடியில் பாலாய்ப் படர்ந்திருந்தது. நிர்மலமான நிசப்தமான சூழ்நிலையில் பாடவேண்டும் போல் தோன்றியது கிருஷ்ணமூர்த்திக்கு.

"எல்லையில்லாததோர் வானக்கடலிடை
வெண்ணிலாவே – விழிக்
கின்பமளிப்பதோர் தீவென்றிலகுவை
வெண்ணிலாவே"

மிகச் சன்னமாய் வெளிப்பட்ட தன் குரலில் தானே மயங்கிப் போனவன் அடுத்த அடியும் பாடினான்.

"மாதர் முகத்தை நினக்கிணை கூறுவர்
வெண்ணிலாவே, அஃது
வயதிற் கவலையினோவிற் கெடுவது
வெண்ணிலாவே"

வேப்பமரம் முன்பை விட வேகமாய்ச் சலசலத்தது. பாடல் கேட்டு இன்புற்று வேப்பிலைகள் தலையசைத்துத் தாளம்

போடுவது போல் தோன்றியது. தனிமையிலே இனிமை காண முடியுமா என்று கேட்டவன் யார்? 'இனிமையே தனிமைதான்! வேண்டுமானால் இப்படி விச்ராந்தியாய் மொட்டை மாடியில் படுத்துக் கொண்டு வானத்து அழகை ரசித்துக் கொண்டே பாட்டுப் பாடிப் பார், புரியும்' என்று அந்தக் கவிஞனிடம் சொல்ல வேண்டும் போலிருந்தது. "ஏண்டாம்பி! மாடிலயா படுத்துக்கப் போற...? குளிராதோ?" என்று கேட்ட பெரியக்காவை நினைத்துச் சிரிப்பு வந்தது.

சித்திரை வெயிலுக்கே போர்த்துக் கொண்டு படுக்கும் ஜென்மம் அவள். குடிப்பது, குளிப்பது எல்லாம் வெந்நீர்தான். குடிக்கும் வெந்நீரில் கொஞ்சம் சீரகத்தையும் போட்டு விடுவாள். உடம்புக்கு நல்லதுதான் என்றாலும், கிருஷ்ணமூர்த்திக்கு அது கோமூத்திரம்தான். மார்கழி மாசக் குளிரிலேயே விடிகாலையில் கிணற்றடியில் நின்று வாளி வாளியாய் நீர் இறைத்து அருவி மாதிரித் தலைக்கு மேல் தூக்கிக் கவிழ்த்துக் கொண்டு குளிக்கும் அவனைப் பார்த்து, மொட்டை மாடியில் குளிராதோ என்று பெரியக்கா கேட்டது கண்டு சிரிக்காமல் என்ன செய்ய!

பெரியக்காவுக்குக் கோயம்புத்தூரில்தான் புக்கக வாசம். புருஷன் ஜவுளிக்கடை வைத்திருக்கிறார் அங்கு. சொந்த வீடு, சொந்தமாய் ஒரு மாருதி கார், பஜாஜ் ஸ்கூட்டர் என்று எல்லா வசதிகளோடும் வாழ்ந்து கொண்டிருக்கிறாள்.

பெரியக்கா என்று சொல்வதால் மூத்தவள் என்று அர்த்தமல்ல. அவளுக்கும் முன்னால் சிவண்ணா உண்டு. பைலட்டாக இருக்கிறான். டெல்லியில் வாசம். அவனுக்கு அடுத்தாற்போல் மூன்று பெண்கள். கடைசியாய்க் கிருஷ்ணமூர்த்தியோடு அம்மாவும் அப்பாவும் மங்களம் பாடி முடித்திருக்கிறார்கள்.

பெரியக்கா கோவையிலிருந்து வந்து இரண்டு நாளாயிற்று. வந்தது பெரிய விஷயமில்லை. தனியே வந்திருப்பதுதான் ஆச்சரியம். எப்போதும் பெரிய அத்திம்பேரும் கூடவே வருவார். குழந்தைகளையும் அழைத்துக் கொண்டு வருவார்.

அவர்கள் வந்துவிட்டால் வீடு தடபுடல் படும். மூத்த மாப்பிள்ளை, பணக்கார மாப்பிள்ளையாயிற்றே. பெரியத்திம்பேர் வந்தால் அதிகபட்சம் ஒரு இரவோ அல்லது ஒரு பகலோதான் தங்குவார். அந்த நேரம் விருந்து அமர்க்களப்படும்.

ஏலக்காயும் முந்திரிப்பருப்பும் கிராம்பும் மிதக்கப் பாயசம் எட்டூருக்கு மணக்கும். பெரியத்திம்பேர் சிரிக்கச் சிரிக்கப் பேசுவார். அவர் போகிறவரை வீடு முழுக்கச் சிரிப்பலைகள் நிறைந்திருக்கும். சாப்பாடு கொஞ்சமாய்த்தான் சாப்பிடுவார். அவரைவிடப் பெரியக்கா வயணமாய்ச் சாப்பிடுவாள். அத்திம்பேர் சாப்பிட்டதும் வாசனைப் பாக்கை அள்ளிப் போட்டுக்கொண்டு வெற்றிலையில் சுண்ணாம்பு தடவி அதில் சிறிது சர்க்கரையும் வைத்துப் போட்டுக் கொள்வார்.. சாதாரணமாய் வெற்றிலைத் தட்டு கேட்பாரின்றி இருந்தாலும் அவர் வந்துவிட்டால் அம்மா சிரத்தையாய் அதைத் துடைத்துத் துளிர் வெற்றிலைகளை அடுக்கி வாசனைப் பாக்கு, டப்பா, சுண்ணாம்புக் குப்பி, சர்க்கரைக் குப்பி என்று எடுத்து வைத்து விடுவாள். சாப்பாட்டுக்குப் பிறகு குட்டித் தூக்கம். பிறகு மீண்டும் வெற்றிலை பாக்கு, நுரை பொங்கக் காப்பியோடு ஏதாவது டிபன், போண்டா, பஜ்ஜி என்று சாப்பிட்டுவிட்டு, ‘அப்ப நான் புறப்படறேன்’ என்பார். போகும்போது ‘என்னடாம்பி, நன்னா படிக்கறயோன்னோ? நன்னாப்படி. கணக்கு நன்னா கத்துக்கோ, அப்பத்தான் கடையில் சமாளிக்க முடியும்’ என்று சொல்லிவிட்டு அப்பாவைப் பார்த்துச் சிரிப்பார்.

கிருஷ்ணமூர்த்திக்கு ஒன்றும் விளங்காது. சரி சரி என்று தலையாட்டிவிட்டு நகர்வான். அதற்குப் பிறகு பெரியக்கா ஒரு வாரம் பத்து நாள் போல இருந்துவிட்டுப் புறப்படுவாள். அப்பாவோ அல்லது அம்மாவோ துணைக்குப் போவார்கள். இதுவரை அப்படித்தான் வழக்கம்.

முதன் முறையாய்ப் பெரியக்கா தனியே வந்திருக்கிறாள் என்பது எல்லோருக்குமே ஆச்சரியம்தான். வந்த இரண்டு

நாட்களும் அவள் முகத்தை, முகத்தைப் பார்க்கிறாள் அம்மா, ஏதாவது சொல்வாளென்று. அப்பாவுக்கு யாரிடமும் பேசக்கூட நேரமிருக்காது. 'என்னம்மா சௌக்கியமா' என்பதோடு சரி. பெரியக்காவைப் பொறுத்தவரை அவன் குழந்தை. அவளுக்கும் அவனுக்கும் பதினாலு வருஷம் வித்தியாசம். அவனுக்கும் கடைசி அக்கா புவனாவுக்குமே ஒன்பது வயது வித்தியாசம். அந்த இடைவெளியை நினைத்துச் சில நேரம் தனக்குள்ளேயே சிரித்துக் கொள்வான் கிருஷ்ணமூர்த்தி. நீண்ட இடைவெளிக்குப் பிறகு ஏதோ ஒரு கணத்தில் அப்பாவின் மோகம் தூசு தட்டிக்கொண்டு புறப்பட்டிருக்க வேண்டும். 'ச்சட். பெற்றவர்களைக் கேலி செய்யாதே மனமே! படுக்கையறை என்பது கருவறை. கருவை உருவாக்கும் சந்நிதானம். அங்கே சங்கமிப்பது வெறும் சதைப் பிண்டங்கள் அல்ல. அக்னி சொரூபங்கள். அங்கே காமம் என்பது அன்பின் வெளிப்பாடு. இன்பம் என்பது தெய்வ தரிசனம். ஆனந்தம் உண்டாகும் அனைத்துமே தெய்வீகம் நிறைந்ததுதான்'. கிருஷ்ணமூர்த்தி தன்னையே கடிந்து கொள்வான்.

அம்மாவைப் பார்க்கும் யாருமே அவள் ஐந்து பேரைப் பெற்றவள் என்று நம்ப மாட்டார்கள். மஞ்சள் காப்பு சாத்தி அலங்கரித்து வைத்த அம்மன் மாதிரித் தோற்றம் அவளுக்கு. இப்போதுதான் கொஞ்சம் சதை போட்டிருக்கிறது. தகதகவென்று கையும், பாதமும், முகமும், கழுத்தும் மஞ்சளோடிருக்கும். மஞ்சள் பூசிப் பூசி அவளுடைய ஒரிஜினல் நிறமே மாறி விட்டதோ என்று தோன்றும், கிருஷ்ணமூர்த்திக்கு. அம்மா அழுதோ, முகத்தைத் தூக்கி வைத்துக் கொண்டோ அவன் பார்த்ததில்லை. எப்போதும் ஒரு மந்தஹாசம் அவள் முகத்தில் படிந்திருக்கும். சின்ன வயசில் பாட்டுக் கற்றுக் கொண்டதை மறந்து விடாமல் இன்னமும் வேலை செய்யும்போதும் குளிக்கும்போதும் ஏதேனும் கீர்த்தனம் பாடிக் கொண்டிருக்கும் அவள் வாய்.

அக்கா வந்ததிலிருந்து அம்மாவின் மந்தஹாசத்தில் ஏதோ குழப்பம் கலந்து விட்டது. வாய் கீர்த்தனம் பாடவில்லை.

புருவங்களுக்கிடையில் கேள்விக் கோடுகள். காலமில்லாத காலத்தில் திடுதிப்பென்று தனியே வந்திருக்கும் பெரியக்கா தானாகவே காரணம் சொல்லட்டும் என்று விட்டு விட்டார்கள். திருமணத்திற்குப் பிறகு பெண் தனியே பிறந்தகம் வருவது என்றாலே அம்மாக்களுக்குக் கதிகலக்கம்தான்.

கிருஷ்ணமூர்த்திக்குக் கொட்டாவி வந்தது. இமை கனத்தது. மினுக்கிய நட்சத்திரங்களைப் பார்க்க முடியாமல் விழி மீது இமை மூடிக் கொண்டது. செவியில் மோதின வேப்பிலைச் சலசலப்பும் சிறிது நேரத்தில் சப்தம் குறைய, ஐம்புலன்களும் அடங்கத் தூங்கிப் போனான்.

எத்தனை நேரம் தூங்கியிருப்பானோ, நெற்றியில் ஒரு கரம் வெத வெதவென்று படிந்ததும், சட்டென்று கண் திறந்தான். அருகில் உட்கார்ந்திருந்த அம்மாவை வியப்போடு பார்த்தான். 'என்னம்மா' என்றான். அம்மா பதில் சொல்லாமல் குறுகுறுவென்று அவனைப் புன்சிரிப்போடு பார்த்தது அவனுக்கு வினோதமாயிருந்தது.

"என்னம்மா?" என்றான் மீண்டும். கேட்டுக் கொண்டே எழுந்து சம்மணம் கட்டிக்கொண்டு தலைகாணியை இழுத்து மடியில் வைத்துக் கொண்டு அதில் கைகளை ஊன்றிக் கொண்டான். தலைகாணி பனியில் நனைந்து சில்லென்றிருந்தது.

"ஒண்ணுல்லடா அம்பி. அனந்தலக்ஷ்மி எதுக்கு வந்துர்க்கா தெரியுமோ?" அம்மா பீடிகையோடு ஆரம்பித்து நிறுத்த, அவன் குறுக்கிட விரும்பாமல் அவளே தொடரட்டும் என்று ஆகாசத்தை அண்ணாந்து பார்த்தான். சப்தரிஷிக் கூட்டமும் போர் வீரன் வடிவமும் இடம் மாறியிருந்தன. நிலா மேற்கே இறங்கியிருந்தது. அதன் ஒளிபட்டு வேப்பிலைகள் தகதகத்தன. இன்னும் இருட்டு கலையவில்லை. தெருவில் மாடுகளை விரட்டும் சப்தமும், மாடுகள் நடக்கும் ஓசையும், ஒரு சில மாடுகள் சடசடவென்று மூத்திரம் கொட்டும் ஒலியும் காற்றில் மிதந்து வந்தது. மணி நிச்சயம் ஐந்திருக்கும்.

பெரிய தெரு பிள்ளையார் கோவிலில் இருந்து ஜேசுதாசின் பக்திப் பாடலைக் காற்று சுமந்து வந்து செவியில் சேர்த்தது. அம்மா குளித்துத் தலைத் துண்டைக்கூட அவிழ்த்துவிட்டு நுனி முடிச்சிட்டிருந்ததைக் கவனித்தான். நாலு மணிக்கே குளித்துவிடுவாள் அவள்.

"வேணுவை என்னவோ இன்னும் காணலை. மணி அஞ்சாகப் போறது". அம்மா வேண்டுமென்றே பேச்சைத் திசை மாற்றி அவன் ஆவலைத் தூண்டுவது போலிருந்தது. இருந்தாலும் தானாகவே சொல்லட்டுமே என்று நினைத்தவன், "நான் வேணா பால் கறக்கட்டுமா?" என்றான்.

"வேண்டாண்டா. அது அவனுக்குத்தான் கட்டுப்படும். மொரட்டுப் பசு வேற. உதைச்சுட்டாத் தாங்காது" என்றவள் "உன்னைப் பார்த்தா எனக்குப் பிரமிப்பார்க்குடா, அம்பி" என்றாள்.

அவனுக்குப் புரியவில்லை. "ஏம்மா..." என்றான்.

"பின்ன என்னவாம். உன்னைக் கொழந்தை கொழந்தைன்னு நெனச்சுண்டிருக்கேன் நான். இப்போ திடுதிப்புன்னு உன்னை மாப்பிள்ளைக் கோலத்துல பார்க்கப் போறோம்னா பிரமிப்பார்க்காதோ? அத்தனை வயசாய்டுத்தா இந்தப் பயலுக்குன்னு மாஞ்சு போறது. நேத்திக்குத்தான் உன்னைப் பிரசவிச்சுப் பால் கொடுத்தாப்பல இருக்கு."

அவனுக்குத் திடீரென்று வயிற்றில் வெற்றிடம் ஏற்பட்டுவிட்டாற்போலிருந்தது. நாக்கு அசைய மறுத்தது. என்ன சொல்கிறாள் இவள்...! மாப்பிள்ளைக் கோலமா... அவனுக்கா... தூக்கக் கலக்கத்தில் அர்த்த ராத்திரியிலே குளித்து விட்டு வந்து பிதற்றுகிறாளா? அவனுக்கென்ன அவசரம் இப்போது அதற்கு...? அம்மாவிடம் அதற்குமேல் பேசவே நடுங்கியது. சத்தியமாய் இதுவரை தன் கல்யாணத்தைப் பற்றி அவன் நினைத்துக்கூடப் பார்த்ததில்லை என்னும்போது அம்மா சொன்னது அதிர்ச்சியாக இருந்தது. அதற்கு நிறையக் காலமிருக்கிறது. அதற்கான தகுதிகளை அவன் இன்னும் தேடிக் கொள்ளவில்லை.

அப்பாவைப் பொறுத்தவரை அவன் உதவாக்கரை. அம்மாவுக்கு அவன் கொழந்தை. சிவண்ணாவுக்கு அவன் எடுபிடி ஆள். அவன் வந்து போனால் அவனுக்கும் மன்னிக்கும் அவர்கள் சொல்வதைச் செய்ய வேண்டும். சொன்ன இடத்திற்குப் போய்க் கேட்டதை வாங்கி தர வேண்டும். சிவண்ணாவின் குழந்தைகளுக்கு அவன்தான் கதாசிரியன், நடிகன் எல்லாம். வேஷங்கள் நிறைய மாறும். பஃபூன் மாதிரி சில நேரம் நடித்துச் சிரிக்க வைக்க வேண்டும். யானை மாதிரி அவர்களை முதுகில் சுமந்து செல்வான். பூனை மாதிரிக் குரல் கொடுப்பான். எம். ஜி.ஆர். மாதிரிக் கத்தி சுழற்றுவான். சிவாஜி மாதிரி, "எம்குலப் பெண்களுக்கு மஞ்சளரைத்தாயா?" என்று வீரமாய்ப் பேசுவான். இப்போது அவர்கள் பெரியவர்களாகி விட்டதால் வேஷம் போடுவதில்லையே தவிர, அண்ணாவுக்கு இன்னும் எடுபிடிதான். மன்னிக்கு இவனைக் கண்டால் துச்சம். டெல்லியிலிருந்து அவளோடயே ஒட்டிக் கொண்டுவரும் அவள் தம்பிதான் அவளுக்கு உசத்தி. இருவருமாய் ஹிந்தியில் பேசிக் கொள்வார்கள். அண்ணாவுக்கு மட்டும் ஹிந்தி புரியும். அவன்தான் அவர்கள் பேச்சுக் கேட்டுச் சிரிப்பான். பதிலுக்குப் பேசுவான். அதுபோன்ற சமயங்களில் கிருஷ்ணமூர்த்தி அங்கிருந்து அகன்று விடுவான். அப்பாவுக்கு ஹிந்தி தெரியாவிட்டாலும் அந்தக் குறையைத் தன் ரென் அன்ட் மார்ட்டின் ஆங்கிலத்தில் விரட்டி விடுவார். கிருஷ்ணமூர்த்தி எல்லாவற்றிலும் அரைகுறை.

எங்கிருந்தோ சுவர்க் கடிகாரம் ஐந்து முறை அடித்து ஓய்ந்தது. தந்திக் கம்பி மீது மைனா ஒன்று உட்கார்ந்து மருள மருளப் பார்த்தது. மதில்சுவர்மீது சரசரவென்று அணில் ஒன்று ஓடியது. கீழிருந்து வேணுவின் குரல் கேட்டது.

"வேணு வந்துட்டான் போலருக்கு." அம்மா எழுந்து கொண்டாள். அவள் போன வேகம் கண்டு மைனா பயந்து பறந்தது. கிருஷ்ணமூர்த்தி பிரமித்துப் போய் உட்கார்ந்திருந்தான்.

***

அத்தியாயம் 2

சிவண்ணா நிறையப் படித்து, ஏதேதோ கற்று எப்படியோ பைலட்டாகி விட்டான். சிங்கப்பூருக்கும் அமெரிக்காவுக்கும் பறந்து கொண்டிருக்கிறான். 'என் மூத்த பிள்ளை பைலட்டாக்கும்' என்று அம்மா கேட்பவரிடம் எல்லாம் சொல்லிப் பெருமைப்பட்டுக் கொள்வாள். ஆனால் டிவியிலோ ரேடியோவிலோ விமான விபத்து என்று சொல்லிவிட்டால் போதும். 'ஈஸ்வரா ஈஸ்வரா' என்று தனக்குள்ளேயே அரற்றிக் கொள்வாள். அது ஏதோ ஒரு விமானமாகத்தான் இருக்கும். சிவண்ணா ஓட்டிச் சென்றது இல்லை என்றாலும் ஒரு பத்து நாளுக்கு அவள் தேகம் கோழிக் குஞ்சு போல் நடுங்கிக் கொண்டிருக்கும்.

மல்லீஸ்வரனுக்கு அர்ச்சனை பண்ணிவிட்டு வருவாள் ஒரு நாள். வலம்புரி வினாயகனுக்குப் பாலாபிஷேகம் பண்ணிவிட்டு வருவாள் ஒருநாள். ஆஞ்சநேயருக்கு ராமஜெயம் எழுதி மாலை கட்டிப் போட்டு விட்டு வருவாள். முண்டகக் கண்ணிக்குப் பாவாடை சாத்திவிட்டு வருவாள். பைலட் என்பதாலேயே அண்ணாவுக்குப் பெண் கொடுக்கவும் பயந்தனர் நிறையப் பேர். அவன் உயரப் பறக்கப் பறக்க கீழே விரியும் பாதாளம் பயத்தை ஏற்படுத்தி விட்டது போலும். அவனுக்குக் கல்யாணம் நடக்க வேண்டும் என்று அம்மா நிறையத் தெய்வங்களுக்கு நேர்ந்து கொண்டாள். அதற்குள் பெரியக்காவுக்கு ஒரு வரன் குதிர்ந்தது.

பெரியக்கா பார்க்க லட்சணமாயிருப்பாள். தேகத்தைப் பூத்தாற்போல் வைத்துக் கொள்வாள். உடம்பை அலட்டிக்

கொள்ளாமல் வேலை செய்வதில் படு சமர்த்து. அவளுக்கு வியர்த்து வழிந்து யாரும் பார்த்ததில்லை. அம்மாவைவிட நிறம் கம்மிதான் என்றாலும், அலை அலையான கூந்தல் முகத்துக்கு நிறையக் களையைக் கொடுத்துத் தூக்கிக் காட்டும்.

மாப்பிள்ளையை அப்பாவுக்குப் பிடித்துப் போயிற்று. ‘துருதுருன்னு இருக்கான். சிரிக்கச் சிரிக்கப் பேசறான். வியாபாரியோன்னோ. நன்னாவே இன்னும் முன்னுக்கு வந்துடுவான்’ என்று மெச்சிக்கொண்டே நிச்சயம் பண்ணி விட்டார். அவர் கணிப்புத் தவறவில்லையோ, அக்கா போன அதிர்ஷ்டமோ, வியாபாரம் பெருகியது. கடை பெரிதாகியது. பட்டுக்கடை தனியே ஆரம்பித்தார்கள். மற்றத் துணிகள் விற்ற கடையை அழகிய ஷோரூமாய் மாற்றினார்கள். முகப்பில் மெட்டல் ஷிஃபானும் பாலியெஸ்டர் சேலைகளும் அணிந்த செலுலாய்டு பொம்மைகள் பெண்களின் கண்களைச் சுண்டியிழுத்தன.

கல்யாணமான ஒரே வருஷத்தில் ஹேமாவும் அதற்கு இரண்டு வருஷம் கழித்து பரத்தும் பிறந்தார்கள். ஹேமா தொட்டிலில் கிடக்கும்போது கிருஷ்ணமூர்த்தி ஒருவித ஆச்சர்யத்தோடும் ஆசையோடும் தொட்டிலருகில் நின்று குழந்தையின் அசைவுகளைக் கண்விரியப் பார்ப்பான். ஏதோ பூச்சி மாதிரி கை கால்களை நீட்டி மடக்கிச் சிணுங்கும் குழந்தையைத் தொடப் பயமாக இருக்கும்.

அப்போது அவன் முதல் வகுப்பில் படித்துக் கொண்டிருந்ததால் குழந்தையைப் பார்த்து, “ஜானி ஜானி யெஸ் பாப்பா!” என்று சொல்லு பார்க்கலாம்! சொல்லுடி... என்று கையை ஆட்டி ரைம்ஸ் சொல்லிக் கொடுக்க, அம்மாவும் பெரியக்காவும் விழுந்து விழுந்து சிரிப்பார்கள். “அதுக்குப் பேசத் தெரியாதுடா கண்ணா. அது குட்டிக் கோந்தைடா” என்பாள் அம்மா.

ஹேமா கொழுக் மொழுக்கென்று வளர்ந்தாள். எப்பப்பாரு அழுவது அவள் குணமாயிற்று. அவள் சிரித்து விளையாடிப்

பார்ப்பது அபூர்வம். தொட்டாற்சிணுங்கி. எதற்கும் அழுகை, பிடிவாதம், ஆர்ப்பாட்டம். அழுகை நின்றால் போதும் என்று பெரியக்காவும் அத்திம்பேரும் அவள் கேட்டதையெல்லாம் கொடுக்கக் கொடுக்க, செல்லமும் பிடிவாதமும் அதிகமாயிற்று. சாப்பிட மட்டும் அடமே பண்ண மாட்டாள்.

காட்பரிஸும், மில்க் சாக்லேட்டும் ஏகத்துக்குத் தின்று தின்று உடம்பு கொழுத்தது. பத்து வயசிலேயே குட்டி யானை மாதிரியாயிற்று அவள் தேகம். பற்களில் சொத்தை விழுந்தது. படிப்பு ஏறவில்லை. எட்டு வயசு வரையில் வாயில் விரல் போட்ட பழக்கத்தால் பற்கள் முன்தள்ளிக் கோணல் மாணலாய் முளைத்தது. பேச்சு திக்கத் தொடங்கியது.

வயது ஏற ஏற உடம்பு வளர்ந்ததே தவிர புத்திசாலித்தனம் வளரவில்லை. தத்துப் பித்தென்று பேசுவதும் சிரிப்பதும் அதிகமாயிற்று. அதுதவிர சாப்பிடுவது, தூங்குவது, நொறுக்குத் தீனி அரைப்பது இவ்வளவே அவளுக்குத் தெரிந்த விஷயமாயிற்று. மொத்தத்தில் வெகு சுலபமாய் வெகுளிப் பட்டம் பெற்றுக் கொண்டாள். 'கை கொடுத்த தெய்வம் சாவித்திரியாட்டம்டி நம்ப ஹேமா' என்று அம்மா சொல்லிச் சிரிப்பாள். அதற்காக அவனை சிவாஜியாக்கிவிட வேண்டுமா என்ன? அதற்கு அவன் தயாராக வேண்டாமா?

கிருஷ்ணமூர்த்திக்குக் குப்பென்று வியர்த்தது. யாரோ வாய்க்குள் கையை விட்டு உள்ளுறுப்புகளை எல்லாம் வெளியே இழுத்துப் போடுவது போலிருந்தது.

"வேணு வந்துட்டான்" என்றபடி அம்மா எழுந்து கீழே போனதும் கிருஷ்ணமூர்த்திக்கு இருப்புக் கொள்ளவில்லை. போகிற போக்கில் ஏதோ வெடி வைத்துவிட்டுப் போகிறாளே இந்த அம்மா... என்று கலங்கிய மனதை வெளிக்காட்டிக் கொள்ளாமல் பாய்க்குள் பெட்ஷீட்டையும் தலைகாணியையும் வைத்துச் சுருட்டி, அங்கேயே வைத்து விட்டு, வேட்டியை மடித்துக் கட்டியபடியே கீழே வந்தான்.

பின்புறத் தாழ்வாரத்திலிருந்த மாடத்திலிருந்து ப்ரஷ் எடுத்து பேஸ்ட் நிரப்பிக் கொண்டு கிணற்றடிக்கு வந்தான். வேணு பால் கறந்து கொண்டிருக்க, அம்மா அருகில் நின்றிருந்தாள். வெந்நீர் உள்ளில் பெரியக்கா வெந்நீர்த் தவலையிலிருந்து சுடுநீர் எடுத்துப் பக்கெட்டில் விளாவிக் கொண்டிருந்தாள்.

"என்னடாம்பி, வாய் கொப்புளிக்க வெந்நீர் ஜலம் தரட்டுமா?" என்றாள் இவனைப் பார்த்து.

"த பார்ரா, மாப்பிள்ளைக்கு ஸ்பெஷல் மரியாதைய! என்னைக் கேக்கத் தோணித்தோ?" கிருஷ்ணமூர்த்தி திரும்பிப் பார்த்தான். குரல் வந்த திசையில், அப்பா குளித்துவிட்டுத் துளசி பறித்துக் கொண்டிருந்தார். அம்மா களுக்கென்று சிரித்தாள். அப்பா சிவாஷ்டகத்தை முணுமுணுத்துக் கொண்டே போனார்.

"என்னாச்சு திடீர்னு எல்லார்க்கும்?" என்றான் நுரையைத் துப்பி விட்டு.

பெரியக்கா பாத்ரூம் கதவைச் சாத்திக் கொண்டாள்.

வேணு பால் குவளையை அம்மாவிடம் கொடுத்துவிட்டுத் தொழுவத்தைச் சுத்தம் செய்யப் புறப்பட்டான். வீட்டுக்கு எடுத்துக் கொள்வது போக மிச்சப் பாலை அவனே ஒரு விலைக்கு எடுத்துக் கொண்டு வெளியே விற்று விடுவான்.

வாய் கொப்புளித்து முகத்தை அலம்பி டவலால் துடைத்துக் கொண்டே பிரஷ்ஷை மாடத்தில் வைத்துவிட்டு அம்மாவின் பின்னால் அடுக்களைக்குச் சென்றான்.

பூஜையின்போது அப்பா காப்பி சாப்பிட மாட்டார் என்பதால் முதல் காப்பியை நுரை பொங்க ஆற்றி அவனிடம் நீட்டினாள்.

"இருந்தாப்பல இருந்து அத்திம்பேர்க்குப் போன மாசம் நெஞ்சுவலி வந்துடுத்தாம். மைல்ட் அட்டாக்னு சொல்லிட்டாராம் டாக்டர். மனுஷனுக்கு என்ன பயமோ தெரியலை. உடனே ஹேமாக்கு

கல்யாணத்தைப் பண்ணிடணும்னு பறக்கறாராம். அது விஷயமாதான் அனந்தலக்ஷ்மி வந்துர்க்கா. 'புதன் கிழமையன்னிக்குப் பேசு'ன்னு அவ மாமியார் சொல்லியனுப்பிச்சாளாம். அதான் ரெண்டு நாளா வாய் தொறக்காம நேத்திக்குத்தான் அப்பாட்ட பேசினா. அவருக்குப் பூரண திருப்தி. 'சாஸ்திரிகளைக் கூப்பிட்டனுப்பு, நிச்சயதார்த்தத்துக்கு நாள் பார்த்துடுவோம்'ன்னுட்டார்.''

அம்மா சொல்லச் சொல்ல, கிருஷ்ணமூர்த்திக்கு வெடித்துக் கொண்டு வந்தது.

''நீங்கள்ளாம் பேசிட்டா ஆச்சா? என்னைக் கேக்க வேணாமா? இதென்ன பொம்மைக் கல்யாணமா?'' சீறினான்.

''நான் சொன்னேன்டா அப்பாட்ட. அவர்தான் ஒரேயடியா சொல்லிட்டார். அவனை என்ன கேக்கறது? அவன் நல்லது கெட்டது பத்தி எனக்குன்னா தெரியும்னுட்டார். ஏன்டாம்பி, ஹேமாக்கென்னடா கொறச்சல்? சின்னக் கடைய உம் பேருக்கே எழுதிக் குடுத்துடறேங்கறாராம், அத்திம்பேர். லட்சக்கணக்குல பணம் புழங்கற இடம்டா அது. அப்புறம் என்ன?''

பணத்தைப் பற்றி யாராவது பேசினாலே குரல் வளையை நெரிப்பது போலிருந்தது கிருஷ்ணமூர்த்திக்கு. பெரியக்கா அத்திம்பேரின் சமத்காரத்தை நினைத்து வியப்புதான் மேலிட்டது.

ஹேமாவின் தோற்றத்துக்கும் வெகுளித்தனத்துக்கும் அவளை வெளியிடத்தில் பண்ணிக் கொடுப்பதைவிட அவனுக்கே பண்ணி வைத்துவிட்டால் பலவித பயங்கள் குறையும் என்று கணக்குப் போட்டிருக்கிறார்கள். மாமியார் வீடு என்ற பயமிருக்காது. ஹேமாவுக்கும். பாட்டிதானே மாமியாரும் இங்கு! சொத்து வெளியே போகாது என்று அப்பாவும் கணக்குப் போடுகிறார். எது எப்படியாயினும் துளியும் பொருத்தமில்லாமல் என்ன கல்யாணம்? அவனுக்கும் அவளுக்கும் எந்த வகையிலும் பொருத்தமில்லை என்பதை யார் யோசிக்கிறார்கள்!

"எனக்கு இஷ்டமில்லம்மா. இப்ப எனக்குக் கல்யாணம் வேண்டாம்" என்றான் காப்பியை உறிஞ்சிக் கொண்டே.

"அது சரி. எடுத்த எடுப்புல சரின்னு யார் சொல்லிர்க்கா? ம்ஹூம் ம்ஹூம்பேள். கடசில பணிஞ்சுடுவேள். எனக்குத் தெரியாதா உங்களைப் பத்தி எல்லாம்?"

"அம்மா! நான் சீரியாகப் பேசறேன். ஹேமாவைப் பண்ணிக்க எனக்கு இஷ்டமில்ல."

"ஏன்டா?"

"எப்படிமா... எப்படிமா? எனக்கும் அவளுக்கும் கொஞ்சமாவது பொருத்தமார்க்குமா, நீயே சொல்லேன்." கிருஷ்ணமூர்த்தி கீழுதட்டைக் கடித்துக் கொண்டான்.

அம்மாவின் முகத்தில் ஒரு கலக்கமும் வேதனையும் படிந்தது.

"அதெப்படிடாம்பி? உருவத்துல என்னடா இருக்கு? அவாத்துக்கு அவ செல்லக் கொழந்தை. வஞ்சனையில்லாம வளர்ந்து நிக்கறா. கள்ளங்கபடு கிடையாது. அதனால சித்த அசட்டுத்தனமா பேசுவா. சிரிப்பா. இதெல்லாம் ஒரு குறையா? என்னர்ந்தாலும் அவ நம்பாத்துக் கொழந்தையில்லையா? நாமளே வேண்டாம்னுட்டா யாரு கட்டிப்பா, சொல்லு?"

"அதுக்காக? நீ ஆயிரம் சொல்லு. நான் பண்ணிக்க மாட்டேன்னா மாட்டேன். எனக்குச் சொந்தத்துல பண்ணிக்க இஷ்டமில்ல. அது யாரார்ந்தாலும் சரி. அப்பாட்டயும் பெரியக்காட்டயும் கண்டிப்பா சொல்லிடு, ஆமா!" காப்பி குடித்த வாயைக் கொப்புளித்துத் துப்பிவிட்டு அக்காவோ அப்பாவோ வந்து ஏதும் பேசுவதற்குள் அங்கிருந்து போய்விட வேண்டும் என்று மீண்டும் மொட்டை மாடிக்கு வந்தான். தேகப் பயிற்சியில் ஈடுபட்டான். வானம் வெளுத்திருந்தது. கீழ்வானத்தில் சிகப்பு படர ஆரம்பித்திருந்தது. சூரியனைப் பிரசவிக்கும் வேதனையோ? தந்திக் கம்பியில் நிறையக்

குருவிகள் வரிசையாய் அமர்ந்திருந்தன. வரிசையிலிருந்து சிலது ஒரு அடி பறந்து மீண்டும் இடம் மாறி மாறி அமர்ந்தன. மரங்களிலிருந்து பட்சிகளின் பலவகை சப்தம் கேட்டது. மதில் சுவரின் மேல் இரண்டு காகங்கள் பறந்து வந்து அமர்ந்தன. காலை நேரம் மிக அழகானது. இறைவன் உலா வருவது போல் தெய்வீகமான வேளை.

வியர்வையைத் துடைத்துக் கொண்டே இரத்தச் சிவப்பாய் எழும்பிய சூரியனைப் பார்த்தான். கண்ணுக்குத் தெரிந்தவை அனைத்தும் அந்த ஒளியில் மூழ்கிச் சிகப்பாய்த் தெரிந்ததை ரசித்தான். ஐந்து மணியிலிருந்து காப்பி குடித்ததுவரை பொய், இதுதான் நிஜம் என்று ஆகிவிடக்கூடாதா என்றிருந்தது. முன்புற மதில் சுவரருகில் வந்து தெருவைப் பார்த்தான். வாசலில் கறிகாய் வண்டி நின்றிருந்தது. பெரியக்கா கூடையைக் கையில் வைத்துக் கொண்டு கறிகாய் பேரத்தில் ஈடுபட்டிருந்தாள். இல்லை... பொய்யில்லை. நிஜம்! பெரியக்கா வந்திருக்கிறாளே! கிருஷ்ணமூர்த்தியின் அடிவயிற்றைப் பயம் கவ்வியது. எல்லாருமாய்ச் சேர்ந்து பிடித்து அமுக்கி எதற்குள்ளோ தூக்கி எறிவது போலிருந்தது. அக்கா மேலே பார்ப்பதற்குள் சட்டென்று மதில் சுவரை விட்டு அகன்றான். மொட்டை மாடியின் நடுவில் வந்து சம்மணமிட்டு உட்கார்ந்தான். கண்களை மூடிக்கொண்டு புத்தியைப் புருவ மத்தியில் நிலைநிறுத்தி, பயந்து அலைந்து கொண்டிருந்த மனதை ஒன்றுபடுத்த முயன்றான். முடியவில்லை. தியானம் இயலாமல் போயிற்று. ஆயினும் கண் திறக்கவில்லை. எதற்கு இப்படிப் பயப்படுகிறோம் என்று புரியவில்லை. ஹேமா கண்ணுக்குள் வந்து சிரித்துக் கொண்டே 'உன்னை விட்டேனா பார்' என்று ஆள்காட்டி விரலை ஆட்டினாள். கிருஷ்ணமூர்த்தி கண்களை இன்னும் இறுக மூடிக்கொண்டான். ஹேமா இன்னும் பளிச்சென்று தெரிந்தாள். மாடிப்படியில் யாரோ ஏறிவரும் ஓசை கேட்டது. மேல்படிக்கு வந்ததும் ஓசை நின்றது. கிருஷ்ணமூர்த்தி மெல்லக் கண் திறந்தான். இடுப்பில்

கை வைத்துக் கொண்டு நின்றார் அப்பா. கண்கள் நெருப்புத் துண்டங்களாய் ஜொலித்தன. அதோடு சூரிய ஒளியின் சிகப்பும் பட்டு மொத்த அப்பாவுமே ஆக்ரோஷமாய்ச் சிவந்திருந்தார். கிருஷ்ணமூர்த்தி போருக்குத் தன்னைத் தயார்ப்படுத்திக் கொண்டான். உள்ளுக்குள் இன்னொரு கிருஷ்ணமூர்த்தி பகவத் கீதை படித்தான்.

அத்தியாயம் 3

"உம் மனசுல என்ன பெரிய இவன்னு நெனப்போ!" அப்பா முதல் அஸ்திரத்தை வீச, அதை ஆசீர்வாதம் போல் நினைத்து மௌனமாய் நின்றான்.

"உன் யோக்யதைக்குப் பொறத்தையாரை என்ன கிண்டல் வேண்டிக் கிடக்கு? நீயே ஒரு உதவாக்கரை! போனாப் போறதுன்னு உனக்குப் பொண்ணு தரேங்கறா, அவளா வந்து. வாண்டாமாமே... எங்க, எங்கிட்ட சொல்லு பாக்கலாம், தைரியமிருந்தா?"

அப்பாவுக்குக் குரல் அசாத்தியம். வெங்கலப்பானையை ஓங்கித் தட்டினால் வெளிப்படும் ஓசை அவர் குரலுக்கும் உண்டு. அந்தக் குரல் காரணமாகவே அவருக்குப் பணிந்து போனவர்கள் நிறையப் பேர். மேல் துண்டை இடுப்பில் கட்டிக்கொண்டு குனிந்து வணங்கி விட்டுப் போகிறவர்களும் உண்டு. அதெல்லாம் கிராமத்தில். பட்டணத்தில் இடுப்பு வளையக் குனிகிறவன் எவனுமில்லை. இங்கு நாம் மரியாதை கொடுத்தால்தான் நமக்கும் அது திரும்பி வரும். ஆனாலும் கோர்ட்டில் அப்பா பேச ஆரம்பித்தால் சப்தம் ஓய்ந்து கப்சிப்பென்று ஆகிவிடுவதை ஓரிரு முறை கிருஷ்ணமூர்த்தியே பார்த்து வியந்து நின்றிருக்கிறான்.

இப்போதும் அந்தக் குரல் ஒரு கணம் அவனைப் பயமுறுத்தியது. தன்னைத் தானே தட்டிக் கொடுத்துக் கொண்டு அவரை நேருக்கு நேர் பார்த்தான்.

"அப்படி ஒண்ணும் எனக்கு யாரும் ஐயோ பாவம்னு பொண்ணு தர வேண்டியதில்லை. கல்யாணம் பண்ணி வைய்ன்னு நான் யார்ட்டயும் வந்து அழலையே!"

"ஓஹோ! துரைவாளுக்கு எது இருக்கோ இல்லையோ திமிர் இருக்கு, நிறைய. பசு நெய்ய விட்டு உங்கம்மா போட்டு வளர்த்திருக்கா அப்படி! அதான் இப்படிப் பேசச் சொல்றது. இதப் பார்ரா...! நாலு காசு சம்பாதிக்கத்தான் துப்பில்ல. கல்யாணம் பண்ணி வெச்சுக் கடையை எழுதித் தரேங்கறா அவா. வாங்கிண்டு உருப்படற வழியைப் பார் மொதல்ல! இதுக்கு மேல ஏதாவது பேசின... இருபத்தினாலு வயசுப் பிள்ளைன்னு பார்க்க மாட்டேன். விளாசிடுவேன் விளாசி."

அப்பா தொம் தொம் என்று மாடிப்படி அதிர இறங்கிப் போக, கிருஷ்ணமூர்த்தி கற்சிலையாட்டம் கண்ணைக்கூட அசைக்காமல் பிரமை பிடித்துப் போய் அமர்ந்திருந்தான். எத்தனை நேரம் உட்கார்ந்திருந்தானோ? பிறகு தானாகவே உடம்பைச் சிலிர்த்து எல்லாவற்றையும் உதறிக் கொண்டு எழுந்தான்.

சூரியன் சுட ஆரம்பித்துவிட்டது. தெருவில் ஸ்கூலுக்குப் பிள்ளைகளை அழைத்துச் செல்லும் ரிக்ஷாக்காரர்கள் கயிறுகளை இழுத்துத் தடதடவென்று சப்தம் செய்து கொண்டு போகும் ஓசை கேட்டது. கிருஷ்ணமூர்த்திக்குக் கீழே போகவே பிடிக்கவில்லை. நிழல் படிந்திருந்த மூலையை நோக்கிச் சென்று குத்துக்காலிட்டு உட்கார்ந்து மதில் சுவரில் சாய்ந்து கொண்டான்.

சாதாரணமாய்ப் பெரியக்கா வருகிறாள் என்றாள் அவனுக்குக் குஷியாக இருக்கும். வாடாம்பி என்று அவனை இழுத்துக் கட்டிக்கொண்டு குழந்தை மாதிரி அவள்தான் கொஞ்சுவாள். அவளோடு நிறையப் பட்சண வகைகளும் வந்திருக்கும். எல்லாவற்றிலும் மணக்கும் நெய் அவர்களது செழிப்பை அடையாளம் காட்டும்.

அத்திம்பேர் சிரிக்கச் சிரிக்கப் பேசுவார். அவனுக்கு சினிமா போகக் காசு கொடுப்பார். புதுசாய் நிக்கர் சட்டை வாங்கிக் கொடுப்பார். போகும் போதும் கையில் ஏதேனும் ரூபாய் கொடுத்து விட்டுப் போவார்.

வயது ஏற ஏற இப்படித் தீனிக்கும் சினிமாவுக்கும் அலைவது பிடிக்காமல் போய், கௌரவமாய் நடந்துகொள்ள ஆரம்பித்தான். மரியாதையாய்ப் பெரியத்தியம்பேரிடம் பேசிவிட்டு நகர்ந்து விடுவான். பரத் மட்டும் 'மாமா மாமா' என்று அவன் பின்னாலேயே சுற்ற, போகிற இடங்களுக்கெல்லாம் அவனையும் அழைத்துக் கொண்டு போவான்.

பரத் சும்மா வர மாட்டான். எதையாவது கேட்டுக் கொண்டேயிருப்பான். எனவே அம்மாவிடம் கேட்டு ஐந்தோ பத்தோ வாங்கி வைத்துக் கொண்டுதான் அவனை வெளியே அழைத்துச் செல்வான். பெரியக்கா போகும்போது மனசு சங்கடப்படும். சிரிப்பும் கலகலப்பும் குறைந்து வீடு வெறிச்சிட்டுவிடப் போகிறதே என்ற சங்கடம்தான்.

இப்போது அக்கா ஏன் வந்தாள் என்றிருக்கிறது. அவளுக்கு ஏன் பெண் பிறந்தது, இரண்டு பிள்ளையாய்ப் பிறந்திருக்கக் கூடாதா என்றிருக்கிறது. சின்னக் குழந்தை முதல் ஓடியாடிப் பார்த்தவளை மனைவி ஸ்தானத்தில் நினைக்க அருவருப்பாய் இருக்கிறது. இதெல்லாம் யாருக்குப் புரிகிறது.

உதவாக்கரை என்றால் இவர்கள் இஷ்டப்படிதான் கல்யாணம் செய்துகொள்ள வேண்டுமோ? உணர்ச்சிகளை முழுக்கக் குழி தோண்டிப் புதைத்துவிட்டுச் சவம் போல நடமாட வேண்டுமோ? சம்பாதிக்கவில்லை என்றால் உடனே உதவாக்கரைப் பட்டம் கட்டிவிட வேண்டுமோ? தைரியம் சொல்லி அன்பாய்த் தட்டிக் கொடுத்துத் தூக்கி விட வேண்டாமோ? அது அவர்களுடைய கடமையல்லவா? எப்போதும் இப்படியேவா இருந்து விடப் போகிறான்?

கிருஷ்ணமூர்த்திக்குக் குப்பென்று ஏதோ தொண்டைக் குழியை அடைத்தது. கண்கள் சூடாகின. சின்னக் கேவல் ஒன்று வெளிப்பட்டது. பொலபொலவென்று உருண்டு உதிர்ந்த கண்ணீரை அவசரமாய்த் துடைத்துக் கொண்டான். ஆண் பிள்ளை அழுதாலும் கேவலம்.

கிருஷ்ணமூர்த்தி யோசித்தான். இந்தப் பிரச்னையை நல்ல விதமாய்த் தீர்க்க வேண்டும். அப்படியும் முடியவில்லை என்றால்...? நினைத்துப் பார்க்கவே நடுங்கியது அவனுக்கு. அம்மா நல்லவள்தான். ஆனால் அப்பாவுக்குக் கட்டுப்பட்டவள். அவளை நம்பிப் பயனில்லை. நேரடியாய்ப் பெரியக்காவிடமே பேசினால் என்ன? அழுவாளோ? அழட்டுமே. அதற்கெல்லாம் பயந்தால் காலம் பூராவும் அந்தகாரத்தில் அழுது கொண்டிருக்க வேண்டியதுதான்.

"அம்பி...!"

குரல் வந்த திசையை நிமிர்ந்து நோக்கினான். பெரியக்கா பக்கெட்டு நிறையத் தோய்த்த துணியோடு நின்று கொண்டிருந்தாள்.

"என்னடாம்பி ஒரு மாதிரியார்க்க? உடம்பு சரியில்லையா? எதுக்கு வெயில்ல உக்காந்துண்ருக்க?"

அக்கா சகஜமாய்ப் பேசியதிலிருந்து இன்னும் விஷயம் அவள் காதுக்குப் போகவில்லை என்று புரிந்தது. ஒரு நிமிடம் அவளை உற்றுப் பார்த்தபடியே தன்னை ஆசுவாசப்படுத்தினான்.

"ஒண்ணுல்ல. எக்ஸர்ஸைஸ் பண்ணினேன். களைப்பார்ந்தது. அப்படியே உக்காந்துட்டேன்."

அக்கா ஒவ்வொரு துணியாய் எடுத்து உதறி உலர்த்த ஆரம்பித்தாள். எந்தத் துணியிலும் ஈரமோ சுருக்கமோ இல்லாமல் நேர்த்தியாய் அவள் உலர்த்தின அழகை இமைக்காமல் வேடிக்கை பார்த்தான்.

"அம்மா ஏதாவது சொன்னாளாடாம்பி?" அக்கா ஆரம்பித்து விட்டாள்.

"என்ன?" என்றான் புரியாதது போல். எத்தனை நாழி புரியாதது போல் நடிக்க முடியும்?

"ஹேமாக்கு வர தை மாசம் கல்யாணம் பண்ணிடணும்னு முனைப்பார்க்கார் உங்கத்திம்பேர்." அக்கா நிறுத்திவிட்டு அவனைப் பார்க்க, சட்டென்று தன் பார்வையைத் திருப்பிக் கொண்டான். லைட் கம்பத்தின் மேல் உட்கார்ந்து கத்தின காகத்தைப் பார்த்தான். வேப்பங்குச்சியை உடைத்து மதில் சுவரில் இஷ்டத்துக்குக் கிறுக்கினான்.

"அப்பாட்ட பேசினேன்டா அம்பி. அவருக்கு ரொம்ப இஷ்டம். உடனே சரின்னுட்டார். நீ என்னடா சொல்ற?"

அப்பாடா! ஒரு வழியாய் அக்காவாவது, நீ என்னடா சொல்றன்னு கேட்டாளே. அதுவே பெரிய விஷயம். சொல்லி விடலாமா எனக்கு இஷ்டமில்லை என்று? வேண்டாம். நாசூக்காய்ச் சொல்ல வேண்டும். அவள் பெண்ணை மட்டம் தட்டிப் பேசாமல், அவனையே இறக்கிக் கொண்டு பேசித் தட்டிக் கழிக்க வேண்டும்.

"ஏங்க்கா... உங்களுக்கிருக்கற பணத்துக்கும் அந்தஸ்துக்கும் ஹேமாக்கு நல்ல எடமாவே, நன்னா படிச்சு உத்யோகத்துல இருக்கறவனாகவே பார்க்கலாமே. என்னை எதுக்கு? உங்க அந்தஸ்துக்கு நான் பொருத்தமாப் படலை எனக்கு." மெதுவாய்ச் சொல்லி விட்டான்.

அக்கா புன்சிரிப்போடு அவனருகில் வந்தாள். அதே சிரிப்போடு அவன் கேசத்தில் விரல் கொடுத்துக் கோதி விட்டாள். "அதை நாங்க இல்ல தீர்மானம் பண்ணணும். நமக்குள்ள அந்தஸ்தென்னடா வேண்டியிருக்கு?"

அப்பப்பா! எத்தனை சாமர்த்தியம் பெரியக்காவுக்கு என்று நினைத்தான். இதே அக்கா சிவண்ணாவுக்குப் பெண் தேடின

போது எப்படியெல்லாம் வக்கணையாய்ப் பேசினாள். அம்மாவுக்கு ஒன்றுவிட்ட அண்ணாவின் பெண், மைதிலி என்று பெயர். எஸ்.எஸ்.எல்.சி. படித்துவிட்டு வீட்டில் சும்மாதான் இருந்தாள். வெடவெடவென்று உயரமாய் மாம்பூ நிறத்தில் இருப்பாள்.

மாமா ஒரு நாள் வந்து அவளைச் சிவண்ணாவுக்கு முடித்துவிடக் கோடிகாட்டி விட்டுப் போனார். அவர் தலை மறைந்ததும் பெரியக்கா அம்மாவின் அருகில் வந்து உட்கார்ந்து கொண்டாள். பரத்தைப் பிள்ளையாண்டிருந்தாள். அப்போது பிரசவத்துக்காக வந்திருந்தாள்.

"ஆயிரம்தான் உறவுன்னாலும் அந்தஸ்து வேண்டாமோ? நம்ம சிவா எங்க? அந்தப் பெண் எங்க? இவன் பெரிய பைலட். தஸ்ஸு புஸ்ஸுனு இங்கிலிஷ்ல பேசிண்டு பெரிய மனுஷாளோட சுத்தறவன். அவாளோட பார்ட்டிகளுக்கெல்லாம் போறவன். அவங்கூட ஜோடியா போறதுக்கும் ஒரு தகுதி வேண்டாமோ? மைதிலி சரியான நாட்டுப்புறம். காலம்பற காவேரில முங்கிக் குளிச்சுப்புட்டு ஒரு குடம் தண்ணியத் தூக்கிண்டு வரத்தான் லாயக்கு. அவளுக்கேத்தாப்பல ஒரு ஸ்கூல் வாத்தியாரையோ ரெவினியூ குமாஸ்தாவையோ தேடிப் பிடிக்கறதை விட்டுட்டு மாமா என்னத்துக்கு ஆகாசத்துல பறக்கத் துடிக்கறார்?" அக்கா நீட்டி முழக்கிப் பேசினாள்.

ஆனால் அம்மாவோ, "நம்ம பிள்ளை ஆகாசத்துல பறந்தாலும் அந்தப் பொண்ணு கீழதானடி ஆத்துக்காரியம் பண்ணப் போறது! இதுக்கெதுக்கு அந்தஸ்தெல்லாம்? மைதிலி நல்ல பொண்ணு. படிக்கலன்னா புத்திசாலியில்லன்னு சொல்லிட முடியுமோ? அவனோட பழகப் பழகத் தானா நாகரிகமா இருக்கக் கத்துண்டு போறா" என்றாள்.

"எனக்கென்னமோ சிவனே இதுக்கு ஒத்துப்பான்னு தோணலை. கொஞ்சம் பொறுத்துத்தான் பார்ப்போமே. இன்னும் நல்ல பொண்ணா நாலெழுத்துப் படிச்சு இங்கிலீஷ் பேசறவளா கிடைக்காமயா போய்டுவா?" என்றாள் பெரியக்கா.

அப்பாவும் பெண் சொல்வதை ஆமோதிக்க, அவ்வளவுதான் - மைதிலிக்கு வேறு இடம் பார்த்துக் கொள்ளவும் என்று அக்காவே கார்டு எழுதிப் போட்டு விட்டாள். அதற்காக மைதிலி ஒன்றும் நாறிப் போய்விடவில்லை. அவளுக்கு ஏற்ற நல்ல புருஷன் கிடைத்து சந்தோஷமாக சௌக்யமாகத்தான் இருக்கிறாள்.

அன்று அப்படியெல்லாம் உடன் பிறந்தவனுக்குப் பொருத்தமாய் இருக்க வேண்டாமோ என்று நீட்டி முழக்கினவள் இன்று துளியும் பொருத்தமில்லாமல் ஜோடி சேர்க்க முயல்கிறாள். உத்யோகம் சரியாய்க் கிடைக்கவில்லை என்பதைத் தவிர அவன் எதில் குறைந்து போய் விட்டான்? இவன் மட்டும் அவளுக்குச் சகோதரன் இல்லையா? இவனுக்குப் பொருத்தமான பெண்ணாய்ப் பார்க்க வேண்டும் என்று ஏன் அவளுக்குத் தோணவில்லை?

இதே ஹேமா வேறு யாரோ பெண்ணாயிருந்து விட்டால் பெரியக்கா இந்தக் கல்யாணத்துக்கு ஒத்துக்கொள்வாளோ? நிச்சயம் மாட்டாள். தன் பெண் என்றதும் குறைகள் கண்ணுக்குத் தெரியவில்லையா அல்லது தெரிந்தும் மறைத்துக் கொண்டு அவன் தலையில் கட்டும் சாமர்த்தியமா? கிருஷ்ணமூர்த்திக்குப் புரியவில்லை.

"என்னடாம்பி யோசனை?"

"ஒண்ணுல்லக்கா," என்று சொல்லிவிட்டு, ஒரு நிமிடம் என்ன பேசுவதென்று தெரியாமல் தடுமாறினான். அங்கு நிற்பது தண்டனையாயிருந்தது. பெரியக்கா மேலும் ஏதாவது பேசி அவனைச் சம்மதிக்க வைத்து விடுவாளோ என்று பயமாக இருந்தது.

"சரி, நான் போய்க் குளிக்கறேன்" என்று சொல்லிவிட்டு விறுவிறுவென்று கீழே வந்து விட்டான்.

அன்று மாலை நண்பர்களோடு பேசி அரட்டை அடித்துவிட்டு இருட்டத் தொடங்கியதும் வீட்டுக்கு வந்தபோது கூடத்து சோபாவில்

பஞ்சு சாஸ்திரிகள் உட்கார்ந்து பஞ்சாங்கத்தை ஆராய்ந்து கொண்டிருந்தார். எதிர் சோபாவில் அப்பா உட்கார்ந்திருக்க, அவருக்குப் பின்னால் அம்மாவும் பெரியக்காவும் நின்று கொண்டிருந்தார்கள்.

அத்தியாயம் 4

நடப்பது என்ன என்று புரியவில்லை. எதற்கு இவர்கள் இவ்வளவு அவசரமாய் முனைகிறார்கள் என்று தெரியவில்லை. பஞ்சு சாஸ்திரிகள் கையிலிருந்த பஞ்சாங்கத்தில் நல்ல நாளே இருக்கக் கூடாது என்று சாபம் கொடுத்தால் என்ன என்று தோன்றியது. அப்பாவைத் தரதரவென்று இழுத்து நாலு அறை வைக்கலாமா என்று துடித்தது. அக்காவின் முன்னால் நின்று 'உம் பொண்ணுன்னா உனக்கு உசத்தியா வெச்சுக்கோ. அதுக்காக என் தலையில கட்ட நான் என்ன இளிச்சவாயனா? காதுல பூ வெச்சுண்டவனா?' ஏன்று படபடப்பாய் நாலு வார்த்தை கேட்கவேண்டும்போல் இருந்தது.

ஆனால் இதில் எந்தக் காரியத்தையும் செய்யும் வல்லமை நிச்சயமாய்த் தனக்கு இல்லை என்பது அவனுக்கு நன்றாகத் தெரியும். எனவே மௌனமாய் அவர்களை வெறித்துப் பார்த்துவிட்டு விறுவிறுவென்று மொட்டை மாடிக்குப் படி ஏறத் தொடங்கினான்.

"ஏன்டாம்பி, சாப்பிட வேண்டாமா?" அம்மா மாடிப் படியடியில் வந்து நின்று கேட்டாள்.

"வேண்டாம். பசியில்ல."

"துளி தயிருஞ்சாதம் பிசைஞ்சுண்டு மாடிக்கே கொண்டு தரட்டுமா? வெறும் வயத்தோட படுத்துக்கப்படாதுடா..." என்றாள் அம்மா விடாமல்.

'வெறும் வயிறா? யார் சொன்னா? இவ்ளோ நெருப்பு அங்க எரிஞ்சுண்டிருக்கு!' மனசில் நினைத்ததை வாய் விட்டுச்

சொல்லத் திராணியில்லாமல் மௌனமாய் அம்மாவின் கண்ணுக்கு மறைந்து போனான்.

மொட்டை மாடிக் கதவைத் திறந்ததும் காற்று சிலீரென்று முகத்திலடித்ததும் சற்றுச் சூடு தணிந்தது. மனிதர்களோடு இருப்பதைவிட இயற்கையோடு தனித்திருப்பது நிச்சயம் அலாதிச் சுகம்தான். எல்லா மனுஷ மனதிலும் தனக்கென்று ஒரு நியாயம், அதை வெளிப்படுத்தும் குணம் அதீதமாய் இருக்கிறது. பிறத்தியார் எண்ணங்களைப் பெருக்கிக் குப்பையில் தள்ளும் குணம். யார் கண்டார்கள், அப்பாவும் பெரியக்காவும்கூட இவன் மறுப்பதை அநியாயம், நன்றிகெட்டதனம் என்றே எடுத்துக் கொள்வார்களோ என்னமோ? கல்யாணம் என்பது முற்றுப்புள்ளி அல்ல. அதுவே ஆரம்பம் என்பதை எப்படி எடுத்துச் சொல்வது? அவர்களைப் பொறுத்தவரை கல்யாணம் பண்ணி வைத்துவிட்டால் அதோடு எல்லாம் முடிந்தது என்று நினைக்கிறார்கள். அவர்களுக்கு ஒரு கடமை வேண்டுமானால் முடிந்துவிடக் கூடும். எல்லாமேவா? இதிலிருந்து எப்படி மீள்வது?

கிருஷ்ணமூர்த்தி பாயை விரித்து மல்லாந்து படுத்துக் கைகளைத் தலைக்கடியில் அண்டம் கொடுத்துக் கொண்டு படுத்த வாக்கிலேயே இடதுகால் மீது வலது காலைப் போட்டுக் கொண்டான். வானம் மலர்ந்துவிட்டது போல் பூப்பூவாய் நட்சத்திரங்கள் வானத்தில் சிதறியிருந்தன. விட்டு விட்டுச் சுவர்க்கோழி ரீங்கரித்தது. மரங்களில் சிள்வண்டுகளின் ஓசை. எங்கோ ரேடியோவிலிருந்து சினிமாப் பாட்டும், டிவியில் பேசும் நாடக வசனமும் சேர்ந்து கலந்து வந்தது.

வீட்டிலும் டி.வி. இருக்கிறது. என்றாவது கிருஷ்ணமூர்த்தி பார்க்க நேரிட்டால் அப்பாவுக்கு வியர்த்து விடும். உதவாக்கரைக்கு என்ன டி.வி. என்று வாயால் சொல்லமாட்டாரே தவிர, நிலம் அதிர நடப்பார். சாமான்களைப் பொத்துப் பொத்தென்று வைப்பார். வேண்டுமென்றே அவனைக்

கடந்துபோய்த் தண்ணீர் குடித்துவிட்டு டம்ளரை ஓசைப்பட வைப்பார். சில நேரம் 'செகன்ட் சானல்ல என்னன்னு பாருடி' என்று அம்மாவிடம் சானல் மாற்றச் சொல்வார்.

அங்கே டேபிளில் பூங்கொத்தை வைத்துக் கொண்டு நாலைந்து கிழங்கள் பேசுவதை பிடிக்காவிட்டாலும் சிரத்தையாய்க் கேட்பார். அது முடிந்து முதல் சானல் வைக்கும்போது அந்த சீரியல் முடிந்து போயிருக்கும். இந்த ஹிம்சைகளாலேயே கிருஷ்ணமூர்த்தி டி.வி. பார்க்க உட்காருவதில்லை. அப்பாவுக்கு ஏன் தன்னைக் கண்டால் எரிகிறது என்று ஆராய்ச்சி செய்வான். யாரிடம் குற்றம்? அவனிடமா, அவரிடமா, இருவரிடமுமா?

ச்சட்! கொஞ்சநாழி எல்லாவற்றையும் ஒதுக்கி வைப்போமே என்று தோன்றியது அவனுக்கு. மனசைத் திசை திருப்பி நட்சத்திரங்களை எண்ண ஆரம்பித்தான். எண்ணிக்கை விட்டுப் போயிற்று. எழுந்து கொண்டான். காலாற அப்படியும் இப்படியும் நடந்தான். மதில் சுவர் மேல் தழைந்து படர்ந்திருந்த வேப்பங்கிளைக்கருகில் வந்து வேம்பின் மணத்தை இழுத்துச் சுவாசித்தான்.

மின்மினிப் பூச்சிகள் முகத்தருகில் பறந்து போயின. அந்தப் பொட்டு வெளிச்சம் கண்டு வியப்படைந்தான். சிருஷ்டிகளில்தான் எத்தனை விசித்திரம்! கிருஷ்ணமூர்த்தியாய்ப் பிறந்ததற்குப் பதில் இந்த மின்மினியாய்ப் பிறந்திருக்கலாம். பளிச் பளிச் சென்று வைர மூக்குத்திபோல் ஒளி காட்டிக் கொண்டு பறக்கலாம்.

திருமண நிர்ப்பந்தங்கள் மனிதனைத் தவிர வேறு எந்தப் படைப்பிலும் இல்லை. இஷ்டப்பட்ட இணையோடு இஷ்டப்படி வாழும் உரிமை, மனிதனைத் தவிர அனைத்து ஜீவன்களுக்கும் உண்டு. இன்னாரிடம்தான் என் மகரந்தத்தைச் சேர்க்க வேண்டும் என்று எந்தப் பூவும் தேனீக்களிடமும் பறவைகளிடமும் காற்றிடமும் கண்டிஷன் போடுவதில்லை.

ஒன்றின் மகரந்தம் எங்கெங்கோ சேர்கிறது. நன்றாய்த்தான் இனவிருத்தி நடக்கிறது. பசுமைக்கென்ன பஞ்சம் இந்தப் பூமியில்?

இறைவன் மிகவும் குதர்க்கமான ஒரு மன நிலையில் இருக்கும் போதுதான் மனிதனைப் படைத்திருக்க வேண்டும். தன் பொழுதுபோக்குக்காக மற்ற ஜீவன்களுக்கு வைக்காத ஆறாம் அறிவையும் கொடுத்து ஆட்டி வைத்து மகிழ்கிறான் போலும். உள்ளே ஒரு முகம். வெளியே ஒரு முகம். முகம் மனத்தின் கண்ணாடி என்று சொன்னவனைக் கட்டி வைத்து உதைக்க வேண்டும். ஒருக்கால் அவன் வாழ்ந்த காலத்தில் அப்படியோ என்னமோ... இப்போது அப்படியல்ல. உள்ளே குரூரம் இருந்தாலும் வெளி முகத்தைப் புன்சிரிப்பால் மறைத்திருக்கும் மனிதர்கள் ஏராளம்.

கிருஷ்ணமூர்த்திக்கு அலுப்பாயிருந்தது. யாரை நினைத்து இப்போது வருத்துகிறோம் என்று அவனுக்கே புரியவில்லை. யாருக்கு உள்ளே குரூரம்? அம்மாவுக்கா? இல்லை, சத்தியமாய் இல்லை. பின்னே அப்பாவுக்கா? அவருக்கு உள்ளும் வெளியும் ஒரே முகம்தான், அவனைப் பொறுத்தவரை. ஆங்கார முகம். வெறுப்பைக் காட்டும் முகம். அப்படியானால் அக்காவுக்கா? அப்படித்தான் தோன்றியது கிருஷ்ணமூர்த்திக்கு.

ரொம்பவும் சாதுர்யமாய்த் தன்னைக் குழியில் தள்ள முயற்சிக்கும் முதல் ஆள் அவள்தான். அவள் மட்டும் வராவிட்டால் அப்பாவுக்கு இப்படி ஒரு எண்ணம் நிச்சயம் தோன்றியே இருக்காது. அவனுக்குக் கல்யாணம் பண்ணும் மனோ நிலையிலேயே நிச்சயம் அவர் இல்லை. அக்காவும் அத்திம்பேரும் ஆழ்ந்து யோசித்து, பல நாள் பேசிப் பலவற்றையும் கணக்கிட்டு, இதுதான் நல்லது, இதில்தான் பெண்ணுக்குப் பாதுகாப்பு என்று தீர்மானம் செய்திருக்கிறார்கள்.

அத்திம்பேர் வகையிலும் அவருடைய அக்காவுக்குக் கிருஷ்ணமூர்த்தி வயசில் ஒரு பிள்ளை இருக்கிறான் என்பது

திடீரென்று நினைவுக்கு வந்தது அவனுக்கு. நடந்து கொண்டே இருந்தவன் சட்டென்று நின்றான். 'அதானே...' என்றான் தனக்குள்ளேயே. ஏன் ஏன் என்று தன்னையே கேள்வி கேட்டுக் கொண்டான். விடை கிடைக்கவில்லை. ஆனால் சமுத்திரத்தில் ஒரு மரத்துண்டு கிடைத்து விட்டது. பற்றிக் கொண்டுவிட வேண்டியதுதான்.

பின்பக்க மதில் சுவரருகில் வந்து கீழே எட்டிப் பார்த்தான். பாத்திரங்கள் கிணற்றடியில் கிடந்தன. அம்மா வருகிறாளா என்று பார்த்தபடி அங்கேயே நின்றான். பெரியக்காவுக்குக் கை அழுந்தாது. அதனால் பாத்திரம் மட்டும் தேய்க்க மாட்டாள். வேலைக்காரி வைத்திருந்தும்கூட அவள் சீக்கிரம் வரமாட்டாள் என்பதால் அவசரப் பாத்திரங்களை மட்டும் அம்மாவே ராத்திரி தேய்த்து வைத்துக் கொண்டு விடுவாள்.

பதினைந்து நிமிடம் காத்திருக்க வேண்டியிருந்தது. அம்மாவின் பேச்சுக் குரல் கேட்டது. அம்மா இன்னும் ஒன்றிரண்டு பாத்திரத்தோடு வந்து தேய்க்க உட்கார்ந்தாள். கிருஷ்ணமூர்த்தி மாடியிலிருந்து மெல்ல, 'அம்மா, அம்மா!' என்றான். அம்மா சுற்றும் முற்றும் பார்த்துவிட்டு மாடியைப் பார்த்தாள் கடைசியாய்.

''என்னடாம்பி, பசிக்கிறதா? தயிருஞ்சாதம் கொண்டு வரட்டா?''

கிருஷ்ணமூர்த்தி ''சரி'' என்றான். ''பாத்திரம் எல்லாம் தேய்ச்சு வெச்சுட்டு வந்தா போறும்'' என்றான் கூடவே.

அரை மணியாயிற்று அம்மா சாதத்துடன் மாடிக்கு வர. கிருஷ்ணமூர்த்தி மல்லாந்து படுத்திருந்தான். அம்மாவைப் பார்த்ததும் எழுந்து உட்கார்ந்தான்.

''கைல தரட்டுமா?'' என்றாள் அம்மா.

''ம்...'' என்றான். கையை நீட்டினான். உள்ளங்கையைக் குழித்துக் கொண்டு அம்மா கவளம் கவளமாய்க் கையில்

போட்டாள். தயிருஞ்சாதமும் தேய்காய்த் துவையலும் சுவையாய் இறங்கியது உள்ளே. தாயன்புக்கு ஈடு எதுவுமில்லை. இந்த அன்பில் கலப்படமில்லை. கல்மிஷமில்லை. சூலுற்ற தருணத்திலிருந்து நேசிப்பவள்தான் அன்னை. இவளிடம் மட்டும் மனசு விட்டுப் பேச முடியும். அடித்தாலும் அணைப்பவள் அன்னை மட்டும்தான்.

"பஞ்சு வாத்தியார் போயாச்சா?" என்றான், நாலைந்து வாய் சாப்பிட்டதும்.

"ம். அடுத்த மாசம் நாலாந்தேதி நிச்சயதார்த்தம் வெச்சுக்கலாம்னார்."

"ஓஹோ...!" என்ற கிருஷ்ணமூர்த்தி, "ஒரு சந்தேகம்மா..." என்று சொல்லிவிட்டுக் கையில் விழுந்த அடுத்த கவளத்தை வாயில் போட்டு மென்று விழுங்கினான்.

"என்னடா?" அம்மா கிண்ணத்திலிருந்த துவையலைச் சிறிது எடுத்துக் கொண்டு சாதத்தின் மீது வைத்து ஒரு கவளம் எடுத்து அவன் கையில் வைத்தாள். கிருஷ்ணமூர்த்தி அந்தக் கவளத்தைக் கையில் வைத்துக் கொண்டே பேசினான்.

"பெரியத்திம்பேரோட அக்கா பிள்ளை ஒருத்தன் இருக்கான் இல்ல... வாசுவோ என்னமோ பேர் கூட..? அவன் என்ன பண்றான் இப்போ?"

அவள் நிமிர்ந்து அவனைப் பார்த்தாள். அவன் மனசில் ஓடுவதைப் புரிந்து கொண்டாளோ என்னமோ? "ப்ஸூ... யாருக்குத் தெரியும். அவக்கா வடக்கே எங்கேயோன்னா இருக்கா. எதுக்குக் கேக்கற?"

"இல்ல... ஹேமாவை ஏன் அவன் தலைல கட்டக் கூடாது இவா?"

அம்மா சடக்கென்று, கிண்ணத்தில் விட்ட கை விட்டபடி இருக்க, அவனை உறுத்துப் பார்த்தாள்.

“பேசறது கஷ்டமார்க்காம்மா? இஷ்டமில்லாம பண்றதுக்குப் பேர் கல்யாணமில்லம்மா. பாரத்தைத் தலைல கட்டிச் சாகரத்துல தள்ளற மாதிரிதான். அங்கயும் ஒரு முறைப்பையன் இருக்கும்போது அக்கா இங்க வரக் காரணம் என்ன? நீயே அவகிட்ட நைச்சியமா கேட்டுத்தான் பாரேன். எனக்காக.” கிருஷ்ணமூர்த்தியின் குரல் கரகரத்துக் கம்மியது.

அம்மா பதறிப் போனாள். “உம் மனசு எனக்குப் புரியறதுடா அம்பி. நான் என்ன செய்யட்டும்? அப்பாவை எதிர்த்துண்டு என்னால என்ன செஞ்சுட முடியும்? என்னிக்கு அவர் எம் பேச்சைக் கேட்டிருக்கார்? பிடிச்ச முயலுக்கு மூணு கால்னு சாதிக்கறவர் அவர்!” அம்மாவும் வருத்தமாகப் பேசினாள்.

“நீயே சொல்லும்மா. அவளைக் கல்யாணம் பண்ணிண்டு நான் சந்தோஷமா இருப்பேனா? எனக்கும் அவளுக்கும் ஏதாவது சின்னப் பொருத்தமேனும் இருக்கும்னு நெக்கறயா நீ? உடம்புப் பொருத்தம் இருக்கட்டும்! மனசுலயே மொதல்ல இல்லையே.”

அம்மா மௌனமாக இருந்தாள். அவளுக்குப் பிள்ளையின் சங்கடம் புரிந்தது. முதலில் அவளுக்கு அனந்தலக்ஷ்மி கேட்டபோது சந்தோஷமாய்த்தானிருந்தது. ஆனால் இப்போது கிருஷ்ணமூர்த்தி மறுக்க மறுக்க அவன் பக்கத்து உணர்வுகள் புரிபட ஆரம்பித்தன. எந்த நியாயத்தையும் சரியாய்ப் புரிந்துகொள்ள வேண்டுமானால் சொல்பவர் கோணத்திலேயே அதை நோக்க வேண்டும். அவன் கோணத்திற்கு வந்து பார்க்க அம்மாவால் முடிந்தது. அப்பா வரத் தயாராயில்லை.

“தலைக்கு மேல போயிண்டுருக்கு விஷயம். நான் மட்டும் தனியா என்னடாம்பி செய்ய முடியும்?” அம்மா மெல்லிய குரலில் கேட்டாள். லேசான நடுக்கமும் அதில் இருந்தது.

கிருஷ்ணமூர்த்தி எழுந்து ஓரமாய்ச் சென்று கை கழுவிக் கொண்டே யோசித்தான். வாய் துடைத்துக் கொண்டு மிச்ச

ஜலத்தைக் குடித்தான். திரும்பி வந்து அம்மாவிடம் உட்கார்ந்து அவள் கைகளை இழுத்துத் தன் கைக்குள் வைத்து அழுத்திக் கொண்டான். "நான் இங்க இருந்தாத்தானேம்மா அவர் கல்யாணம் பண்ணி வெப்பார்...?" என்றான் மெல்ல.

அம்மா முகத்திலறைபட்டாற்போல் அவனைப் பார்த்தாள்.

அத்தியாயம் 5

"நீ எங்கடாப்பா போவ?" அம்மா கண்கள் பளபளக்க, குரல் கம்மக் கேட்டாள். அவள் உள்ளத்தில் ஏற்பட்ட கிலி அவள் வார்த்தைகளிலும் படிந்திருந்தது.

"எங்கயாவது போறேம்மா. ஆன்னா, ஊன்னா அப்பா என்னை உதவாக்கரைங்கறார். அதைக் கேக்கறப்பல்லாம் பூமி பிளந்து உள்ள போய்ட மாட்டோமான்னு இருக்கு. நான் என்ன பண்ணுவேன்? அஞ்சு விரலும் ஒரே மாதிரியாவா இருக்கு? அண்ணாவை மாதிரி எனக்கு மூளையோ, திறமையோ இல்லைதான். ஒத்துக்கறேன். அவனை மாதிரி ஓஹோன்னு இல்லாவிட்டாலும் நானும் எப்படியோ ஒரு பட்டம் வாங்கத்தான் வாங்கினேன். அதுக்கேத்த வேலையும் தேடிண்டுதான் இருக்கேன். கிடைக்க வேண்டாமா? அதுக்குள்ள குத்திக் குத்திப் பேசினா?"

"சின்னக் கடைய அத்திம்பேர் எழுதி வெச்சாதான் நான் உருப்படுவேன்னு அப்பா தீர்மானமே பண்ணிட்டார்னு நெனக்கறேன். அதுக்காகத்தான் இந்தக் கல்யாணமும். அதான் ரொம்ப உறுத்தலா இருக்கு. எனக்கு நல்லது செய்யணுங்கற நோக்கத்தை விட என் இயலாமைய குத்திக் காமிச்சு வதைக்கற எண்ணம்தான் அவருக்கு நிறைய இருக்கு."

"அப்பா லீடிங் லாயர். அண்ணா பெரிய பைலட். அக்காக்கள் அத்திம்பேர்கள் எல்லாருமே நல்ல ஸ்டேட்டஸ்ல இருக்கும்போது நான் மட்டும்... நான் மட்டும் எல்லார்க்கும் முன்னால் புழு மாதிரி இருக்கேன்... இல்ல! எல்லாரும்

என்னை அப்படித்தான் பார்க்கறா, நினைக்கறா! ஆனா ஒண்ணு மட்டும் சொல்வேம்மா. இங்க இருந்தா நிச்சயம் என்னால வளர முடியாது. மரத்தோட நிழல்ல புல் பூண்டுதான் வளரும். இன்னொரு மரம் வளராது. இங்க எல்லாருமே பெரிசா வளர்ந்து நிக்கற மரம். இங்க வளர எனக்கு இடமில்ல. இந்த நிழல் என்னை அமுக்கப் பார்க்கறதே தவிர, நான் வளரத் தேவையானதைத் தரலை.''

''எப்படியோ நானும் வேர் விட்டு ரெண்டு இலையும் விட்டாச்சு. இனிமே வாடாம வளரணும்னா வேரோட வேற எடத்துக்குப் பெயர்ந்து போய் ஊனி நின்னாத்தான் உண்டு. எனக்கும் காற்று, வெளிச்சம், நீர் எல்லாம் வேணும். நிச்சயம் பெரிய மரமாவேன்னு நம்பிக்கையிருக்கு. அப்படி ஆனப்பறம் அப்பா மூஞ்சில முழிக்கறேன்.'' கிருஷ்ணமூர்த்தி தொண்டை அடைக்கத் தெளிவாய்ப் பேசினான்.

அம்மா அயர்ந்து போனாள். அகமகிழ்ந்தும் போனாள். பிள்ளை சொன்ன ஒவ்வொரு வார்த்தையிலும் ஒலித்த சத்தியம் கண்டு திணறினாள். எத்தனை சமர்த்தாய்ப் பேசுகிறான் என் பிள்ளை என்று மெச்சிக் கொண்டாள். இந்தப் பிள்ளையைப் பிரிந்து என்னால் இருக்க முடியுமா என்று கண்ணீர் விட்டாள். அம்மாவின் நிலை கண்டு பிள்ளை பதறிப் போனது.

''வாண்டாம்மா! நீ அழாதே. உனக்கு இஷ்டம் இல்லன்னா நான் எங்கேயும் போகலை. உன்னைப் பகைச்சுண்டு. உன்னைக் கண் கலங்க வெச்சுட்டு எனக்கென்ன வேண்டிக் கிடக்கு?''

அம்மா சட்டென்று கண் துடைத்துக் கொண்டாள். ''இல்லடா அம்பி. நான் அழலை. எம் பிள்ளை பெரிசா வரணும்னு எனக்கு மட்டும் ஆசையில்லையா என்ன! உன்னைக் குழந்தையாவே நெனைச்சுதான் இத்தனை நாளும் இருந்துட்டேன். மத்தவாள மாதிரி நீ ஆகலையேங்கற கவலைகூட இத்தனை நாளா இதனாலயே எனக்கு ஏற்பட்டதில்ல. நீ குழந்தையில்லடா. உனக்குள்ள இவ்வளவு துடிப்புகள் இருக்குன்னு புரிஞ்சப்பறம்

நானும் மாறத்தானே வேணும்? உனக்கு நான் அம்மா. அவருக்கு நான் பொண்டாட்டி. ரெண்டு பேரும் நன்னார்க்கணும் எனக்கு.''

''எங்கயோ நீ சௌக்யமா க்ஷேமமா இருந்தா சரி. 'எந்தத் தாய் பெத்தா இந்த மகனை'ன்னு எல்லாரும் மெச்சிக்கற மாதிரி நீ ஆளானா அதுவே போதும் எனக்கு. நான் உன்னைப் பெத்து வளர்த்தது பூரணமடைஞ்சுடும்!'' அம்மாவும் மனம் திறந்து பேசினாள். ஒருவர் அன்பில் மற்றவர் உருகி நின்றார்கள். ஒருவரை ஒருவர் புரிந்து கொள்ளுதல் என்பது பெரிய வரம். எல்லாரிடமும் அது இருப்பதில்லை.

''நீ எங்கடா போவ? என்னிக்குப் போகப் போற?'' அம்மா மீண்டும் கேட்டாள்.

''இன்னும் தீர்மானம் பண்ணலம்மா. ஆனா போறதுன்னு முடிவு பண்ணிட்டேன்.''

''செலவுக்கு என்னடாம்பி பண்ணுவ?''

அவன் மௌனம் சாதித்தான்.

அம்மா சிரித்தாள். ''கவலைப்படாதடா அம்பி. அம்மா இருக்கச்சே உனக்கென்ன பயம்? எங்கம்மா எனக்குப் போட்ட வளையலும் செயினும் இருக்கு. உள்ளதான் வெச்சிருக்கேன். அதைப்பத்தி இப்ப யாருக்கும் ஞாபகம் கூட இருக்காது. ரெண்டுத்தயும் தரேன். வித்துச் செலவுக்கு வெச்சுக்கோ.''

''அம்மா...'' கிருஷ்ணமூர்த்தி குரல் உடைந்து அப்படியே அவள் மடியில் விழுந்தான். குழந்தை மாதிரித் தேம்பினான்.

''என்னடாது... சொல்லி அரை நாழி ஆகலை, அதுக்குள்ள திரும்பக் குழந்தையாட்டம் பண்றயே!'' அம்மா சிரித்துக் கொண்டே அவன் முதுகைத் தடவிக் கொடுத்தாள். ''நீ கை நிறையச் சம்பாதிச்சு அம்மாக்கு வேற நகை பண்ணிப் போட்டுடேன். சரியா?''

அவன் எழுந்து கண் துடைத்துக் கொண்டு பளிச்சென்று சிரித்தான். இருவரும் சிரித்தார்கள். வானத்தில் நட்சத்திரங்களும்

நிலாவும் கூடச் சிரித்தன. வேப்ப மரம் சிரித்தது. சுவர்க்கோழி சிரித்தது. காற்று சிரித்தது. அதில் தவழ்ந்து வந்த பூவாசம் நாசியில் பட்டுச் சிரித்தது.

மனித மனம் சந்தோஷத்தில் திளைக்கும்போது இந்த உலகமே சந்தோஷமாக இருப்பது போலத் தோன்றுமா என்ன...?

அம்மா கீழே போனதும் அந்த இடமே சூன்யமாகி விட்டாற்போலிருந்தது. அம்மாவைப் பார்க்காமல் எப்படி இருக்கப் போகிறோம்? சுமக்க முடியாத பாரத்தைத் தோளில் ஏற்றிக்கொண்டுவிட்டாற்போலிருந்தது கிருஷ்ணமூர்த்திக்கு.

சுருங்கியிருந்த பாயை இழுத்துச் சரிசெய்து தலைகாணியை வைத்து மல்லாந்து படுத்துக்கொண்டான். போகிறேன் என்று சொல்லி விடுவது சுலபம். போன பிறகு என்னென்ன செய்ய வேண்டும், செய்யலாம் என்று யோசித்தான்.

எங்கே போய்த் தங்குவது? பம்பாயில் கல்லூரி நண்பர்கள் சிலர் இருக்கிறார்கள். அங்கு போகலாமா? பம்பாயில் போனால் யார் வேண்டுமானாலும் பிழைத்துக் கொள்ளலாம் என்று எல்லோரும் சொல்கிறார்கள். பிழைக்கலாம் சரி, தங்க இடம்? பாஷை? பேசாமல் பெரியண்ணாவிடம் போய் இருந்து கொண்டு அவன் மூலமாகவே வேலை தேடினால் என்ன? வேண்டாம். அவன் தயவில் வேலை கிடைத்தால் மன்னிக்கு அடிமையாயிருக்க வேண்டும். காலம் பூராவும் 'உங்கண்ணா இல்லைன்னா நீ மட்டும் முன்னுக்கு வந்துர்ப்பயா...?' என்பாள். அதைவிட அப்பாவே தேவலை என்றாகிவிடும்.

யார் தயவும் கூடாது. சுயம்...! சுயமாய் வளர வேண்டும். உலகம் பரந்தது. அவன் ஒரு கடுகுக்குச் சமானம், அதில். பரந்து விரிந்த உலகில் கடுகு முளைக்கவா இடமிருக்காது? எல்லாவற்றுக்கும் தன்னம்பிக்கையும் தைரியமும் வேண்டும். அது மட்டும் குறைவற இருந்தால் போதும் அதோடு தெய்வ அனுக்கிரகமும். அவன் மட்டும் வாழ முடியாதா என்ன? யோசித்தபடியே தூங்கிப் போனான்.

விடியல் எப்போதும் போல் இனிமையாயிருந்தது. பட்சிகளின் கானமும், காற்றின் தூய்மையும், வேப்ப மரத்தின் சிணுங்கலும், தந்திக் கம்பத்துக் குருவிகளும்... எதிலும் மாற்றமில்லை. எல்லாம் இனிமை.

உலகம் இனியது; வான் இனியது;
காற்று இனிது, கடல் இனிது;
தீ இனிது, நீர் இனிது, நிலம் இனிது;
ஞாயிறு நன்று திங்களும் நன்று.

தன்னைப் போல் மொட்டை மாடியில் படுத்து, ஆகாசம் பார்த்து, விடியல் பார்த்த ஒரு தருணத்தில்தான் இந்தப் பாட்டை எழுதியிருப்பானோ பாரதி என்று யோசித்தான் கிருஷ்ணமூர்த்தி.

அப்பாவின் கார் வெளியேறிய சப்தம் கேட்டபிறகுதான் கீழே வந்தான். ஹாலில் உட்கார்ந்தான். பெரியக்கா துணி துவைத்துக் கொண்டிருந்தாள். அம்மா ஏதும் சொல்லியிருப்பாளோ என்று மனசு குறுகுறுத்தது. அடுக்களையில் அம்மா எதற்கோ தாளித்துக் கொண்டிருந்தாள். கடுகு வெடிக்கும் சப்தம் கேட்டது. சில நிமிடங்களில் ரசத்திலோ சாம்பாரிலோ தாளிதத்தை விட்ட ஸ்ஸ் என்ற சப்தமும் கேட்டது. பத்திரிகைகளைப் புரட்டினான். பெரியக்கா இந்தப்பக்கம் வந்த பிறகுதான் பல் தேய்க்கப் போக வேண்டும். ‘எதற்கு அவளைக் கண்டு பதறுகிறோம்’ என்று வியந்தான்.

கரண்டியில் துளி சாதமும் பருப்பும் நெய்யுமாய்க் காக்கைக்கு வைக்க வெளியே வந்த அம்மா, இவனைப் பார்த்து, “எழுந்தாச்சா? பல் தேச்சயோ? காப்பி கலக்கட்டுமா?” என்றாள்.

“இன்னும் இல்ல” என்றபடி எழுந்து, அவள் அருகில் வந்தவன், “நீ எதுவும் சொல்லிடலையே? எனக்கு அவ எதிர்க்க போகவே தயக்கமார்க்கு!” என்றான்.

“ஒண்ணும் சொல்லலை. பயப்படாம போ. நடக்கறபடி நடக்கும். யாராலயும் எதுவும் முடங்கிடறதில்லை. அவளுக்குன்னு

விதிச்சவங்கிட்ட அவளைச் சேர்த்துடும் தெய்வம்.'' அம்மா வேதாந்தியாய்ப் பேசினபோது அடி வயிற்றில் பகீரென்றது. விதிக்கப்பட்டவன் அவனாகவே இருந்து விட்டால்? வலுக்கட்டாயமாய் அந்தப் பயத்தைப் புறந்தள்ளி விட்டுப் பின்பக்கம் போனான்.

பிரஷ்ஷில் பேஸ்ட்டை நிரப்பிக் கொண்டே, ''ஏங்க்கா, வேலைக்காரிய தோய்க்கச் சொல்லப்படாதோ? எதுக்கு உடம்பை அலட்டிக்கற?'' என்றான் சகஜமாகச் சிரித்துக் கொண்டு. அக்காவின் முகத்தில் பெருமை கீற்றாகச் சுடர் விட்டது. ''ஹேமாக்கு வேணா வேலைக்காரி தோச்சுப் போடட்டும். ராணி மாதிரி வெச்சுக்கோ!'' என்றாள். அடிவயிறு சிலீரென்றது. அதற்குப் பிறகு வாய் கொடுக்கவில்லை.

டிபன் சாப்பிட்டு விட்டு வெளியே கிளம்பினான். கால்கள் அனிச்சையாய்ச் சிநேகிதன் வீட்டுக்கு இழுத்துச் சென்றன. மெயின் ரோடிலிருந்து பிரிந்து மார்க்கெட்டுக்கு எதிரிலிருந்த சந்தில்தான் சிகாமணி வீடு இருந்தது. சிகாமணி பள்ளிப் பருவத்திலிருந்தே ஆத்ம நண்பன். பி.ஏ. இரண்டாம் வருடம் படித்தபோது சிகாமணியின் அப்பா இறந்து போனார். கருணை அடிப்படையில் அவர் வேலையைச் சிகாமணிக்குக் கொடுத்தார்கள், அரசாங்கத்தில்.

உயர் ஜாதிகளுக்கு இப்படி ஏதாவது வழியில் வேலை கிடைத்தால்தான் உண்டு. பிள்ளைக்குப் பதினெட்டு வயசானதும் அப்பன் செத்துவிட வேண்டும். அடிமரம் சாய்ந்து அந்தக் குழியில்தான் விழுது ஊன்றி நிற்க வேண்டும். எங்கே போய் முட்டிக்கொள்ள! அப்பா வேலை இல்லையானால் சிகாமணியும் இந்நேரம் உதவாக்கரைப் பட்டம்தான் வாங்கியிருப்பான்.

யோசித்தபடியே மார்க்கெட் ரோடுக்குள் நுழைந்தான். கசகசவென்று மனிதர்கள் தெருவின் இருபுறமும் கோணி விரித்துக் கூறு கட்டிக் காய்கறி விற்றுக் கொண்டிருந்தவர்கள், அவர்களுக்கு எதிரில் குனிந்து நல்ல கூறாய்ப் பார்த்து வாங்கிக்

கொண்டிருந்த பெண்மணிகள், பாசி மாலையும், நரிப்பல்லும் விற்றுக் கொண்டிருந்த குறத்திகள், என்று ஒரே விற்பனை மயம்! மனிதக் கூட்டம்! தள்ளு வண்டியில் சர்பத் வியாபாரம் ஜரூராக நடந்து கொண்டிருந்தது. அவல் பொரிக் கடையிலிருந்து வேர்க்கடலை வறுபடும் மணம் காற்றோடு கலந்து வந்தது.

தெரு நடுவில் அழுகின காய்கறிகளும் வாழை மட்டைகளும் மிதிபட்டன. மளிகைக் கடைகளில் சில்லறைச் சாமான் வாங்கும் பாமரக் கூட்டம். அத்தனையையும் வேடிக்கை பார்த்துக் கொண்டே நடந்தான். வேடிக்கை பார்ப்பது சுகம். எதிலும் ஒட்டாமல் தள்ளி நின்று வேடிக்கை பார்ப்பதும் ஒரு அனுபவம்தான். அழகும், புத்தியை இழுக்கும் அம்சமும் எதிலும் இருக்கிறது. மலர்க் கண்காட்சியில் மட்டும் அல்ல, மார்க்கெட்டிலும்கூட வியந்து கொண்டே நடக்கலாம்.

"எந்தக் கோட்டையைப் பிடிக்கப் போறடா?" பின்னால் குரல் கேட்கத் திரும்பினான். கூடையும் கையுமாய்ச் சிகாமணி.

"உங்காத்துக்குத்தான். கறிகாயா?" என்றான்.

"ம்... இரு," என்றபடி தக்காளி கால் கிலோவும் உருளைக் கிழங்கும், அவரைக்காயும் வாங்கிக் கொண்டான். 'வா போகலாம்' என்றான். இருவரும் நடந்து சந்தில் நுழைந்து அவன் வீட்டுக்குச் சென்றார்கள்.

கூடத்தில் அரிசி பொறுக்கிக் கொண்டிருந்தாள் சிகாமணியின் தங்கை லலிதா. இருபது வயசு ஆகிறது. இன்னும் கல்யாணமாகவில்லை. அதாவது மாப்பிள்ளை வாங்கத் தேவையான பணம் இல்லை. அவளும் ஏதோ கம்பெனியில் வேலை செய்கிறாள். கல்யாணமாகவில்லையே என்ற ஏக்கம் மனசில் இருக்கிறதோ என்னமோ தெரியாது. ஆனால் முகம் பக்பக்கென்று சிரிக்கும்.

"சித்த நாழி சிரிக்காம இரு, உனக்கு நூறு ரூபா தரேன்" என்று சிகாமணியும் கிருஷ்ணமூர்த்தியும் சீண்டுவார்கள்.

சொல்லும் போதே சிரித்து விடுவாள். இந்தச் சிரித்த முகத்தைக் கண்டு மயங்க எந்த ஆணும் முன் வரவில்லை. துரதிருஷ்டக்காரர்கள். அவர்களுக்குப் பணம் சிரிக்க வேண்டும். பெண் அழுதால் போதும்.

“என்ன மூர்த்தி, இண்டர்வியூ எதாவது வந்துதோ அப்பறம்?”

கிருஷ்ணமூர்த்தி உதட்டைப் பிதுக்கினான்.

“இனிமே ஒயிட்காலர் வேலைய நம்பாத. நமக்கெல்லாம் இனிமே அது கிடைக்கவே போறதில்லை. வேற ஏதாவது வழில பிழைக்கப்பார். இண்டியா டுடே பார்த்தயோ! நார்த்தெல்லாம் பசங்க கொளுத்திண்டு சாகறதுகள். செத்துட்டா குடுத்துடப் போறானா? இருந்துல்ல சாதிக்கணும்?! புத்தி கெட்ட பசங்க. எதிர்த்துண்டு வாழ்ந்து காமிக்க வேண்டாமோ? படிச்சதுலேர்ந்து எனக்கு மனசே சரியில்ல.”

லலிதா மூலையிலிருந்த இண்டியா டுடேவை எடுத்து அவனிடம் நீட்டினாள். வாங்கிப் பார்த்தான். தேகம் சுட்டது, எப்படி... எப்படி... முடிந்தது இவர்களால்? சுண்டு விரலில் சூடு பட்டாலே தாள முடியாத எரிச்சலில் தவிக்கிறேனே நான்! உடம்பு முழுக்கத் திகுதிகுவென்று ஜ்வாலையோடு... கிருஷ்ணமூர்த்தி சட்டென்று கண் மூடிக் கொண்டான்.

மண்டல் கமிஷன் பற்றி நிறையப் படித்தாயிற்று. எங்கும் அதே பேச்சு. இருக்கும் கொஞ்ச நஞ்ச வழிகளும் அடைக்கப்பட்டுவிட்டாற்போல் பிரமை. தலைகீழாய் நின்று போராடினாலும் இனித் தங்களுக்கு முன்னேற்றமில்லை என்பது நிதர்சனமாய்த் தெரிந்து போனதால்தான் இந்த முடிவுக்கு வந்து விட்டார்களோ?

கிருஷ்ணமூர்த்தியின் மௌனம் லலிதாவைச் சுட்டிருக்க வேண்டும். ஒரு அன்னெம்ப்ளாய்டிடம் அந்தப் படத்தைக் காட்டியது தவறோ என்று பயந்தாள். கிருஷ்ணமூர்த்தியின்

அப்பா அவனைத் திட்டுவதைச் சிகாமணி சொல்லிக் கேள்விப்பட்டிருந்தாள் அவள். அவனுடைய மனோநிலையே சரியில்லாதபோது எதற்கு அதைப் பற்றிப் பேசினோம் என்று பயந்து விட்டாள்.

அத்தியாயம் 6

புத்தகமும் கையுமாய்க் கண்மூடி நின்றவனைத் தோள் தொட்டுச் சுய உணர்வுக்குக் கொண்டு வந்தான் சிகாமணி.

"என்னாச்சுடா மூர்த்தி? ஒரு மாதிரி இருக்க! வீட்ல ஏதாவது பிரச்சனையா?" ஆதரவாய்க் கேட்டான் சிகாமணி.

"இ...இல்லையே. இது கொஞ்சம் பயங்கரம்தான்," என்று அட்டைப் படத்தைக் காட்டினான்.

"அதை விடு. ரொம்பவும் உணர்ச்சிவசப்படறதும் கூடத் தப்புதான். நிதானம் வேணும் எதுலயும், யோசிச்சுப் பார்க்கணும். நம்ம பாட்டனுக்கும் பாட்டன் எள்ளுப் பாட்டனார்கள் உச்சில நின்னு ஊழி நடனம் ஆடியிருக்கா. அந்தப் பழியும் பாவமும் இன்னிக்கு நம்ம தலைல வந்து விடிஞ்சிருக்கு. எந்த அளவுக்கு மனசு நொந்து போயிருந்தா இந்த அளவுக்கு நம்மை இறக்கி வைக்கணும்னு யோசிச்சுப்பார். ஒரு தலைமுறை ஆடின ஆட்டத்துக்கு அதோட வம்சாவளியே அவதிப்படறது. இதை நாம ஏத்துக்கத்தான் வேணும்."

"நம்ம எடத்துக்கு அவா வர முயற்சி பண்ணினா, அவா எடத்துக்கு நாம போய்டுவோமே. அவாளுக்கு ரெண்டு சரீரம் இல்லையே. ரெண்டு இடத்துலயும் இருக்கறதுக்கு. ஒண்ணு, இந்தப் பக்கம் நம்ம எடத்துக்கு வரணும். இல்ல அங்கயே இருக்கணும். எப்படியும் அவாளுக்கு எதிர்ப்பக்கம் நமக்கு ஒரு இடம் காலியாயிண்டுதான் இருக்கும். அந்த இடத்தை நாம் பிடிச்சுக்க வேண்டியதுதான். பொய்யும் திருட்டும்

இல்லாத எந்த வேலையும் உசந்ததுதான். எல்லாத்துலயும் தெய்வாம்சம் இருக்கு. நம்ம கண்ணோட்டம் நன்னார்க்கணும். என்ன சொல்றெ?''

கிருஷ்ணமூர்த்திக்குள் வெளிச்சம் பரவியது. சிகாமணி சிறிது சிறிதாய் ஞானச்சுடர் ஏற்றினான். போதி மரங்கள் எங்கும் இருக்கின்றன. எத்தனையோ வடிவில் இருக்கின்றன. சிகாமணிக்குப் பின்னால் ஏதாவது வட்டம் தெரிகிறதா என்று பார்த்தான் கிருஷ்ணமூர்த்தி.

'உன் இடத்தை ஒருவன் பிடித்தால் பிடித்தவன் புறப்பட்டு வந்த இடம் காலியாகத்தான் இருக்கும். அவனைப் போலப் பாமரன் அல்ல நீ. அறிஞன். அங்கே நீ சென்றால் இன்னும் ஒளிரலாம். காற்றுதான் தெய்வத்தின் மூச்சு என்றால் காற்று எங்கும் நீக்கமற நிறைந்திருக்கிறது. எங்கும் அதைச் சுவாசித்து உயிர் வாழலாம், உயரலாம்.'

கிருஷ்ணமூர்த்தி ஞானம் பெற்றான். ஞானம் வந்ததும் எதிர்காலம் பளிச்சென்று தெரிந்தது. என்ன செய்ய வேண்டும் என்று தீர்மானம் உதயமாயிற்று. சிகாமணியை மிகுந்த மரியாதையோடு பார்த்தான். லலிதா காப்பி கொண்டு வந்தாள். உள்ளே குக்கர் சத்தமிடத் தயாராகிக் கொண்டிருந்தது. சிகாமணியின் அம்மா பூஜை முடித்து எரியும் கற்பூரத்தோடு வெளியில் வந்தாள். கிருஷ்ணமூர்த்தியைப் பார்த்துச் சிரித்தபடி கற்பூரம் காட்டினாள். கண்ணில் ஒற்றிக் கொண்டான்.

இங்கு எல்லார் முகத்திலும் புன்னகை படிந்திருக்கிறது. லலிதாவுக்குக் கொஞ்சம் அதிகம். இது ஒரு வரம். சிரித்த முகம் நூறு கிருஷ்ணர்களுக்குச் சமம். அந்த முகத்தில் ஆயிரமாயிரம் அர்ச்சுனர்கள் கீதை படிக்கலாம். இந்த வீட்டில் தானும் ஒருவனாய்ப் பிறந்திருக்கக் கூடாதோ என்ற ஏக்கம் கிருஷ்ணமூர்த்திக்கு எழுந்தது.

''அப்ப நான் வரேன்டா சிகாமணி, வரேன் லலிதா!'' என்று விடை பெற்றான்.

"என்னமோ வந்த, வந்ததும் போற..." லலிதா தலைவாரிக் கொண்டே சிரித்தாள்.

"போரடிச்சுது. வாக்கிங்தான் கிளம்பினேன். கால் தானா இந்தப் பக்கம் கொண்டு விட்டுடுத்து." சொல்லிக் கொண்டே புறப்பட்டான்.

மார்க்கெட் ரோடில் சந்தடி மிகுந்திருந்தது. அனைத்தையும் கடந்து மெயின் ரோடுக்கு வந்து வீடு நோக்கி நடந்தான்.

வீட்டை நெருங்கும் போதே புத்தி மோப்பம் பிடித்தது. உள்ளே சலசலவென்று பேச்சுக் குரல்கள். ஒரு மாதிரிப் பதறின மனசோடு கால்கள் தயங்க உள்ளே நுழைந்தான்.

'தோ வந்துட்டானே,' என்ற குரல் சிவண்ணாவுடையது.

'அய்... சித்தப்பா!' என்று ஓடி வந்தார்கள் விஷ்ணுவும் சுஜிதாவும். விஷ்ணு அவன் உசரத்திற்கு வளர்ந்திருந்தான். அவ்வளவு பருமனில்லை. சுஜிதா மெழுகில் வடித்த சிலை மாதிரி பளபளவென்று இருந்தாள். பதினோரு வயசுக்கு நல்ல வளர்த்தி. கன்னம் இரண்டும் சாண்டில்யனின் வர்ணனை மாதிரி மொழு மொழுவென்று சிவந்திருந்தது. பெரிய பெரிய விழிகள். உதடுகளில் டெல்லிப் பெண்களுக்கே உரிய அழகு. ஒருவித அலட்சியச் சிரிப்பும் தெரிந்தது. கடைசியாய் இவர்களைப் பார்த்து மூன்று வருடமிருக்குமா? அதற்குள் என்ன வளர்ச்சி என்று வியந்தான்.

"என்னடா திகைச்சுப் போய் நின்னுட்டே?" சிவண்ணா கால் மேல் கால் போட்டுப் பரந்து உட்கார்ந்து கொண்டு சிரித்தபடி கேட்டான். ஹிந்தி நடிகன் மாதிரி உசரமும் சிகப்பும், லேசாய்க் காதோரம் நரைத்த முடியும், மீசையற்ற மேல் உதடுமாய் எதிரில் இருந்தவன் சொந்தச் சகோதரன்தான் என்றாலும் நடுவில் பெரிசாய்ப் பள்ளம் விழுந்துவிட்டதுபோல் பேசவே நா எழவில்லை. எங்கோ உச்சி மீது நர்த்தன கோலத்தில் நிற்கும் நடராஜப் பெருமாள் மாதிரி அவனும்,

அவன் காலடியில் மிதிபட்டுக் கொண்டிருக்கு உருவமாய்த் தானும் தோன்றியது. ஏன் இப்படி எண்ணுகிறோம் என்று புரியவில்லை கிருஷ்ணமூர்த்திக்கு.

''உக்கார்ரா! அப்பா எல்லாம் சொன்னார். அதிர்ஷ்டக்காரன்டா நீ. பொண்ணையும் குடுத்து லட்ச லட்சமா கொழிக்கற கடையையும் தரப் போறாராமே, மாப்பிள்ளை. பேஷ். நன்னாச்சு. எப்படியோ, லைஃப்ல செட்டிலாய்ட்டா சந்தோஷம்தான்.''

சிவண்ணா பேசப் பேச அவன் முகத்தையே பரிதாபமாகப் பார்த்தான். அவனுக்குப் பின்னால் நின்று கொண்டிருந்த மன்னிகூட அதிசயமாய் அவனைப் பார்த்துச் சிரித்தாள். அம்மாவும் பெரியக்காவும் இன்னும் சற்றுப் பின்னால் நின்று கொண்டிருந்தனர். அடுக்களையில் பாயசம் கொதிக்கும் மணம் வந்தது. பைலட் பிள்ளைக்காக அம்மா ஆசை ஆசையாக வைத்துக் கொண்டிருக்கிறாள்.

''ஜாக்ரதைடா அம்பி. வீட்டோட மாப்பிள்ளையா போகப் போற. என்னதான் அக்கான்னாலும் விறைப்பா இரு. இல்லைன்னா அப்படியே மடிச்சுக் கக்கத்துல வெச்சுண்டுருவா.'' பெரியண்ணா சொல்லிவிட்டுத் தானே கடகடவென்று சிரித்தார். மன்னியும் சிரித்தாள். அனந்தலக்ஷ்மியின் முகத்தில் க்ஷண நேரம் மேகநிழல் ஒன்று ஓடி மறைந்து சிரிப்புத் தெரிந்தது.

எல்லாவற்றைம் கடந்து அம்மாவின் முகத்தைப் பார்த்தான். சலனமற்றிருந்தது. சிரிப்பும் இல்லை. சோகமும் இல்லை. எப்போதும் இருக்கும் மந்தஹாசம் மட்டும் குறையவில்லை. அவளும் அவனைப் பார்த்தாள். 'பயப்படாதடா அம்பி, உனக்கு நான் இருக்கேன்' என்று அபயம் கொடுத்தது அந்தப் பார்வை.

''எப்பண்ணா வந்தேள்? திடீர்னு உங்களை எதிர்பார்க்கலை.''

''வரதா இல்ல. சடன்னா லீவு கிடைச்சுது. கொழந்தேள்ளாம் மெட்ராஸ் போணும்னு அடம் பிடிச்சுது. வந்துட்டோம். ஜஸ்ட் ஒரு வாரம்! ரிடர்ன் ஆகணும். உம் மாட்டுப் பொண்ணுக்குப்

பருப்புருண்டைக் கொழம்பும் சுண்டைக்கா வத்தக் குழம்பும் வெக்கறதுக்குச் சொல்லிக் குடும்மா. அவ பண்ணிப் போடற சாப்பாட்டைச் சாப்பிட்டுச் சாப்பிட்டு நாக்குச் செத்துப் போச்சு. சுரீர்னு நாக்குல உறைக்கறாப்ல கார சாரமா சாப்ட மாட்டமான்னு இருக்கு.'' பாதி பேசிக் கொண்டிருக்கும் போதே கழுத்தைத் திருப்பி அம்மாவிடமும் பேசினான்.

பெண்டாட்டி சமையலைக் குறை சொல்லி 'நீ சமைத்துப் போடு' என்று சொன்னாலே அம்மாக்களுக்கு ஆயிரம் வாட்ஸ் பல்பு முகத்தில் எரியும். அம்மாவின் முகத்தில் லட்சம் வாட்ஸ் எரிந்தது. மன்னியின் முகம் ஸீரோ வாட் ஆக மங்கியது. கிருஷ்ணமூர்த்தியின் உதட்டில் புன்சிரிப்பு படர்ந்தது.

''ஏன் சித்தப்பா? சும்மாதானே இருக்கேள். டில்லிக்கு வரதுதானே?'' விஷ்ணு கேட்டான்.

''அதுக்குக்கூட காசு நான்தான்டா உங்க சித்தப்பனுக்குக் குடுக்கணும்!'' சொல்லிக் கொண்டே உள்ளே வந்தார் அப்பா. கிருஷ்ணமூர்த்தியின் முகம் சிவந்தது. மடியில் உட்கார்ந்திருந்த சுஜிதாவை இறக்கிவிட்டுவிட்டு எழுந்து கொண்டான். எதேச்சையாய் மன்னியின் முகத்தைப் பார்த்தான். அந்த முகத்தில் தெரிந்த சிரிப்பு கண்டு உள்ளம் சுருண்டு கொண்டது. அதற்குமேல் அங்கு நிற்க முடியவில்லை. விறுவிறுவென்று நகர்ந்து போய் விட்டான்.

''ஆனாலும் ரொம்பத்தான் அவனை மட்டம் தட்டறேள்ப்பா!'' என்று அனந்தலக்ஷ்மி அப்பாவைக் கடிந்து கொண்டது காதில் விழுந்தது. அறைக் கதவைச் சாத்திக் கொண்டான். வெளிச் சப்தம் குறைந்தது. அழுகை வந்தது. கண் எரிந்தது. தொண்டை வலித்தது. அடக்கிக் கொண்டான். அழக் கூடாது. இதெல்லாம் ஒரு கஷ்டமா? இந்த நிமிடத்தில் உலகத்தின் மூலை முடுக்குகளில் இதைவிட மோசமான சூழ்நிலைகளில் சித்ரவதைப்பட்டுக் கொண்டிருக்கும் மனிதர்கள் எத்தனையோ பேர் இருப்பார்கள்.

'என்ன ஆகிவிட்டது? சம்பாதிக்கவில்லை என்பதால் நக்கலாகப் பேசுகிறார்கள். சம்பாதித்து விடேன். பேச்சும் நின்று விடும். அந்தக் கேலி வார்த்தைகளையே படிக்கட்டுகளாகப் போட்டுக் கொண்டு ஏறிவிடேன்.' கிருஷ்ண மூர்த்தி தனக்குத்தானே சமாதானம் செய்து கொண்டான். தான் அப்படித் தலை குனிந்து வந்திருக்கக் கூடாது என்று தோன்றியது. 'என் போன்ற ஒரு நிலை கடந்து தான் நீயும் வந்திருப்பாய் மேலே!' என்று திருப்பிச் சொல்லி இருக்க வேண்டும்.

சாப்பிடும் நேரம் அம்மா வந்து கதவைத் தட்டினாள். டைனிங் டேபிளில் பேச்சும் சிரிப்பும் கேட்டது.

''சாப்பிட வரயா, அம்பி?''

''அவாள்ளாம் சாப்பிடட்டும்மா.''

''அப்பா சொன்னது வருத்தமாயிருக்கா?'' அம்மா பரிவோடு கேட்டாள்.

''ப்சு!'' என்றான் துக்கத்தை அடக்கிக் கொண்டு.

''குனிஞ்சாதான் குட்டறதும் அதிகமாகும். ரொம்பக் குனியாதே! கைக்கெட்டாம நிமிர்ந்து நில்லேன். என்ன செய்யறான்னு பார்ப்போம்.'' என்று சொன்ன அம்மாவின் குரலில்கூட வெறுப்பும் கோபமும் இருந்தது. அப்பா சொன்ன வார்த்தைகள் அவள் மனசைக்கூடப் பாதித்திருக்கும் போலும். நேருக்கு நேர் அவரிடம் வெறுப்புக் காட்ட முடியாத தன் இயலாமையை அவனுக்கு அறிவுரையாய் வழங்குகிறாள்.

''பரவால்லடா அம்பி. துக்கத்தைத் தள்ளி வெச்சுட்டு எனக்காக வந்து எல்லாரோடயும் உக்காந்து சாப்பிடு'' என்றாள்.

''வேண்டாம்மா. சாப்பிடும்போது அவர் ஏதேனும் சொல்லிட்டா என்னால தாங்க முடியாம போய்டும்.''

''அன்னத்தோட அதையும் முழுங்கிடுடா அம்பி. வேற என்னத்தைச் சொல்றது நான்.''

அம்மா முன்னால் நடக்க, பின்னால் பலியாடு மாதிரி வந்தான். நல்ல காலம், சாப்பிடும் போது அப்பா எதுவும் குத்தலாகப் பேசவில்லை. அண்ணாவிடம் அவன் வேலை பற்றி அவன் அனுபவங்கள் பற்றிக் கேட்டுக் கொண்டிருந்தார். அம்மாவும் பெரியக்காவும் பரிமாற, மன்னி அண்ணாவுக்குப் பக்கத்தில் அம்மாவுக்கு எதிரில் கால் மேல் கால் போட்டு ஆட்டிக் கொண்டே சாப்பிட்டாள்.

இரண்டு பெண்கள் காத்திருக்க, தான் மட்டும் சாப்பிடுகிறோமே என்ற லஜ்ஜை துளியும் இல்லாமல் மிக அகம்பாவமாகச் சாப்பிட்டாள். அப்பாவும் அண்ணாவும் பேசும்போது குழந்தைகளும் குறுக்கே குறுக்கே எதையோ பேசினார்கள். சிரித்தார்கள். மன்னி ஹிந்தியில் அதட்டினாள்.

சாப்பாடு முடிந்து அவர்களோடு ஹாலில் போய் உட்காருவதா அல்லது விலகிச் சென்று விடுவதா என்று யோசித்தான் கிருஷ்ணமூர்த்தி. தன் வீடே தனக்கு அந்நியமாகிவிட்டதுபோல் எதற்கும் தயங்கினான். அம்மா சொன்னது நினைவிற்கு வந்தது. எதற்குக் குனிய வேண்டும்? உன் கேலிகளுக்கும் குத்தல்களுக்கும் இனி நான் அசரப் போவதில்லை என்று காட்ட வேண்டும்போல் தோன்றியது. முடிவில் அவர்களோடு ஹாலுக்கு வந்து அண்ணாவுக்குப் பக்கத்தில் உட்கார்ந்தான்.

சிறிது நேரப் பேச்சுக்குப் பிறகு, அப்பா, "நீ போறதுக்குள்ளேயே நிச்சயதார்த்தத்தை முடிச்சுடலாம்னு இருக்கேன். என்ன சொல்ற?" என்றார், அண்ணாவைப் பார்த்து. மீண்டும் அடிவயிறு சில்லிட்டது.

"ஓ! அதுக்கென்ன? ஆனா நாள் நன்னார்க்குமா நடுலே?"

"இருக்கே. மொதல்லயே பஞ்சு அதைத்தான் சொன்னார். எல்லார்க்கும் தெரிவிக்கணுமேன்னு நாந்தான் கொஞ்சம் கூடத் தள்ளி ஒரு நாள் பாருங்கோன்னேன். இப்ப நீ வந்தாச்சு

முக்கியமா. மத்தவாளுக்கும் போன் பண்ணிச் சொல்லிடறேன். வரவா வரட்டும். இல்லன்னா கல்யாணத்துக்கு வந்துட்டுப் போறா!'' அப்பா பேசப் பேச இரத்தத்தில் உஷ்ணம் பரவியது, கிருஷ்ணமூர்த்திக்கு.

அத்தியாயம் 7

மொட்டை மாடியில் குறுக்கும் நெடுக்குமாய் நடந்து கொண்டிருந்தான் கிருஷ்ணமூர்த்தி. தேய்பிறை நிலா இன்னும் கொஞ்சம் குறைந்திருந்தது. வானத்தில் பஞ்சு பஞ்சாய்க் கலங்கலாக வெண்மேகங்கள், நிதானமாக ஊர்ந்து கொண்டிருந்தன. துதிக்கை தூக்கின யானை மாதிரி இருந்தது ஒரு மேகக் கூட்டம். சுவர்க் கோழியின் 'ரீங்' என்ற சப்தத்துக்கு ஊடே, மாடிப்படியில் மெட்டிச் சப்தம் கேட்டது. அம்மா வந்து கொண்டிருந்தாள். கிருஷ்ணமூர்த்தி நின்று திரும்பினான். அம்மா கையில் துணிச்சுருள் வைத்திருந்தாள்.

கிருஷ்ணமூர்த்தி பாயில் வந்து உட்கார்ந்தான். அம்மா அவன் அருகில் வந்து உட்கார்ந்தாள். துணிச்சுருளை அவனிடம் நீட்டினாள். வாங்கிப் பிரித்தான். உள்ளே தடிமனாய்ச் செயின் ஒன்றும் கிழங்கு கிழங்காய் எட்டு வளையல்களும் மினுமினுத்தன. நிமிர்ந்து அம்மாவின் முகத்தை ஏறிட்டுப் பார்த்தான்.

"எல்லாமே சேர்த்து இருபத்தஞ்சு பவுனுக்குக் குறையாது. இன்னிக்குப் பவுன் விக்கற விலையில வித்தா, நல்ல பணம் கிடைக்கும். அந்தக் காலத்துத் தங்கம் இது. பொடிகூட அதிகம் கிடையாது. நீ உடனே கிளம்பிப் போய்டுடா அம்பி. எங்கயாவது சௌக்யமா இரு. எந்த விஷயத்துலயும் ஈடுபட மனசு சம்மதிக்கணும். இது கல்யாணமார்ந்தாலும் சரி, எதார்ந்தாலும் சரி. இஷ்டமில்லாம எதையும் ஏத்துண்டா பஞ்சுப்பொதிகூடப் பாறாங்கல்லாட்டம் கனத்துடும்."

"எந்த மூலையில இருந்தாலும் எனக்கொரு லெட்டர் போட்டுடு. அதுல ஒண்ணும் எழுதக்கூட வாண்டாம். வெறுங்கார்டுல அட்ரஸ் எழுதிப் போட்டுட்டா கூடப் போறும். நீ க்ஷேமமா இருக்கன்னு தெரிஞ்சுண்டு சந்தோஷப்படுவேன். என் காலம் முடியறதுக்குள்ள நீ பேர் சொல்ற மாதிரி வளர்ந்து பெரிய ஆளாய்ட்டன்னா அது என் பாக்கியம்."

சட்டென்று அம்மாவின் வாயைப் பொத்தினான். கைகள் நடுங்கின. நெஞ்சு பதறியது. கண்கள் பளபளத்தன. உதடு கோணிச் சின்னதாய்க் கேவல் ஒன்று வெளிப்பட்டது அவனிடமிருந்து.

"வேண்டாம்மா. நான் போகலை. உன்னை விட்டுட்டு என்னால போக முடியாது. நீ வருத்தப்பட்டா எனக்குத் தாங்காதும்மா."

அம்மா பளிச்சென்று சிரித்தாள். "அசத்து! அசத்து! இது நீ பிரிஞ்சு போகப் போறேங்கற வருத்தமில்லடா. நீ போனப்புறம் இவாளை எல்லாம் என்ன சொல்லி சமாளிக்கப் போறோமோங்கற பயமும் இல்ல. உனக்கு எந்தக் கஷ்டமும் வந்துடப்படாதேன்னுதான் பதர்றது மனசு. எங்கயாவது உன் கால்ல சின்னக் கல் குத்தித்துன்னாகூட இங்க என் கண் துடிக்கும்டா அம்பி. உன் லட்சியத்துல ஜெயிச்சு நீ பெரிய ஆளா வந்தா அதுவே போதும் எனக்கு!" அவன் தலையைத் தடவிக் கொடுத்தபடியே பேசினாள் அம்மா.

"இருந்தாலும் இந்த நகையெல்லாம் வேண்டாம்மா எனக்கு! எப்படியாவது நான் முன்னுக்கு வந்து காமிக்கறேன்."

"இதெல்லாம் வெச்சுண்டு நான் மட்டும் என்னடா பண்ணப் போறேன்? இந்த மாதிரி சமய சந்தர்ப்பத்துக்கு உதவும்னுதான் நகை போடறா. நாளைக்கு நிறையச் சம்பாதிக்க ஆரம்பிச்சதும் அம்மாவுக்குப் புது நகையா பண்ணிப் போட்டுடேன்."

கிருஷ்ணமூர்த்திக்குத் தொண்டை வலித்தது. சில விஷயங்களை எளிதில் சொல்லிவிட முடிந்தாலும் அந்த

நேரம் வரும்போது அதில் இறங்குவது அத்தனை சுலபமல்ல என்று தோன்றியது. அம்மாவின் அன்பு என்பது மனசுக்குக் கதகதப்பு. அதிலிருந்து வெளியேறினால் தாக்கக் கூடிய குளிரையும் புயலையும் சமாளித்தாக வேண்டும். எந்தவிதத் துன்பமாயினும் அன்னை ஒரு ஆறுதல். அன்பான போர்வை. அந்தக் கவசம் துறக்கத் துணிச்சல் வேண்டும். மனசு கல்லாக வேண்டும். ஆகுமா? ஆக்கிக்கொள்ளத்தான் வேண்டும்.

"நீ எப்படா கிளம்பப் போற? எங்க போகப் போற? வர்ர வெள்ளிக்கிழமை உங்கப்பா நிச்சயதார்த்தம் வெச்சுண்டிருக்கார். அதுக்குள்ள ஒரு முடிவுக்கு வா."

கிருஷ்ணமூர்த்தி எழுந்து கொண்டான். மாடிச்சுவர் விளிம்பை நோக்கி மெல்ல நடந்தான். வேப்பங்கிளைகள் மேலும் கீழும் ஆடி அசைந்தன. தெரு நாய் ஒன்று வள்ளென்று குரைத்துக் கொண்டே ஓடியது. சரசரவென்று பெருச்சாளி ஒன்று தெருவைக் கடந்து இருட்டில் மறைந்தது.

"நான் ஏதாவது கிராமத்துப் பக்கமா போகலாம்னு பாக்றேம்மா" என்று திரும்பி அம்மாவைப் பார்த்துச் சொன்னான்.

"கிராமத்துக்கா...? கிராமாந்தரம் பக்கம் போய் என்னடாம்பி செய்யப் போற? அங்க இருக்கறவாளே வேலை தேடிப் பட்டணம் வந்துண்டிருக்கா..." அம்மா இழுத்து நிறுத்தினாள்.

"அதாம்மா... அதனால்தான் நான் அங்க போகலாம்னு இருக்கேன். போட்டி நிறைய இருக்கற உத்யோகத்துக்கே நானும் எதுக்குப் போட்டி போடணும்? எந்த உத்யோகத்துக்கு ஆள் பஞ்சமோ அதைச் செய்தா என்னன்னு தோணறது."

"அப்படி என்னதான் கிராமத்துல உனக்கு உத்யோகம் கிடைச்சுடப் போறது?"

"தெரியலம்மா. போய்ப் பாக்கறது... கை நீட்டிக் காசு வாங்கினாதான் உத்யோகம். முதல் போட்டு நாலு காசு வந்தா அது தொழில். அமைதியான கிராமமா, அழகான

நதி ஓடற கிராமமா, பசுமை மூடியிருக்கற இடமா தேடிப் போகப் போறேன். போனதும் சிகாமணி அட்ரஸ்க்கு லெட்டர் போடறேன். அவன் உங்கிட்ட கொண்டு வந்து கொடுப்பான். நீ போடணும்னாலும் எழுதி அவங்கிட்ட குடுத்தா போறும்.''

''நாளைக்கு ராத்திரி நான் கிளம்பிடறேன். ஒரு நாள் முழுக்க முழுக்க உனக்குக் கொழந்தையா இருக்கப் போறேன். இனிமே இந்த வயசும் மனசும் திரும்பி வரவா போறது?'' கிருஷ்ணமூர்த்தி பெருமூச்சு விட்டது கண்டு அம்மா சிரித்தாள்.

''எத்தனை வயசானாலும் ஒருத்தன் அம்மாவுக்குக் கொழந்தைதான்டா. வயசானாலும் குழந்தைன்னு நெனைக்கற ஒரே உறவு அம்மாதான்.''

உண்மைதான் என்று நினைத்துக் கொண்டான்.

''சரி, நான் கீழ போறேன்டா. நகை பத்திரம். மொதல்ல அதைப் பணமா மாத்திண்டுடு.'' அம்மா சொல்லிக் கொண்டே எழுந்து கொண்டாள்.

இறங்கிச் செல்லும் அம்மாவையே பார்த்தான் கிருஷ்ணமூர்த்தி. ஏதோ ஒரு சுமை நெஞ்சை அழுத்தியது. நாலுபடி இறங்கினதும் அம்மாவும் திரும்பி அவனைப் பார்த்தாள். அவன் பார்ப்பது அறிந்து சிரித்தாள். பிறகு போய் விட்டாள். பளபளத்த விழி ஈரத்தைத் துடைத்துக் கொண்டு வந்து பாயில் உட்கார்ந்து துணிச் சுருளைப் பிரித்தான். செயினையும் வளையலையும் உள்ளங்கைகளில் வைத்துப் பார்த்துக் கொண்டேயிருந்தான். ஒவ்வொரு மினுக்கலிலும் அம்மாவின் முகம் சிரித்தது.

***

மறுநாள் காலையில் சிகாமணியைப் போய்ப் பார்த்தான். எல்லா விவரமும் சொன்னான். துணிச்சுருள் பிரித்து நகைகளைக் காட்டினான்.

“எனக்கென்னமோ அழகா சீரும் சிறப்புமா வர பொண்ணைக் கல்யாணம் பண்ணிண்டு நீ நிம்மதியார்க்கறதை விட்டுப்பட்டு எதுக்கு அல்லாடறயோன்னு தோண்றது.” லலிதா சொன்னாள்.

“அப்படின்னா ஹேமாவை வேணா உங்காத்துக்கு மாட்டுப் பொண்ணா அனுப்பி வெக்கட்டுமா?” கிருஷ்ணமூர்த்தி சிகாமணியைப் பார்த்துச் சிரித்தபடியே சொன்னாள்.

“லலிதாவுக்கு ஒரு நல்ல மாப்பிள்ளையை வாங்கறதுக்கு எனக்குப் பணம் கிடைக்கும்னா உங்க ஹேமாவைப் பண்ணிக்கக்கூட நான் ரெடிடா!” சிகாமணி சொன்னதும் தடக்கென்று அந்த இடம் அமைதியாயிற்று. ஏன்டா அப்படிக் கேட்டோம் என்று ஆகிவிட்டது கிருஷ்ணமூர்த்திக்கு.

சிகாமணியின் வேதனை தோய்ந்த வார்த்தைகள் ஊசியாய்க் குத்தின. லலிதாவின் முகத்தில் க்ஷண நேரம் நிழல் போல் படிந்து நீங்கிய மாற்றத்தைக் கவனித்தான். ஒரு நிமிடம் இறுக்கமான அந்தச் சூழ்நிலையைச் சிகாமணியே மாற்றினான்.

“அதை விடுடா மூர்த்தி! சும்மா தமாஷ்க்குச் சொன்னேன். நகையெல்லாம் விக்கலாங்கறயா?”

“வித்துடுன்னு அம்மா சொன்னா. எனக்கென்னமோ மனசு வரலை. அம்மாவோட இதயத்தையும் நுரையீரலையும் பிடுங்கி எறியற மாதிரி இருக்கு.”

“அப்ப ப்ளெட்ஜ் பண்ணிட்டுப் பணம் வாங்கிக்கறயா? பாங்க்ல வாங்கிடலாம்.”

“எவ்வளவு குடுப்பா?”

“கம்மியாதான் கிடைக்கும். ஆனா நகைக்கு கேரண்டி. ஃபண்டாஃபிஸ்ல கூட வெக்கலாம். மெதுவா கடன் அடைச்சு நகைய மீட்டுக்கலாம். என்ன சொல்ற?”

“அதான் சரி. எப்ப போகலாம்?”

“மணியாகலை. நான் குளிச்சுட்டு வரேன். லலிதா! நீ போற வழியில வஹாப்கிட்ட எனக்கு லீவு லெட்டர் குடுத்துட்டுப் போ.” சிகாமணி கொடியிலிருந்து டவல் உருவித் தோளில் போட்டுக் கொண்டு பாத்ரூம் பக்கம் நகர்ந்தான்.

லலிதா ஏதோ சிந்தனையோடு அப்படியே உட்கார்ந்திருந்தாள்.

“என்ன லலிதா, யோசனை? சிகாமணி சொன்னதை நினைச்சா?”

லலிதாவின் அகண்ட விழிகள் அவன் மீது படிந்தன.

“இல்ல... இதைத் தியாகம்னு எடுத்துக்கறதா... இல்ல, வெறுப்புன்னு எடுத்துக்கறதா...? தெரியல.”

“ச்சேச்சே, சிகாமணிக்கு உம் மேல வெறுப்பா?” சிரித்தான் கிருஷ்ணமூர்த்தி.

“இல்ல மூர்த்தி...! அவனுக்கும் வயசாயிண்டே வரதோன்னோ? மனசுல எத்தனையோ ஆசைகள் இருக்கலாம், இல்லையா?” லலிதா இரண்டு கை விரல்களையும் கோத்து, பிரித்துக் கொண்டே பேசினாள்.

கிருஷ்ணமூர்த்திக்கு ஏனோ அந்தச் சூழ்நிலை கனத்தது. தன் உறவில் லலிதாவுக்கு ஏற்ற பையன் யாராவது இருக்கிறார்களா என்று சிந்தையால் தேடிப் பார்த்தான்.

“மூர்த்தி! எந்தக் கிராமத்துக்குப் போகப் போற?” லலிதா கேட்டாள்.

“எனக்கே தெரியல.”

“எனிஹவ் ஆல் தி பெஸ்ட். உன் லட்சியம் பணமா, பேரா, புகழா - எது?”

“மூணுமே கொஞ்சம் கொஞ்சம் உண்டு. பணம்தான்னு வெறி கிடையாது. ஆனா அது இருந்தாதான் எதையும் சாதிக்க முடியுங்கறது யாராலயும் மறுக்க முடியாத உண்மை.”

“ஒரே ஒரு அட்வைஸ் பண்ணட்டுமா? தப்பா எடுத்துக்க மாட்டயே?” லலிதா புன்சிரிப்போடு கேட்டாள்.

“உனக்கு அந்த உரிமை நிச்சயமா உண்டு. சொல்லேன்.”

“ஒரு ரூபா சம்பாதிச்சா பத்துப் பைசா தானம் பண்ணு. அட்லீஸ்ட் அஞ்சு பைசாவாவது பண்ணு. அது ரொம்ப முக்கியம். நாம எவ்வளவோ ஒசரத்துக்குப் போனாலும் மனுஷ நேயத்தையும் தர்மத்தையும் விட்டுடப் படாது. அதே நேரம் பாத்திரமறிஞ்சு பிச்சை போடறதும் முக்கியம். தர்மம்ங்கற பேர்ல சோம்பேறிகளை வளர்த்து விட்டுடக் கூடாது.”

கிருஷ்ணமூர்த்தி அவளை உற்றுப் பார்த்தான். அவன் அடிமனசிலும் இப்படி ஒரு எண்ணம் இருக்கிறது என்பது புரியாமலே லலிதா சொன்னாலும் அவன் மனம் அதை ஏற்றுக் கொண்டது. அப்பாவுக்குத் தான தர்மம் என்பது வேப்பங்காய். தானம் கேட்பவனை இளக்காரமாய்ப் பார்ப்பார். விஷமாய்க் கொட்டி அனுப்பி விடுவார்.

அதிலும் பிராமணன் தானம் கேட்டு வந்தால் போதும், வார்த்தைகள் எள்ளி நகையாடும். “நீர் என்ன சவுண்டிப் பிராமணனா? மூஞ்சியப் பார்த்தா அந்தக் களைதான் தெரியறது. இங்க எதுவும் கருமாதி நடக்கலையே!. நான் செத்தப்பறம் வாரும். அப்பதான் சவுண்டி தேவைப்படும். இப்ப நடையைக் கட்டும்!” என்பார். வந்தவர் காது பொத்திக் கொள்ளாத குறையாக ரத்தம் சுண்டிப் போய் விடுவார். கிருஷ்ணமூர்த்தி அம்மாவைப் பரிதாபமாய்ப் பார்ப்பான். “நான் என்னடா பண்ணட்டும்? ரொம்ப உசத்தியான முருங்கை மரத்துலன்னா எங்கப்பா என்னைக் கட்டிப் போட்டிருக்கார்!” என்பாள் அம்மா குசுகுசுப்பான குரலில்.

ஆனாலும் அப்பா இல்லாத வேளைகளில் பசி என்று யார் வந்தாலும் அம்மா முகம் மலரச் சாதமும் குழம்பும் கொண்டு வந்து போடுவாள். ஏழுமலையான் பேரைச் சொல்லிக் கொண்டு வந்து மஞ்சளாடை அணிந்து யார் வந்தாலும் உண்டியலில்

காசும் அரிசியும் போடுவாள். அதையே ஒருமுறை அப்பா பார்த்துவிட்டார்.

"என்னடி எடுத்துண்டு போற?"

"நாலு எடத்துல தர்மம் வாங்கிப் பொண்ணுக்கு மாங்கல்யம் பண்ணித் திருப்பதியில கல்யாணம் பண்றதா பிரார்த்தனையாம்..." அம்மா இழுப்பாள், பயந்து கொண்டே.

"ம்க்கும்! இதுகளுக்கெல்லாம் சாமி ஒரு கேடு. வேணும்னா முதுகுல சுமக்கும். வேண்டாம்னா கீழ போட்டுட்டு நடக்கும். வீட்ல அரிசி இருந்திருக்காது. ஆம்படையான் குடிக்கக் காசு கொண்டாடின்னு அடிச்சு விரட்டியிருப்பான். மஞ்சத் துணியைக் கட்டிண்டு உண்டியலைத் தூக்கிண்டு வந்திருக்கும். இவளும் காசு போடக் கிளம்பிட்டா..! நாளைக்கு அஞ்சாம் நம்பர் சாராயக் கடைல இவ புருஷன் குடிச்சுண்டிருப்பான். இது வெளில உக்காந்து காரச் சுண்டல் வித்துண்டிருக்கும். தானமாம். தாலி பண்றாளாம். மூஞ்சியையும் மோரையும் பார். நாமத்தைத் தானும் போட்டுண்டு எதிர்ல வரவாளுக்கும் போடற ஜென்மங்கள். போம்மா, போ போ...! நீ போடி உள்ள! இதுக்கா நான் ராப்பகலா தொண்டைத் தண்ணி வத்த கோர்ட்ல கத்திக் கத்திச் சம்பாதிக்கறேன்?"

"எதுக்குக் கத்தறேள்? நாம பண்ற தானத்தைப் பண்ணிடுவோமே! ஏமாத்தினா அந்த ஏழுமலையான் பார்த்துக்கறான். பொய் சொல்லிக் காசு வாங்கிப் பாவம் பண்ணினா அதுகளுக்கு அவனே தண்டனை குடுத்துட்டுப் போறான். மூஞ்சியைப் பார்த்தா ஏமாத்தற மாதிரி தெரியலை. யாரோ ரெண்டு பேர் ஏமாத்தினா எல்லாரையும் அப்படின்னே முடிவு கட்டிடணுமா?" அம்மா மெல்லிய குரலில்தான் பேசுவாள். அப்பா ஆங்காரமாய்க் கையை ஓங்கிக் கொண்டு கிளம்புவார்.

"அப்படியே அறஞ்சேன்னா... எப்படியிருக்கும் தெரியுமா...? உங்கப்பன் வீட்டுக் காசாக்கும், அள்ளிக் குடுக்க வந்துட்டா."

அம்மா பதிலே பேசாமல் உள்ளே போய் விடுவாள்.

"என்ன மூர்த்தி, சிந்தனை? ஏதாவது தப்பா சொல்லிட்டேனா?" லலிதா கேட்டதும் சட்டென்று கலைந்தான்.

"இல்ல, நிச்சயமாகச் செய்வேன்!" என்று சொல்லும்போது, சிகாமணி குளித்து விட்டு வந்தான்.

இருவரும் புறப்பட்டார்கள். ஃபண்டாஃபீஸில் நகையை உரசி உரசிப் பார்த்தார்கள். பாரங்களில் எழுதிக் கையெழுத்துப் போட்டுக் கொடுத்தான். அறுபதாயிரம் கிடைத்தது.

"ரூபா பத்திரம் மூர்த்தி. எந்த ஊருக்குப் போறயோ, அந்த ஊர் பாங்க்ல முதல்ல அக்கவுண்ட் ஆரம்பிச்சுப் போட்டுடு," என்றான் சிகாமணி.

அத்தியாயம் 8

விடிவிளக்கைக் கூட அம்மா அணைத்து வைத்திருந்தாள். லெதர் பெட்டியில் தேவையான உடைகளை எடுத்து வைத்துக் கொண்டான். வீடே ஆழ்ந்த உறக்கத்திலிருந்தது. சுவர்கள்கூட உறக்கத்திலிருப்பது போல் பட்டது. ஸ்வாமி படத்தில் போட்டிருந்த மாலைகள்கூட ஆடவில்லை. அப்பாவின் குறட்டை ஒலி மட்டும் சுவர்க் கோழியின் சத்தத்தோடு கலந்து வந்தது.

ஹாலில் படுத்திருந்த அம்மா மெல்ல எழுந்து கொண்டாள். "பணம் பத்திரம்டா அம்பி. மேற்கொண்டு பணமோ நகையோ வேணும்னாலும் சிகாமணிக்குக் கடுதாசி எழுது. அவன் மூலமாகவே அனுப்பித் தரேன். காசில்லன்னு வயத்தை மட்டும் காயப் போட்டுக்காத. எங்கர்ந்தாலும் நன்னா சாப்பிடு. நீ பட்டினி கிடந்தாலும் எனக்குத் தெரிஞ்சுடும். தொப்புள் கொடியத்தான் அறுத்திருக்கு! கர்ப்பப்பை இன்னும் உள்ளதான் இருக்கு. அதுக்குத் தெரிஞ்சுடும்! நீ பட்டினி கிடந்தா எனக்கும் இங்க பசியிருக்காது. சோறு எறங்காது."

குப்பென்று வியர்த்தது. 'கடவுளே! எனக்குத் தைரியத்தைக் கொடு' என்று வேண்டிக் கொண்டான்.

"நீ தைரியமாயிரும்மா. சீக்கிரமா நான் நல்லபடியா வந்துடுவேன். உன் பேர் சொல்ற பிள்ளையா வருவேன். நீயும் பட்டினி இருக்காதே, வீணா என்னை நெனைச்சுக் கவலைப்பட்டுண்டு! சரியா?" கிசுகிசுப்பான குரலில் சொன்னான்.

வாசல் கதவு திறந்து முன்புறத் தோட்டத்தில் இறங்கினான். அம்மா பின்னாலேயே வந்தாள். காம்பவுண்டு கேட்டை ஒலி எழுப்பாமல் திறந்தான்.

வெளியில் வந்து அம்மாவைத் திருப்பிப் பார்த்தான். 'வரட்டாம்மா?' குரல் அடைத்தது. கண்கள் குப்பென்று பொங்கின. கால் நடுங்கியது. பெட்டியை இறுகப் பற்றிக் கொண்டான்.

'ஜாக்கிரதை' என்றாள் அம்மா. இரண்டடி வைத்தான். 'அம்பி...' என்று அம்மா அழைக்க, அப்படியே நின்றான். அம்மா அருகில் வந்தாள். "ஒரு விஷயம்டா அம்பி!"

"சொல்லும்மா."

"அப்பாகிட்ட பகை வெச்சுக்காத. பாசம் அவர் மனசுலயும் நிச்சயம் இருக்கும். எப்படிக் காட்டறதுன்னு ஒருக்கால் தெரியலையோ என்னமோ? யோசிச்சுப் பார். உன் மேல இருக்கற பாசம்தான், உன் பிற்காலம் கஷ்டமில்லாம இருக்கணுமேங்கற பதைபதைப்புலதான் இந்தக் கல்யாணத்தை முடிச்சு வெக்கத் துடிக்கறாரோ என்னமோ? எப்படியோ தன் பிள்ளையோட பொருளாதாரம் உயர்ந்தா சரின்னு நெனக்கறதும் ஒரு வகைல பாசம்தானே?"

அம்மா பேசப் பேச குபுக்கென்று தொண்டையில் பந்தாய் ஏதோ உருண்டு திரண்டது. எந்த விஷயத்துக்குமே கோணங்கள் பல உண்டு என்பது போலிருந்தது அம்மாவின் பேச்சு. உன் கோணம் உனக்குச் சரி என்றால், அப்பாவின் கோணத்திலிருந்து பார்த்தால் அவர் செய்கையும் நியாயம்தான் என்கிறாளோ? என்ன பதில் சொல்வதென்று தெரியவில்லை அவனுக்கு.

அம்மா முதுகைத் தட்டிக் கொடுத்தாள். "அப்பா செய்யறதை நான் நியாயம்னு சொல்ல வரலை. ஆனா எல்லாத்துக்குமே அடிப்படை பாசம்தான்னு சொல்ல வரேன். நீ

திரும்பி வரும்போது அவர் முகத்தைக் காட்டலாம். மூர்க்கமா நடந்துக்கலாம். ஆனா நீ அத்தனையும் தாங்கிக்கணும். அதுக்குக் காரணமும் அவர் மனசுல மயிரிழை மாதிரி இருக்கற பாசம்தான்னு புரிஞ்சுண்டு அதுக்கேத்த மாதிரி நடந்துக்கணும். என்ன இருந்தாலும், அவர் உன் அப்பா இல்லையா? அதை மறந்துடாதே. அதைவிட அவர் உன் அம்மாவோட ஆம்படையான்கறதை முக்கியமா மறந்துடாதே. உனக்கு வயத்துல இடம் கொடுத்தேன். ரத்தத்தைப் பாலா கொடுத்தேன். அந்த ரத்தமே அவர்தான். நீ ஒரு கண்ணுன்னா அவரும் இன்னொரு கண்ணு எனக்கு. நீ ஒரு நுரையீரல்னா இன்னொன்று அவர். இதயத்துல ஒரு பாதி நீன்னா இன்னொரு பாதி அவர். அவரை இம்சை பண்ணினா அது என்னைப் பண்ற மாதிரிதான். கல்யாணங்கறது அவாவா மனசுக்குப் பிடிச்ச மாதிரி நடக்கணும்னுதான் அவரை உன்னோட சேர்ந்து நானும் ஏமாத்தறேன், வேறு வழியில்லாம. அதனால..."

"அ...ம்மா..."

"அவர் உனக்கு எதிரியில்லப்பா. அதை என்னிக்கும் மறந்துடாதே. பாசத்தை வளர்த்துக்கோ. வேறென்ன சொல்ல."

அம்மா உருண்டு திரண்ட நீரைத் துடைத்துக் கொண்டு திரும்பி நடக்க, ஒரு வினாடி சிலையாய் நின்றான். தானே தனக்குப் பாரமாகி விட்டதுபோல் உடம்பும் மனசும் கனத்தது. அம்மாவின் கவலை புரிந்தது. கல்லானாலும் புல்லானாலும் புருஷன் என்கிறாள். அவர் செய்வது பாவம் என்று தெரிந்ததால் இவள் அதற்குப் பரிகாரம் செய்து அவருக்காகப் பிரார்த்தனை செய்கிறாள். 'அவர் பாவத்தை எனக்காகத் துடைத்துவிடு தாயே' என்று அம்பாளிடம் மன்றாடுவது இவளுக்கு வாடிக்கையாகி விட்டது. இந்த அருமையும் பெருமையும் அப்பாவுக்குத் தெரியுமோ? இதுவரை தெரியவில்லை என்றால் என்று தெரிந்து கொள்ளுவார்? என்று கவலைப்பட்டான் கிருஷ்ணமூர்த்தி.

எக்மோர் ஸ்டேஷன் வந்தான். தஞ்சாவூருக்கு டிக்கெட் வாங்கி ரயிலில் ஏறி சீட் தேடி அமர்ந்தான். பெட்டியில் கூட்டம் அதிகமில்லை. சூட்கேஸைக் காலடியில் பத்திரமாய் வைத்துக் கொண்டான். சாய்ந்து உட்கார்ந்து கண் மூடினான். கடைசியாய்ப் பார்த்த அம்மாவின் முகமும், அவள் வார்த்தைகளும் மனசுக்குள் திரும்ப ஓடியது.

விடியும் வேளையில் ரயில் ஏதோ ஒரு இடத்தில் சிக்னலுக்காக வேகம் குறைந்து நின்றது. ஜன்னல் வழியே பார்த்தான். வானம் லேசாய் வெளுத்திருந்தது. பறவைகளின் ஒலி கேட்கத் தொடங்கியிருந்தது. ஏதோ ஒரு திசையிலிருந்து சாமக்கோழி கூவியது. பெட்டியிலிருந்த மற்றொரு மனிதரும் ஜன்னல் வழியே பார்க்க, 'இது என்ன இடம்' என்றான் அவரிடம்.

"தஞ்சாவூர்க்கு இன்னும் பதினைஞ்சு நிமிஷத்துல போய்டும் ரயில். அது பக்கமா ஏதோ கிராமமாதான் இருக்கும். பேர் தெரியலையே" என்றார்.

"தஞ்சாவூர்க்குப் பக்கம்னா காவேரி ஓடுமா இந்தூர்ல?" என்றான் திரும்பவும் அவரிடம்.

"தெரியலையே.." என்றார். ரயில் வேகம் எடுத்தது. கொஞ்ச தூரத்தில் ஒரு ஸ்டேஷன் வந்து நிற்காமல் சென்றது ரயில். ஸ்டேஷன் கடந்த ஐந்தாவது நிமிடம் தடதடவென்று ஒரு பாலத்தில் வண்டி செல்லக் கீழே நுங்கும் நுரையுமாய்க் காவிரி சிரித்தது. கிருஷ்ணமூர்த்திக்கும் சிரிப்பு வந்தது. உற்சாகம் தொற்றிக் கொண்டது. அதற்கடுத்த ஸ்டேஷனில் வண்டி நின்றதும் உடனே இறங்கினான். ஸ்டேஷன் சோம்பேறித்தனம் நீக்கிக் காப்பி, டீ வியாபாரத்தில் இறங்கியது. பெட்டியைக் கீழே வைத்து விட்டு டீ ஒன்று வாங்கி உறிஞ்சிக் குடித்தான்.

அங்கேயும் விடிந்திருக்கும். அவன் இல்லாததை வீடு உணர்ந்திருக்கும்? எல்லார் முகமும் எப்படியிருக்கும்?

அம்மா என்ன சொல்வாள்? ஒன்றும் தெரியாதது போல் தானும் நடிப்பாளோ? பெரியக்காவுக்குதான் பாதிப்பு அதிகம் இருக்கும். அவள் பெண்ணின் வாழ்க்கையாயிற்றே! அண்ணா கிண்டலாய் ஏதாவது சொல்வான். மன்னி வழக்கம் போல் மனசுக்குள் பொங்கும் குஷியை மறைத்துக் கொண்டு முகத்தை உம்மென்று வைத்துக் கொண்டு சூழ்நிலையை ரசிப்பாள்.

குழாயில் வாய் கொப்புளித்து முகம் அலம்பிக் கொண்டான். கொஞ்சம் புத்துணர்ச்சி கிடைத்தது. ரயில் நிலையத்தின் பெயர்ப் பலகையைப் பிறகுதான் பார்த்தான். பாலூர் என்று தமிழிலும் ஆங்கிலத்திலும் எழுதியிருந்தது. ஸ்டேஷன் மாஸ்டர் அறையை நோக்கி நடந்தான்.

ரயில் போனதும் ப்ளாட்பாரம் வெறிச்சென்று ஆகியிருந்தது. அவன் மட்டும்தான் அந்த நிலையத்தில் இறங்கியிருக்கிறான் போலும். தெரு நாய் ஒன்று எழுந்து நின்று உடம்பை நீட்டிச் சோம்பல் முறித்துப் படபடவென்று உடம்பை உதறிவிட்டுக்கொண்டு மெல்ல நடந்து சென்றது. டீ காபி விற்றவர்கள் மட்டும் ஓரமாய்ச் சென்று கசமுசா என்று பேசிச் சிரித்தனர்.

அறையில் யாருமில்லை.

"யாருங்க வேணும்?" பின்னால் குரல் கேட்கத் திரும்பினான். யாரோ ஒரு மனிதன் அழுக்கு வேட்டியும் சட்டையுமாக நின்றிருந்தான்.

"ஸ்டேஷன் மாஸ்டர்..." என்று இழுத்தான்.

"வருவாரு, இருங்க" என்றபடி அகன்றான் அந்த ஆள்.

பெட்டியைக் கீழே வைத்துவிட்டு அறை வாயிலிலேயே நின்றான். ஏழெட்டு நிமிடங்களுக்குப் பிறகு ஸ்டேஷன் மாஸ்டர் கருப்புக் கோட்டுடன் வந்தார். ஐம்பது ஐம்பத்தைந்து வயதிருக்கும். நெற்றியில் பட்டையாய் விபூதியும் நடுவில் சந்தனப் பொட்டும் வைத்திருந்தார். கறுப்பு நிறம்தான் என்றாலும் களையாக இருந்தது முகம். கண்களில் சாந்தம்

தெரிந்தது. கையில் பச்சை சிகப்புக் கொடிகளைச் சுற்றி வைத்திருந்தார்.

"யார் வேணும்?" என்றார், அவனைப் பார்த்து. குரல் மிருதுவாயிருந்தது.

கிருஷ்ணமூர்த்தி ஒரு கணம் என்னவென்று ஆரம்பிப்பது என்று புரியாமல் தடுமாறினான். "உள்ள வாங்கோ" என்றபடி அவர் அறையினுள் செல்ல, குனிந்து தோல் பெட்டியை எடுத்துக் கொண்டு அவருக்குப் பின்னால் சென்றான். கொடிகளை வைத்துவிட்டுத் தன் நாற்காலியில் உட்கார்ந்து கொண்டார். அதற்கு முன் கோட்டைக் கழட்டி அங்கிருந்த ஆணியில் மாட்டினார்.

"உட்காருங்கோ" என்றார் எதிரிலிருந்த நாற்காலியைக் காட்டி. கிருஷ்ணமூர்த்தி பட்டும் படாமலும் நாற்காலியின் முனையில் உட்கார்ந்து கொண்டு அவரைப் பார்த்தான். "சார், நான் இந்த ஊருக்குப் புதுசு. இங்க எனக்கு யாரையும் தெரியாது. நான் தங்கறதுக்கு ஒரு இடம் ஏற்பாடு பண்ணித் தர முடியுமா, வாடகைக்கு?"

"ஊருக்குப் புதுசுன்னா இங்க ஏதாவது உத்யோகத்தும் பேர்ல வந்துர்க்கேளா?" என்றார் அவர்.

கிருஷ்ணமூர்த்தி சற்றுநேரம் தலைகுனிந்து மௌனமாய் அமர்ந்திருந்தான். பிறகு நிமிர்ந்து அவரைப் பார்த்தவன், "இல்ல சார். நான் ஒரு இலக்கைத் தேடிப் புறப்பட்டு வந்திருக்கேன். இந்த ஊருக்குத்தான் வரம்ணும்னு வரலை. அகண்டு ஓடற காவேரியையும், அழகான பசுமையான இந்த ஊரையும் பார்த்துட்டு இறங்கிட்டேன். வாழ்க்கையை எங்கேர்ந்து வேணா ஆரம்பிக்கலாம். நான் இந்த ஊர்லேர்ந்து ஆரம்பிக்கலாம்னு இருக்கேன். நீங்க ஒரு உறைவிடம் மட்டும் தேடிக் குடுத்தா ரொம்ப நன்றியுள்ளவனாயிருப்பேன்" என்றான்.

அவர் அவனையே ஒரு நிமிடம் வியப்போடு பார்த்தார். பிறகு, "ரொம்ப குழப்பமார்க்கு தம்பி. ஆட்சேபனையில்லன்னா

உன்னைப் பத்தி விவரமா சொல்லு. இஷ்டமில்லன்னாலும் பரவால்ல. நிச்சயம் நான் உனக்கு உதவி பண்றேன்'' என்றார்.

''சொல்றேன் சார். ஆனா நிதானமா விவரமா சொல்றேனே.''

அவர் நிமிர்ந்து அவனைப் பார்த்தார். அவன் முகத்தில் இருந்த களைப்பை உணர்ந்தவர் போல் முகத்தில் புன்சிரிப்போடு, ''சரிப்பா, உன் இஷ்டம். என் டூட்டிகூட முடிஞ்சாச்சு. நாம் புறப்பட வேண்டியதுதான். இங்கேர்ந்து ஊருக்குள்ள போக ஒரு ரெண்டு பர்லாங் நடக்கணும். முடியுமா, இல்ல குதிரை வண்டி ஏதாவது...''

''வேண்டாம் சார். நடப்போம். காலை வேளைல நடக்கறதுக்குக் குடுத்து வெச்சிருக்கணும்.'' என்று குறுக்கிட்டுச் சொன்னான் கிருஷ்ணமூர்த்தி.

கோட்டை எடுத்துக் கையில் மடித்துப் போட்டுக் கொண்டார். காலைப் பணியேற்க வந்த ரிலீவரிடம் சொல்லிக் கொண்டு புறப்பட்டார்.

பிளாட்ஃபாரத்தில் அடுத்த ரயிலைப் பிடிக்கும் ஒரு சில குடும்பங்களும் உதிரி மனிதர்களும் அங்கங்கு நின்றிருந்தனர். அவர்கள் கொண்டு வந்திருந்த லக்கேஜ்களும் கும்பலாய் வைக்கப்பட்டிருந்தன. குழந்தை ஒன்று தாயிடமிருந்து விடுவித்துக் கொண்டு ஓட, பின்னாடியே ஓடினாள் தாயும். தண்டவாளத்தின் மீது ஒரு அண்டங்காக்கை பறந்து வந்து உட்கார்ந்து எதையோ கொத்தியது. ஸ்டேஷனைக் கடந்து வெளியில் வந்தார்கள். ஸ்டேஷன் மாஸ்டர் கைகளைக் கட்டிக்கொண்டு நடந்தார்.

''உம் பேர்?'' என்றார் சிறிது தூரம் கடந்ததும்.

''கிருஷ்ணமூர்த்தி சார்! சன் ஆஃப் அனந்த கிருஷ்ணன், மெட்ராஸ்ல லீடிங் லாயர்.'' அவர் கேட்காமலே அப்பா பெயரையும் சொன்னான். சொன்ன பிறகு சொல்லியிருக்க வேண்டாமோ என்று தோன்றியது. அவருடைய தொழிலைச்

சொல்லித் தனக்கு மதிப்புத் தேடிக் கொள்ளும் எண்ணம் தன்னையறியாமலே தன் அடிமனசில் இருக்கிறதோ என்று வெட்கப்பட்டான்.

செம்மண் சாலைதான் நீண்டு சென்றது. அதன் முடிவில் பஸ் செல்லும் பாதை. அதன் மறுபுறம் மீண்டும் ஒரு சிறிய சாலை ஊருக்குள் அழைத்துச் சென்றது. எதிரில் வந்தவர்கள் அவரைப் பார்த்துச் சிநேகமாய்ச் சிரித்து விட்டு அவனை வியப்போடு 'தம்பி யாரு' என்பதுபோல் பார்த்து விட்டுச் சென்றார்கள். ஒரு சிலர் நேரிடையாகவே 'தம்பி யாரு, சொந்தமா நமக்கு?' என்று கேட்டும் விட்டனர். ஒரு புன்சிரிப்போடு, 'இனிமே சொந்தம்னு வெச்சுக்குவோமே' என்று பதில் சொன்னார் ஸ்டேஷன் மாஸ்டர். ஒருவர் சட்டென்று, "புரியுது. பாலாம்பிகாவைப் பார்க்க வந்திருக்காப்பல! ஆனாலும் அழுத்தம் சாமி, சொல்லவேல்லியே!" என்றபோது கிருஷ்ணமூர்த்திக்குச் சுத்தமாய்ப் புரியவில்லை. ஆனால் எங்கோ உள்ளுக்குள் நெருடியது.

அத்தியாயம் 9

ஸ்டேஷன் மாஸ்டர் மௌனமாய் நடந்தார். கிருஷ்ண மூர்த்திக்கும் என்ன பேசுவதென்று புரியவில்லை. அவர் ஏதாவது கேட்டால் பதில் சொல்லலாம் என்று வேடிக்கை பார்த்துக் கொண்டு வந்தான். அவர்கள் சென்ற வழி வீடுகளின் கொல்லைப்புறமாக இருக்க வேண்டும். ஒவ்வொரு வீட்டின் பின்னாலும் நீண்டு அடர்ந்த கொல்லையைத் தாண்டிச் சின்ன மதிலும் கதவும் தெரிந்தன. கதவுக்கு வெளியே சலசலவென்று வாய்க்கால் ஓடியது. நீர் தெளிவாயிருந்தது. கிருஷ்ணமூர்த்திக்கு மனதுக்கு மிக சந்தோஷமாயிருந்தது. ஒரு சில வீட்டில் கொல்லைக் கதவு திறக்கப்பட்டுப் பெண்மணிகள் சிலர் வாய்க்கால் தண்ணீரில் பாத்திரங்கள் தேய்த்துக் கொண்டும் துணிமணிகள் தோய்த்துக் கொண்டுமிருந்தனர்.

"இதுவும் காவேரித் தண்ணிதான். ஆத்தங்கரைக்குப் போக முடியாதவா இங்கயே தோச்சு, தேய்ச்சுப்பா" என்றார் ஸ்டேஷன் மாஸ்டர். 'ம்' என்று அதைக் கேட்டுக் கொண்டான் கிருஷ்ணமூர்த்தி. பிறகு, "அழகார்க்கு சார் இந்தக் கிராமம். கோவில்லாம் எங்க இருக்கு?" என்று கேட்டான்.

"ஆத்தங்கரையோரமாகவே ஈஸ்வரன் கோவில் இருக்கு. அம்மனுக்குப் பேர்தான் பாலாம்பிகா. அதைத் தவிர கிருஷ்ணங்கோவில் ஒண்ணு இருக்கு. அரச மரத்தடிப் பிள்ளையாரும் உண்டு. கோவிலும், காவேரியும் விட்டா வேறென்ன இருக்கு இந்த ஊர்ல? சேந்த மாதிரி இருந்தா உனக்கும் அலுத்துடும்" என்றார் ஸ்டேஷன் மாஸ்டர்.

அவருக்கு இந்த ஊர் அலுத்து விட்டதோ என்று தோன்றியது கிருஷ்ணமூர்த்திக்கு. அவன் மேலும் யோசிப்பதற்குள் இதுதான் என்று ஒரு வீட்டின் முன் போய் நின்றார். வாய்க்கால் நீரில் பாத்திரம் துலக்கிக் கொண்டிருந்த அந்தப் பெண் சட்டென்று எழுந்து தூக்கிச் செருகியிருந்த புடவைக் கொசுவத்தை எடுத்து விட்டாள். க்ஷண நேரம் மின்னி மறைந்த செழுமையான கால்களைக் கண்டு பிரமித்துப் போனான் கிருஷ்ணமூர்த்தி. அதை விடப் பிரமிப்பாய் இருந்தது முகத்தைப் பார்த்ததும். வர்ணனைகளுக்கு அப்பாற்பட்டிருந்தது அந்த முகம்.

பூவைவிட மிக மென்மையான சருமம். மாசு மருவற்று லேசாய் எண்ணெய் படிந்து பளபளப்பாகத் தெரிந்தது. ஒப்பனை துளியும் இல்லை. நெற்றியில் மட்டும் சிறிய சாந்துப் பொட்டு. ஈரத்தலையை நுனி முடிச்சிட்டிருந்தாள். பெரிய கண்கள் என்று வர்ணிக்க முடியாது. ஆனால் நீளக் கண்கள். இரப்பைகளில் பட்டு ரோமம் ஒட்டியது போல அடர்த்தியாய் இமை மயிர்கள். ரவி வர்மா ஓவியம் போல் நெற்றியின் இருபுறமும் தலை இறங்கி அலையோடியிருந்தது.

கன்னங்கள் இரண்டும் நேர்த்தியாய் வளைந்து மோவாயில் கூடியிருந்த விதமும், சாயம் பூசாமலே ரோஜா நிறத்தில் செதுக்கினது போலிருந்த இதழ்களும், கோணல் மாணல் இல்லாத அழகிய நாசியும்... முகத்துக்குக் குறுக்கே வகிட்டிலிருந்து ஒரு நேர்கோடு இழுத்தால் புருவமும் கண்ணும் நாசியும் உதடும் துளிப் பிசிறில்லாமல் சரி பாதியாய்ப் பிரியுமென்று தோன்றியது. இதுபோல் அமைவது ஒரு வரம்.

அம்மா நல்ல அழகுதான். ஆனால் மூக்கு எலும்பு சற்று இடதுபுறமாய் ஓடியிருக்கும். அதனால் அழகு கெடவில்லையென்றாலும் உற்றுக் கவனித்தால் ஒரு கோணல் கோடு போல் தெரியும் மூக்கெலும்பு. பெரியக்காவுக்கு வலது கண்ணைவிட இடது கண் சற்று இடுங்கியிருக்கும். நேரில் பார்த்தால் தெரியாது. போட்டோக்களில் நன்கு வித்தியாசம்

தெரியும். லலிதா சிரித்தால் வலது பக்கம் உதடு கோணும். மன்னிக்கு இடது புருவத்தைவிட வலது புருவமும் கண்ணும் மிக நுண்ணிய வித்தியாசத்தில் மேலே உயர்ந்து அமைந்திருக்கும். அவளுக்குப் பிறந்த சுஜிதாவுக்குக் கூடப் பாட்டியை மாதிரி மூக்குத் தண்டு சற்றுக் கோணல்தான். பார்த்தால் எல்லாரும் அழகுதான். இந்தக் குறைகளால் அழகு குறைவதில்லை என்றாலும், குறை என்று எதுவுமே சொல்ல முடியாமல் இருப்பதும் ஒரு உயர்ந்த அம்சம் என்றுதான் தோன்றியது.

மனித முக அமைப்புகளை ஆராய்வதில் எப்போது தனக்கு இவ்வளவு ஈடுபாடு ஏற்பட்டதென்று தனக்குத்தானே வியந்து கொண்டான் கிருஷ்ணமூர்த்தி. ஸ்டேஷன் மாஸ்டரின் நிறத்துக்கும் உருவத்துக்கும் அவருக்கு இப்படி ஒரு பெண்ணா என்றுதான் வியக்கத் தோன்றியது. ஒருக்கால் அவர் மனைவி நல்ல நிறமும் அழகுமாக இருப்பாளோ என்னமோ... அவன் யோசித்துக் கொண்டிருக்கும் போதே ஸ்டேஷன் மாஸ்டர் வாய்க்கால் தண்ணீரில் கால் கழுவி வாய் கொப்புளித்து விட்டு முகம் கழுவிக் கொண்டார். பிறகு கிருஷ்ணமூர்த்தியைப் பார்த்து, "நான் கொல்லை வழியா உள்ள போறேன். மொத மொதலா வர நீ! வாசப்பக்கமா வா. பாலா, நீ வேணா கூடப் போய் வழி காட்டும்மா" என்றபடி கொல்லைக்குள் நுழைந்தார்.

பாலா தனது நீள விழிகளால் அவனைப் பார்த்தாள். பரிவு கலந்த குரலில் 'போகலாமா' என்றாள். கிருஷ்ணமூர்த்தியின் மனத் தோட்டத்தில் குயில் ஒன்று கத்தியது போலிருந்தது. ம்... என்றபடி நடந்தான். பாலா நடக்கும் போது சின்ன ஓசையாய் அவளது கொலுசு பாடியது. லயம் தவறாத அந்த ஒலி அவளது நடையின் நிதானத்தைப் பார்த்தபோது நடையே நாட்டியமோ என்று எண்ணும்படியாக இருந்தது.

பாதங்கள் பளீர் பளீர் என்று மின்னின. பாதமா தாமரை மடல்களா என்று வியந்தான் கிருஷ்ணமூர்த்தி. அதைவிட

ஆச்சரியம் வழியில் பல பேர் பலவிதமாய்க் கேட்டும் கூட, கொஞ்சமும் தயக்கமில்லாமல் தன் பெண்ணை அவனோடு இப்படி ஒன்றாய் நடந்து செல்லும்படி அனுப்பியிருக்கிறாரே, அதுதான். ஒருக்கால் அவர்களுக்குள் மறைமுகமாய் எதுவும் இல்லை என்று இதன் மூலம் பதில் சொல்கிறாரோ? எது எப்படியிருந்தாலும் கிருஷ்ணமூர்த்திக்கு இரண்டு தாமரை மடல்கள் சங்கீதம் பாடிக் கொண்டு அவனுக்கு முன்னே நடந்து சென்ற அந்த அழகு மிகவும் பிடித்திருந்தது. மனதுக்கு இதமாயிருந்தது. பாதங்களின் ஓரங்கள் பூமியில் பதியும் போது சிவந்ததைக் கண்டபோது வருத்தமாயிருந்தது.

வழியில் அவள் எதுவும் பேசவில்லை. அப்பா சொன்னதற்காக வந்தது போலிருந்தது. சற்று தூரம் நடந்து இடது புறம் திரும்பி மீண்டும் இடது புறம் திரும்பி ஏழெட்டு வீடுகள் கடந்து ஒரு வீட்டின் முன் நின்றாள். இதுதான் என்பதுபோல் அவனைப் பார்த்து விட்டு உள்ளே போனாள். அகலமான வாசல் திண்ணை, தேக்கு மரத்தில் வேலைப்பாடு செய்த கதவு. அதன் பின்னே நீள நடை. அதைத் தாண்டி, அகன்ற முற்றம். அதன் ஒரு புறம் பெரிய ஹால். ஹாலின் ஒரு பக்கம் ஒரு பெரிய அறை. மறுபுறம் மற்றொரு அறை. முற்றத்திற்கு மறுபக்கம் சென்று திரும்பினால் பெரிய அடுக்களை. அதன் பின்னே சின்னரேழி. அதைக் கடந்து நீளமாய்க் கொல்லை.

ஸ்டேஷன் மாஸ்டர் இவர்கள் வருவதற்குள் குளித்து பட்டை பட்டையாய்த் திருநீறு பூசிக் கொண்டு வந்தார்.

"அதுக்குள்ள சார் குளிச்சாச்சா?" என்றான் வியப்போடு.

"ம்" என்றவர், உக்காருப்பா என்று அந்தக் காலத்துத் தேக்கு மர நாற்காலியைக் காட்டினார்.

கொலுசுச் சத்தம் உட்புறமாக நகர்ந்தது. கிருஷ்ணமூர்த்தியின் செவியும் சிந்தையும் அதன் பின்னே செல்ல, உடம்பு

நாற்காலியில் உட்கார்ந்தது. அதற்குப் பிறகு ஸ்டேஷன் மாஸ்டர் ஏதேதோ பேசினார். கிருஷ்ணமூர்த்திக்கு எதுவும் கேட்கவில்லை. புரிந்தாற்போல் தலை மட்டும் ஆடியது. ஆமோதித்தது. அவர் சிரிக்கும்போது அனிச்சையாய் இவனும் சிரித்து வைத்தான்.

கொலுசுச் சத்தம் மெல்லத் திரும்பியது. கிருஷ்ணமூர்த்தியும் திரும்பினான். ஸ்டேஷன் மாஸ்டர் என்ன பேசினார் என்று யோசித்தான். அவன் தலை குனிந்து கண்கள் தரையை நோக்கியிருந்தன.

கொலுசுச் சத்தம் மிக அருகில் கேட்டது. முகத்திற்கு முன்னே எவர்சில்வர் தட்டில் இரண்டு டம்ளர் நிறைய நுரையோடு காப்பி தெரிந்தது. கண்ணை மெல்ல ஓட்டியபோது தட்டைப் பிடித்திருந்த தாழம்பூ மடல்கள்... இல்லை, பாலாம்பிகாவின் கைகள் தெரிந்தன. பளீரிட்ட அந்தக் கைகளில் உற்றுப் பார்த்தால் மட்டுமே தெரியக் கூடிய பூனை மயிர்கள். கிருஷ்ணமூர்த்தி காப்பியை எடுத்துக் கொண்டு நிமிர்ந்து ஸ்டேஷன் மாஸ்டரைப் பார்த்தான்.

ஸ்டேஷன் மாஸ்டர் காப்பியை எடுத்துக் கொண்டு பெண்ணைப் பார்த்தார்.

"பாலா! காய்கறி எல்லாம் இருக்கு, இல்லையா? தம்பியும் இங்கதான் சாப்பிடப் போறார். ஏதாவது வேணும்னா சொல்லு. வாங்கிண்டு வரேன்."

"எல்லாம் இருக்குப்பா!" குயில் கூவிவிட்டுக் கூட்டுக்குத் திரும்பிச் சென்றது.

கிருஷ்ணமூர்த்திக்கு அகண்டு ஓடும் காவிரியில் ஆயாசம் தீரக் குளிக்க வேண்டும் போலிருந்தது. அதைப் புரிந்துகொண்டது போலப் பேசினார் ஸ்டேஷன் மாஸ்டர்.

"காவேரில இப்ப நல்ல ஜலம். பயமில்லன்னா போய்ச் சுகமா குளிக்கலாம். நீஞ்சத் தெரியுமோன்னோ?"

“தெரியும் சார்.” கிருஷ்ணமூர்த்தி எழுந்து கொண்டான். பெட்டியைத் திறந்து துண்டும் சோப்பு டப்பியும் எடுத்துக் கொண்டான். பெட்டியை மூடிப் பூட்டிவிட்டு எழுந்துபோகும் போது அவனையும் மீறிக் கண்கள் பாலாம்பிகாவைத் தேடின. சிரமப்பட்டுத் திருப்பிக் கொண்டு ஸ்டேஷன் மாஸ்டரிடம் சொல்லிக் கொண்டு புறப்பட்டான்.

அந்த ஊரில் காவேரி அத்தனை அகலமாய் ஓடவில்லை என்றாலும், ஸ்டேஷன் மாஸ்டர் சொல்லியது போல் நல்ல ஜலம்தான். நுங்கும் நுரையுமாய் வேகமாய் ஓடியது. நதி என்றால் இத்தனை ஜலம் இருந்தால்தான் அழகு. நதிகள் பூமியின் இரத்த நாளங்கள். நாளங்களில் இரத்தம் இல்லை என்றால் எப்படி?

கட்டியிருந்த லுங்கியைக் கழட்டி தோய்த்து அலசிப் பிழிந்து கரையில் ஒரு கல்லின் மீது வைத்து விட்டு நீரில் இறங்கினான். ஜலம் உடம்பையும் தழுவியபோது தாயின் கதகதப்பில் இருப்பது போன்ற உணர்வு எழும்பியது. நதியும் அன்னைதான். இவளுக்கும் பேதமில்லை. யாருக்கும் இதமளிப்பவள். குளிப்பதற்கு முன் ஜலத்தைத் தொட்டுக் கண்ணில் ஒற்றிக் கொண்டு மானஸீகமாய் நமஸ்கரித்தான். பிறகு துழாவித் துழாவிக் குளித்தவனுக்குக் கரையேறவே மனமில்லை.

‘யாரு தம்பி? ஊருக்குப் புதுசா?’ கரையிலிருந்து யாரோ கேட்டார்கள். நீரிலிருந்து தலை தூக்கிப் பார்த்தான். கருங்கல்லில் சிலை வடித்தது போல் ஒரு உருவம். கண்ணும் பல்லும் நெற்றியில் பூசியிருந்த திருநீறும் மட்டும் பளிச்சென்று வெள்ளையாய்த் தெரிந்தது. தலை வழுக்கையுமில்லை. அடர்த்தியாய் முடியுமில்லை. எலி கடித்துக் குதறினது போல் இருந்தது. வெள்ளை வெளேரென்ற வேட்டியின் ஒரு முனையை மட்டும் இடது கையால் தூக்கிப் பிடித்திருக்க, இன்னொரு கையில் மடக்கின குடை. உடம்பில் கதர்ச்சட்டை. கழுத்தைச் சுற்றிக் கரை போட்ட துண்டு.

"ம்..." என்றான் கிருஷ்ணமூர்த்தி.

"ஸ்டேஷன் மாஸ்டர் வீட்டுலயா எறங்கிர்க்கீங்க? உறவா அவருக்கு?"

இதற்கு என்ன பதில் சொன்னால் அந்த மனிதருக்குத் திருப்தியாயிருக்கும் என்று யோசித்தான் கிருஷ்ணமூர்த்தி.

"எம் பேரு பரமசிவம் தம்பி. முக்குருணித் தெருவுலதான் நம்ம வீடு. இந்த ஊர்லேயே மாடி வீடு, பெரிய வீடு நம்முளுதுதாங்க. அந்தப் பக்கம் வந்தா வெவரமா பேசுவோம்."

கிருஷ்ணமூர்த்திக்குப் பிரமிப்பாயிருந்தது. யார் என்ன என்று தெரியாது. எதற்கு வீட்டுக்கு அழைக்கிறார்? விவரமாகப் பேச என்ன இருக்கிறது. இருவருக்கும் இடையில்?

கரையில் நின்று பேசியவர் நடக்க ஆரம்பித்து விட்டார். ஊருக்குப் பணக்காரன் என்ற திமிர் அந்த நடையில் தெரிந்தது. எதிர்ப்பட்டவர்கள் துண்டை இடுப்பில் கட்டிப் பவ்யமாய் வணங்கி அவர் தன்னைக் கடந்து சென்றதும்தான் நிமிர்ந்தனர்.

அவர் வீட்டுக்குப் போகும் எண்ணம் நிச்சயமாய்க் கிருஷ்ணமூர்த்திக்கு இல்லை. முக்குருணித் தெரு எங்கே என்றுகூடத் தெரியாது அவனுக்கு. போகவும் விருப்பப்படவில்லை. ஆனால் போகும்படியாயிற்று, அன்று மாலையே.

அன்று மாலை கோவிலில் பாலாம்பிகாவைத் தரிசனம் செய்துவிட்டு வரும்போது 'பரமசிவம் அய்யா கூட்டிட்டு வரச் சொன்னாருங்க, அவர் வீட்டுக்கு' என்று சொல்லியபடி ஒரு ஆள் எதிரில் வந்து நின்றபோது, கிருஷ்ணமூர்த்திக்குப் போய்த்தான் பார்ப்போமே என்ற உணர்வு ஏற்பட்டது.

அத்தியாயம் 10

வீடு பெரியதாயிருந்தது. வாயிலின் இரு பக்கமும் ஒன்றுக்கு மேல் ஒன்றாக இரட்டைத் திண்ணைகள். திண்ணைகளே கல்யாணக் கூடம் போல் நீளமும் அகலமுமாய் வழவழவென்று கருப்பு சிமெண்ட் பளபளப்பில் முகம் பார்க்கலாம் போலிருந்தன. தூண்களுக்கு வர்ணம் அடித்துப் புதியதாய் இருந்தன. தேக்கு மர வேலைப்பாட்டில் வாயிற்கதவு மிக உயர்ந்ததாய் விலை மதிப்பற்றதாய்த் தெரிந்தது. எத்தனை பெரிய கதவு! எவ்வளவு கனம்! எத்தனை நுணுக்கமான வேலைப்பாடுகள் என்று பிரமித்துப் போனான், கிருஷ்ணமூர்த்தி.

வீட்டுக்கு முன்னால் அடர்த்தியாய் மாமரங்களும், வேப்ப மரமும் நிழல் பரப்பி, மாம்பூ, வேம்பூ வாசத்தோடு காற்றை ரம்மியமாக்கிக் கொண்டிருந்தது. பின்புறக் கொட்டிலில் இருந்து பசுவின் குரல் கேட்டது. கூடவே கன்றின் குரலும் கேட்டது.

கிருஷ்ணமூர்த்தி உள்ளே செல்ல ஒரு கணம் தயங்கினான்.

‘உள்ள வாங்க, தம்பி’ என்று வேலையாள் ஒருவன் அழைக்க, உள்ளே சென்றான்.

உள்ளே இன்னும் அழகாயிருந்தது வீடு. காவிரிக் கரையில் செழிப்புக்குக் கேட்க வேண்டுமா?

நீளமும் அகலமுமாய்ப் பளிச்சென்று துப்புரவான கூடம். மேல் சுவர்களின் விளிம்புகளில் அழகிய டிசைன்கள் போட்டிருந்தது. மூங்கில்களால் ஆன இரட்டை சோபாக்கள்.

ஒற்றை நாற்காலிகள். அதில் போடப்பட்டிருந்த குஷன் ஸீட்டுகள். கண்ணாடி பொருந்திய அலமாரிகளில் விதவிதமாய்ப் பொம்மைகள். கிராமத்துக் கை வண்ணங்கள். டி.வி., வி.ஸி. ஆர்., டேப் ரெக்கார்டர். கிருஷ்ணமூர்த்தி திகைத்தான். தான் இருப்பது ஒரு சாதாரணக் கிராமத்து வீட்டிலா அல்லது பட்டணத்து மாளிகையிலா என்று.

"என்ன தம்பி, பிரமிச்சு நின்னுட்டீங்க! உக்காருங்க தம்பி."

பரமசிவம் வந்துவிட்டார். பேக்கு மாதிரி இருக்கும் இந்தாளுக்கு இத்தனை செழிப்பா என்று வியந்தான்.

முன்கூட்டியே சொல்லி வைத்ததுபோல் அழகிய மூங்கில் டிரேயில் வைத்துச் சுடச்சுட வாசனையும் நுரையும் பொங்கின காப்பி வந்தது.

"எடுத்துக்கங்க," என்றார் பரமசிவம். கிருஷ்ணமூர்த்தி தயங்கினான். எதற்கு இந்த உபசாரம் என்று நினைத்தான்.

"தம்பி மெட்ராசுங்களா?"

'ம்...' என்றான். காப்பிக் கோப்பையைக் கையில் எடுத்தபடி.

"ஸ்டேஷன் மாஸ்டர் தம்பிக்குச் சொந்தமுங்களா?" மீண்டும் எதற்கு அதே கேள்வியைக் கேட்கிறார் இவர் என்று யோசித்தான். இம்முறையும் இந்தக் கேள்விக்குப் பதில் சொல்ல அவனால் இயலவில்லை.

"அப்ப சொந்தமில்லிங்களா? பாலாம்பிகாவைப் பார்க்க வந்ததா கேள்விப்பட்டேனே. நெசந்தானா?"

பட்டென்று அவர் கேட்டதும் திடுக்கிட்டுப் போய் நிமிர்ந்து பார்த்தான். இந்த மனிதர் வீட்டுக்குக் கூப்பிட்டது சும்மா நட்புக்காக இல்லை. வேறு ஏதோ வம்புக்கு என்று தோன்றியது. இவரிடம் பேசுவதைவிட மௌனமாயிருப்பது மேல் என்று பட, கிருஷ்ணமூர்த்தி இந்தக் கேள்விக்கும் பதில் சொல்லவில்லை.

பரமசிவத்தின் முகம் ஒரு வினாடி மாறிப் பிறகு சரியானது, லேசாய் முகத்தில் சிரிப்பை வரவழைத்துக் கொண்டு,

"என்ன தம்பி, என்ன கேள்வி கேட்டாலும் பதில் சொல்ல மாட்டேன்றீங்க? என்னியக் கண்டா பயமார்க்குதா? சும்மா சொல்லுங்க தம்பி. நான் எதுக்குக் கேக்கறேன்னா, எல்லாம் உங்க நல்லதுக்குத்தான்."

"என் நல்லதுக்கா? என்ன அர்த்தம் இதுக்கு?"

"அது ஒண்ணுமில்ல, தம்பி. பார்க்க நல்லார்க்கீங்க. படிச்சவராகவும் இருக்கீங்க. பணக்காரக்களையும் தெரியுது முகத்துல. இந்த முகத்துக்கும், படிப்புக்கும், அந்தஸ்துக்கும் பாலாம்பிகாவையா பார்க்க வந்தீங்கன்னுதான் வருத்தமார்க்கு."

"என்ன சொல்றீங்க?" கிருஷ்ணமூர்த்தி வியந்தான். அவன் பாலாவைப் பெண் பார்க்க வந்ததாக நினைத்திருக்கிறார் அவர். ஆரம்பத்திலேயே அதை மறுத்துப் பேச்சை வெட்டிக்கொண்டு கிளம்பிவிட வேண்டும் என்றுதான் நினைத்தான். ஆனால் இந்த மனிதர் பாலாவைப் பற்றி ஏதோ சொல்ல வருகிறார். அது என்ன என்று தெரியும்வரை அவர் எண்ணம் போலவே நினைத்துக் கொள்ளட்டும் என்று தீர்மானித்து மீண்டும் கேட்டான்.

"என்ன சொல்றீங்க? அந்தப் பெண்ணுக்கு என்ன?"

"ஆ! அப்படி வாங்க. அதைப்பத்தி எல்லாம் வெவரமா சொல்லத்தான் ஒங்களைக் கூப்பிட்டது. காப்பிய முழுசும் சாப்பிடுங்க. நம்ம தென்னந்தோப்பு பக்கம் காலாற நடந்துட்டு வருவம். போகும்போது சொல்றேன்." என்ற பரமசிவம் எழுந்து எங்கோ செல்ல, கிருஷ்ணமூர்த்திக்குக் காப்பி விஷம் போல் கசந்தது.

தோப்பு என்றால் இப்படி இருக்க வேண்டும். எத்தனை மரங்கள்! எண்ணி மாளாது. வரிசையாய் ஒழுங்கான இடைவெளியில் உயர உயரமாய்த் தென்னை மரங்கள்.

அண்ணாந்து பார்த்தால் ஒவ்வொன்றிலும் குலை குலையாய்க் காய்கள். கீழிருந்து பார்த்தால் தென்னை மரம் மிக அழகு. வட்ட வடிவத்தில் பரந்த ஓலைகளில் கோடு கோடாய்க் கீற்றுகள். மயில்தோகை போன்ற ஒய்யாரமான அசைவு.

"என்ன தம்பி பாக்கறீங்க, நம்ம மரத்துக்காய்க்கு ஈடா எங்கயும் இருக்காது. சிலோன்லேர்ந்து ஸ்பெஷலா ஆளை வரவழைச்சு எங்க அப்பாரு இந்தத் தோப்பை உருவாக்கினாரு. காய் ஒவ்வொண்ணும் இம்மாம் பெரிசு இருக்கும். இளநி குடிச்சிங்கன்னா சும்மா அமிர்தம் மாதிரி இருக்கும். ஒரு நாள் முழுக்க தாகமே எடுக்காது. டேய், கலியா! இங்க வாடா. தம்பிக்கு நல்லதா ஒரு இளநி வெட்டிக்குடு. பார்ப்பம்."

"அய்யோ, வேணாங்க. இப்பதானே காப்பி சாப்பிட்டேன்."

"பரவால்ல, சாப்பிடுங்க." என்றார் பரமசிவம்.

கிருஷ்ணமூர்த்திக்கு ஏனோ அவரிடமிருந்து தப்பிச்செல்ல மாட்டோமா என்றிருந்தது.

தோப்புக்கு நடுவில் மர நிழலாய்ப் பார்த்து ஒரு கயிற்றுக் கட்டில் போட்டிருந்தது. பரமசிவம் அப்பாடா என்று சொல்லியபடி கட்டிலில் உட்கார்ந்தார். இருட்ட ஆரம்பிக்கும் நேரம்.

"உக்காருங்க தம்பி," என்றார்.

கிருஷ்ணமூர்த்தி பட்டும் படாமலும் மனசு ஒட்டாமல் உட்கார்ந்தான். கலியன் இளநீர் வெட்டிக் கொண்டு வந்தான்.

வாங்கிச் சாப்பிட்ட போது பரமசிவம் சொன்னது நிஜம்தான் என்று தோன்றியது. கல்கண்டு கரைத்தது போல் சுவையாக இருந்தது. முழு இளநீரும் குடித்து முடித்தபோது வயிறு திம்மென்றானது. இரவுச் சாப்பாடு கூட வேண்டாம் போல் தோன்றியது.

தோப்பில் சிலுசிலுவென்று காற்றடிக்க, கண்ணைச் செருகியது.

"நான் எதுக்குச் சொல்ல வரேன்னா..." என்று ஆரம்பித்தார் பரமசிவம். சட்டென்று கண் செருகல் பறந்தது. மனசுக்குள் 'ச்சீ' என்ற வெறுப்பு உண்டாயிற்று.

"நீங்க கல்யாணம் பண்ணிக்கறதப் பத்தி எனக்கு ஒண்ணுமில்லிங்க தம்பி. ஆனா இந்தப் பொண்ணு வாணாம்னு சொல்லவரேன்."

கிருஷ்ணமூர்த்திக்குச் சட்டென்று கோபம் வந்தது. "சார், இதுக்குத்தான் என்னைக் கூப்பிட்டீங்களா?" என்றான் சினத்தை அதிகம் குரலில் காட்டாமல். கூடவே எழுந்து கொள்ளவும் முயன்றவன் தோளைப் பரமசிவம் அழுத்தி உட்கார வைத்தார்.

"தம்பிக்கு இளரத்தம். உக்காருங்க தம்பி. விஷயமில்லாமயா சொல்லுவேன்? இந்த ஊர்ல என் அந்தஸ்து என்னன்னு தெரியுமில்ல? எனக்குள்ள கௌரதை தெரியுமில்ல? அப்படிப்பட்டவன் உங்களைக் கூப்பிட்டுச் சொல்றேன்னா, அது காரணமில்லாம இருக்குமான்னு யோசிங்க."

"சரி, என்ன காரணம், சொல்லுங்க." கிருஷ்ணமூர்த்தி கோபத்தைக் கஷ்டப்பட்டு அடக்கிக் கொண்டு அமைதியாகக் கேட்டான்.

"பாலாம்பிகா கெட்டுப் போன பொண்ணு, தம்பி. இதுக்கு மேல எதுவும் சொல்லத் தேவையில்லன்னு நெனக்கறேன்."

கிருஷ்ணமூர்த்தி விதிர்விதிர்த்துப் போய் அவரையே ஒரு கணம் வெறித்துப் பார்த்தான். பிறகு மௌனமாய் எந்தப் பதிலும் சொல்லாமல், மேற்கொண்டு எதுவும் கேட்காமல், எழுந்து கொண்டான். மெல்ல நடக்கத் தொடங்கினான். முதுகில் பரமசிவத்தின் பார்வை கூர்மையாகப் படிவதை உணர்ந்தான்.

எப்படி வீட்டுக்கு வந்தான் என்று தெரியவில்லை. கால்கள் அனிச்சையாய்க் கொண்டுவந்து விட்டிருந்தன. நன்கு இருட்டியிருந்தது.

உள்ளே நுழைந்ததும் கண்கள் பாலாம்பிகாவைத்தான் தேடின. பூஜை உள்ளில் மெல்லிய குரலில் விளக்கு ஸ்லோகம் சொல்லும் அவள் குரல் கேட்டது. ஸ்டேஷன் மாஸ்டரை வீட்டில் காணவில்லை. கிருஷ்ணமூர்த்தி தயங்கினான். செருப்புகளைக் கழட்டும் சரக்கென்ற ஒலி கேட்டு ஸ்லோகம் தடைப்பட்டது. சில வினாடிகளில் பாலாம்பிகா எழுந்து வெளியே வந்தாள். தூணோரம் தயங்கி நின்று அவனைப் பார்த்தாள். கிருஷ்ணமூர்த்தி அவளை நேருக்கு நேர் பார்க்கத் தயங்கிப் பார்வையைச் சுழற்றிச் சுற்றிலும் பார்த்தான்.

"சாப்பாடு கொண்டு வரட்டுமா?"

"ம்...? அப்பா வீட்ல இல்லையா?"

"இல்ல. அவருக்கு நைட் டியூட்டி."

"ஓ...! மறந்துட்டேன். அப்ப நான் வெளித் திண்ணைல படுத்துக்கறேன்."

"சாப்பாடு..."

"பரமசிவம் கூப்பிட்டனுப்பிச்சார்னு போயிருந்தேன். தோப்புல இளநி வெட்டிக் குடுத்தார். பசியடைச்சுப் போச்சு," என்றவன், அவள் முகத்தைக் கூர்ந்து பார்த்தான்.

ஒரு வினாடிக்கும் குறைவாய் அவள் முகத்தில் கருநிழல் படர்ந்து விலகியது. சட்டென்று உள்ளே நகர்ந்து விட்டாள்.

கிருஷ்ணமூர்த்தி பாயும் தலையணையும் எடுத்துக் கொண்டு திண்ணைக்கு வந்தான். திண்ணையை ஒட்டி ஜன்னல் ஒன்று இருந்தது. அந்த அறையில் பாலாவின் கொலுசுச் சப்தமும் தொடர்ந்து பெட்ஷீட்டை உதறும் சப்தமும் கேட்டது. அங்குதான் அவள் படுப்பாள் போலும். ஜன்னலின் மேல் கதவு திறந்திருந்தது.

கிருஷ்ணமூர்த்தி திறந்திருந்த மேல் கதவையும் வெளிப்புறமிருந்து தள்ளி மூடிவிட்டுப் பாயை விரித்துத்

திண்ணையில் படுத்துக் கொண்டான். பரமசிவம் சொன்ன வார்த்தைகள் காதில் சுற்றிச் சுற்றி வந்தன. பாலாவின் பால் வடியும் முகமும் ரத்தச் சிவப்பு தெரியும் பாதங்களும் விஸ்வரூபமாய் மனசில் தெரிய ஆழ்ந்த பெருமூச்சு ஒன்றை உதிர்த்தான். தூக்கம் இமையை அழுத்தக் கண்களை மூடிக் கொண்டான்.

எத்தனை நாழியோ தெரியவில்லை. சடக்கென்று ஒரு விழிப்பு. எங்கோ ஒரு நாய் குரைக்கும் ஒலி கேட்டது. சுவர்க்கோழியின் ரீங்... என்ற சப்தம். காதருகில் கொசு ஒன்றின் ரீங்காரம். பளிச் பளிச் சென்று மின்மினிப் பூச்சிகள் வெளிச்சம் காட்டிப் பறந்து கொண்டிருந்தன. யார் வீட்டுக் கொட்டிலிலோ பசு ஒன்று கத்தியது. ஜன்னலுக்குள்ளிருந்து பாலாவின் விசும்பல் ஒலியும் கேட்க கிருஷ்ணமூர்த்தி ஒரு கணம் விறைத்துப் போனான்.

அத்தியாயம் 11

சில பேரின் அழுகைக்கு அர்த்தம் தெரிவதில்லை. உண்மை வெளியாகி விட்டதே என்பதற்கான அழுகையா அல்லது அபாண்டம் சுமத்தப்பட்டு விட்டதே என்ற வேதனை கலந்த அழுகையா? பாலா எதற்கு அழுகிறாள்? கிருஷ்ணமூர்த்தி அசையாமல் கிடந்தான். உள்ளே ஒரு பெண் தனிமையில் நள்ளிரவில் அழும்போது எப்படி அவளுக்கு ஆறுதல் சொல்ல முடியும்? ஆனால் அவனுக்கு நிச்சயம் புரிந்தது. பரமசிவத்தின் வார்த்தைகளில் எந்த உண்மையும் இல்லை. எந்தப் பகைமையால் இந்தப் பெண்ணுக்கு இப்படி ஒரு கசடு போர்த்துச் சித்ரவதை செய்கிறானோ? தெய்வத்துக்குத்தான் வெளிச்சம்.

மனது வைத்தால் பாலா இதன் உண்மையான காரணத்தை வெளிச்சத்துக்குக் கொண்டு வரலாம். எதற்கு மௌனமாய் அழுகிறாள்? பொய் என்றால் ஏன் கோழையாய் அழ வேண்டும்? எழுந்து கேட்டு விட்டால் என்ன என்று தோன்றிய உணர்வைச் சட்டென்று எழுந்த வேகத்திலேயே அடக்கிக் கொண்டான். அந்த மெல்லிய விசும்பல் அவன் வேதனையைக் கிளறி விட்டது. அம்மா அடிக்கடி சொல்லும் வார்த்தைகள் நினைவுக்கு வந்தன.

'பெண்கள் ஒவ்வொருத்தரும் சக்தியின் பிம்பங்கள், மூர்த்தி! பெண் அழவே கூடாது. அது கோவில்ல இருக்கற அம்பிகையே அழறாப்பல...'

கிருஷ்ணமூர்த்தியின் மனசுக்குள் கோவிலில் இருக்கும் பாலாம்பிகையின் கன்னத்திலும் நீர் வடிவது போல் ஒரு காட்சி தோன்ற உடம்பு சிலிர்த்தது. பொழுது விடியட்டும், இதுபற்றிப் பாலாவிடம் கேட்டு, முடிந்தால் ஆதரவு சொல்லி அவளுக்குத் தைரியமூட்ட வேண்டும். பரமசிவத்தின் வார்த்தைகள் பொய்யாயிருந்தால் அதை நிரூபித்து இனி அவன் பேசா வண்ணம் செய்ய வைக்க வேண்டும் என்று தீர்மானித்துக் கொண்டு உறங்க முயன்றான். உறக்கம் வரவில்லை. நட்சத்திரங்களை எண்ணிப் பார்த்தும் கண் கனக்கவில்லை.

தெருவில் சரசரவென்று ஒரு பெருச்சாளி ஓடியது. இரவில் மட்டும்தான் இது தைரியமாய் வெளியே வருகிறது. பகலில் வந்தால் யார் இதை விட்டு வைப்பார்கள்? இரவிலும் இதை அடிக்க ஆட்கள் காத்திருந்தால் இது இப்படிச் சுதந்திரமாய்த் தெரு தாண்டுமா? இரவிலும் சிறையில் அல்லவா அடையும்? பரமசிவம் சொன்ன வார்த்தைகள்கூட இந்தப் பெருச்சாளியைப் போல்தான். அதைப் பொய்யென்று நிரூபித்துக் கல்லெறியப் பாலாவுக்கும் துணிவில்லை. அவள் இரவு நேர அமைதியைப் போல் ஆழ்ந்து கிடக்க, பெருச்சாளி சுதந்திரமாய் நடமாடுகிறது.

எங்கோ சுவர்க் கடிகாரம் மூன்று முறை அடிக்கும் ஒலி கேட்டபோது கிருஷ்ணமூர்த்தியின் கண்கள் அயர்ந்து ஆழ்ந்து கருமை தெரிந்து நினைவுகள் மங்கின.

மீண்டும் விழிப்பு வந்தபொழுது பொலபொலவென்று விடிந்திருந்தது.

வீடுகளில் சாணம் தெளித்துப் பளிச்சென்று கோலம் போட்டிருந்தது. கறவைக்குச் செல்லும் மாடுகளின் சப்தமும் சடசடவென்று அவை மூத்திரம் போகும் ஓசையும் கேட்டது.

ஸ்டேஷன் மாஸ்டர் வீட்டு வாசலிலும் கோலம் போட்டிருந்தது. புள்ளி வைத்து மிக அழகாய்க் கம்பிகளால்

வளைக்கப்பட்டிருந்தது. கோலம் போடுவது ஒரு அழகிய கலை. கிராமத்தில் அந்தக் கலை இன்னும் காப்பாற்றப்பட்டு வருகிறது. பட்டணத்து வீதிகள் குறுகிவிட்டன. அடுக்கு மாடிக் கட்டடங்கள் எழும்ப ஆரம்பித்த பிறகு, கோலம் என்பதே அரிதாகி விட்டது. அம்மா அழகாகக் கோலம் போடுவாள்.

காம்பவுண்ட் சுவருக்கு வெளி வாசலில் கோலம் போட்டால் அப்பாவுக்குப் பிடிக்காது. 'மாடு வந்து மூத்திரம் போய் அழிக்கறதுக்கும், காரும் சைக்கிளும் அது மேல ஓடி அழிக்கறதுக்கும் என்னத்துக்கு இவ்வளவு கஷ்டப்பட்டு மாவைக் கொட்டி வேஸ்டு பண்ணிண்டு!' என்று கத்துவார். "அதுக்காக வீட்டு வாசலை மூளியா வெக்கறதா," என்று அம்மாவும் பதிலுக்குச் சொல்லிவிட்டுத் தினமும் சின்னதாகவாவது ஒரு கோலம் போட்டுவிடுவாள். நாள் கிழமை என்றால் பெரிசாய் மலர்ந்து காவியிடப்பட்டிருக்கும். அம்மா என்றில்லை. வீட்டில் எல்லாருக்குமே ஓரளவு கோலம் போடத் தெரியும், மன்னியைத் தவிர.

மன்னி வந்த புதுசில் கிருஷ்ண ஜயந்தி வந்தது. கிருஷ்ணன் பாதம் போடு என்று அம்மா அரிசி மாக்கரைசலைக் கொடுத்து விட்டுப் போக, மன்னியும் அட்டகாசமாகப் போட்டாள். சிவண்ணா வந்ததும், "என்னாச்சு, யார் கோலம் போட்டது? எம்பொண்டாட்டியா...? அதான் பார்த்தேன்! கிருஷ்ணன் வரமாட்டான், நம்மாத்துக்கு. கம்சன்தான் வருவான்!" என்று சொல்ல, கொல்லென்று ஒரு சிரிப்பு எழுந்தது. மன்னியின் முகம் அஷ்டகோணலாய்ப் போய் அண்ணாவை முறைத்தாள். சிவண்ணா அன்று இரவு நிச்சயம் லட்சார்ச்சனை வாங்கியிருப்பான். அதற்குப் பிறகு மன்னி கோலம் போட்டுக் கிருஷ்ணமூர்த்தி பார்த்ததில்லை.

பாலாம்பிகா போட்டிருந்த கோலத்தில் ஒரு தெய்வீகம் ஒளிர்ந்தது. அழகாய்ச் சாணம் தெளித்துச் சமன்படுத்தப்பட்டிருந்த வாசலில் பளீரென்று கம்பிக்கோலம்

மிக நேர்த்தியாய்ப் போட்டிருந்தாள். துளி பிசிறில்லை. வளைவுகளில் ஒரு ஒழுங்கு இருந்தது. கோலம் என்ன, அவள் செய்த ஒவ்வொரு காரியத்திலுமே ஒரு ஒழுங்கு இருப்பதாகப் பட்டது கிருஷ்ணமூர்த்திக்கு.

வாய்க்காலில் அன்று பாத்திரம் கழுவிய நேர்த்தி, பிளேட்டில் வாசனை பொங்கக் காப்பி கொடுத்த அழகு, அட்சர சுத்தமாய் விஷ்ணு சகஸ்ரநாமம் சொல்லிய இனிமை, இவளைப் போய்க் கெட்டுப்... சட்! நினைக்கவே கூசியது கிருஷ்ணமூர்த்திக்கு. ராத்திரி கேட்ட விசும்பல் ஒலி ஓடவிட்ட டேப்ரெக்கார்டராகக் காதுகளில் ஒலிக்க மனசு வலித்தது.

எழுந்து போய்க் குளியலறையிலிருந்து பற்பசையும் பிரஷ்ஷும் எடுத்துக் கொண்டு வாய்க்காலுக்குச் சென்று பல்தேய்த்து விட்டு வந்தான். கொல்லை நெடுக நிறையச் செடிகளும் மரங்களும் அடர்ந்திருந்தன. தும்பைச் செடிகளில் பளிச் பளிச்சென்று வெள்ளைப் பூக்கள் காலை வணக்கம் சொல்வது போல மலர்ந்திருந்தன.

வாய்க்கால் நீரில் பல் தேய்த்தவனை அக்கம் பக்கத்து மனிதர்கள் பார்த்து விட்டுக் குசுகுசுவென்று தங்களுக்குள் ஏதோ பேசிக் கொண்டதைக் கவனித்தவனுக்குச் சிரிப்பும் எரிச்சலும் ஒருசேரக் கிளம்பியது.

தூரத்தில், கக்கத்தில் அடுக்கின குடை சகிதம் ஸ்டேஷன் மாஸ்டர் வந்து கொண்டிருந்தார். நிதானமான நடை. யாரையும் கவனிக்காத நேர் பார்வை. இந்த மனிதர் வாழ்க்கையில் எத்தனையோ இடர்ப்பாடுகளைச் சந்தித்துக் கடந்து வந்திருக்க வேண்டும் என்று தோன்றியது.

"குட்மார்னிங் சார்!" என்று சிரித்தான்.

அவர் அருகில் வந்ததும்,

"என்னப்பா, ராத்திரி நல்லா தூங்கினயா?" என்றார்.

"தூங்கினேன் சார். தினமும் உங்களுக்கு நைட் டியூட்டி தானா?"

"இந்த வாரம் முழுக்க. அடுத்த வாரம் டே டியூட்டிதான்," என்றவர் குனிந்து வாய்க்கால் நீரில் முகம் கைகால் கழுவி வாய் கொப்புளித்துவிட்டு 'ஈஸ்வரா' என்றார். கிழக்கே உதயமாகிக் கொண்டிருந்த சூரியனைக் கண்டு, கண் மூடி ஒரு நிமிடம் தியானித்தார்.

இருவரும் உள்ளே வந்தபோது ஹாலில் ஊஞ்சல் பலகை மீது டவராவில் வைக்கப்பட்ட காப்பி டம்ளர்கள் கண்ணில் பட்டன.

"ம்... பாலான்னா, பாலாதான். எடுத்துக்கப்பா," என்று சொல்லிவிட்டுப் பல் தேய்க்க பாத்ரூம் பக்கம் சென்றார். கிருஷ்ணமூர்த்தி காப்பி டம்ளரை எடுத்துக் கொண்டு நாற்காலியில் உட்காரும் பொழுது அவனையும் மீறிக் கண்கள் உட்புறம் சென்று பாலாவைத் தேடின.

பாலா ஆட்டுக்கல்லில் ஏதோ அரைக்கும் ஒலி மட்டும் கொடகொடவென்று கேட்டது. டிபனுக்கு சட்னி அரைக்கிறாளோ என்னமோ. தேங்காய் வாசனை மிதந்து வந்தது.

"ம்... அப்பறம்..." என்றபடியே வந்தார் ஸ்டேஷன் மாஸ்டர். முகம் அலம்பிப் பளிச்சென்று திருநீறு பூசிக் கொண்டிருந்தார்.

கிருஷ்ணமூர்த்தி அவரை நிமிர்ந்து பார்த்தான்.

"பரமசிவம் கூப்பிட்டனுப்பிச்சாப்ல இருக்கு?"

சட்டென்று உடம்பு ஒரு கணம் ஆடியது கிருஷ்ணமூர்த்திக்கு. இவருக்கு எப்படி அது தெரியும் என்று வியந்தான்.

"என்ன... எப்படின்னா...! எல்லாம் பழக்கம்தான். ஒரு தரம் நடந்ததுன்னா அதேதான் ஒவ்வொரு தரமும் நடக்கும். இதென்ன புதுசா...?"

கிருஷ்ணமூர்த்திக்கு உடம்பில் ஏதோ பாறாங்கல்லை வைத்துத் தேய்த்தது போலிருந்தது. அந்தப் பேச்சுக்கு என்ன அர்த்தம்? பரமசிவம் இப்படிச் சொல்வது சகஜம்தான் என்ற அசட்டையா? எல்லாம் தெரியுமா இவர்களுக்கும்? பின் ஏன்...? பின் ஏன் இதற்கு முற்றுப்புள்ளி வைக்கவில்லை? இதில் என்ன ஒளிந்திருந்தது? எதற்கு அம்புகளைத் தாங்கப் பழகிக் கொண்டிருக்கிறார்கள்? இதற்குமேல் இந்த விஷயத்தைப் பேச ஆரம்பம் எதுவும் தேவையில்லை. ஏன் என்று வெளிப்படையாய்க் கேட்டு விடலாம். என்ன நடந்தது என்று தாராளமாகக் கேட்கலாம். ஆனாலும் துணிவு வரவில்லை அவனுக்கு.

உள்ளே ஆட்டுக்கல்லில் குழவி இடிபடும் சப்தம் நின்றிருந்தது.

ஸ்டேஷன் மாஸ்டர் காலியான காப்பி டம்ளரைக் கீழே வைத்து விட்டுப் பெருமூச்சு விட்டார்.

"பழகிப் போச்சுப்பா. புதுசா கேக்கறவங்களுக்குத்தான் வியப்பு, திகைப்பு, அருவருப்பு எல்லாம். நீ பிழைப்புத் தேடி இங்க வந்தவன்னு பரமசிவத்துக்குத் தெரியாதில்லையா! உன்னையும்..." என்று இழுத்து நிறுத்தியவர், "ம்... என்ன சொல்ல! சிலர் எத்தனை ஜென்மங்கள் எடுத்தாலும் அசுர குணத்தை விடறதால்ல," என்றார்.

"பின்ன ஏன் சார்... ஏன் பொறுத்துக்கணும்? எதிர்த்துக் கேட்கலாம் இல்லையா? குனிஞ்சா குட்டு அதிகம்தானே விழும்?"

முதன் முறையாய் ஸ்டேஷன் மாஸ்டர் கண்கள் பளிச்சிட அவனை நிமிர்ந்து பார்த்தார்.

"மொத மொதலா இப்படிப் பேசற ஒரே ஆள் நீதாம்ப்பா!" என்றவர் குரலில் ஒரு நெகிழ்ச்சியிருந்தது.

கிருஷ்ணமூர்த்தி இரக்கத்தோடு அவரைப் பார்த்தான். அவர் விவரமாக ஏதாவது சொல்லுவார் என்று எதிர்பார்த்தான். மனிதர்

மௌனமாய்க் கண்மூடிச் சில நிமிடங்கள் உட்கார்ந்திருந்தவர், பிறகு கண் திறந்து, "பழகிப் போச்சுப்பா. எல்லாம் பழகிப் போச்சு. இனி அம்பு தைக்க இந்த உடம்புல இடம் இல்லை," என்றார்.

கிருஷ்ணமூர்த்திக்கு அவரைப் பார்த்தபோது அம்புப் படுக்கையில் விழுந்து கிடக்கும் பீஷ்மரைப் போலிருந்தது. அம்பு என்பது ஆயுதமாகத்தான் இருக்க வேண்டும் என்பதல்ல. வலிக்கச் செய்யும் எதுவும் அம்புகள்தான். வில்லிலிருந்து புறப்பட்டாலும் சரி, சொல்லிலிருந்து பாய்ந்து வந்தாலும் சரி.

ராத்திரி கேட்ட விசும்பல் ஒலியும், ஸ்டேஷன் மாஸ்டரின் குரலிலிருந்த நெகிழ்ச்சியும் விரக்தியும் எல்லாமே அவனை என்னமோ செய்தன. விஷத்தைக் கண்டத்தில் நிறுத்த ஈஸ்வரனுக்கு உமை அருகில் இருந்தாள். ஸ்டேஷன் மாஸ்டருக்கு யாரும் இல்லை. விழுங்கியிருக்கிறார். விமரிசனங்களைக் கடந்துவிட்ட நிலையில் இருக்கிறார். கீதையில்கூட இது பற்றிச் சொல்லப் பட்டிருக்கிறது.

'மானம் அவமானம் இவைகளைச் சமமாகக் கருதுபவனும், எதிரியையும் நண்பனையும் சமமாக நடத்துபவனும், எதற்கும் எத்தகைய முயற்சியையும் மேற்கொள்ளாதவனுமாக எவனொருவன் உண்டோ அவன் குணாதீதன், அதாவது குணங்களைக் கடந்தவன் என்று சொல்லப்படுகிறான்.'

ஸ்டேஷன் மாஸ்டரும் மானம் அவமானம் இரண்டையும் ஏற்றுச் சமமாக நடத்தும் நிலைக்குப் போய் விட்டார். இந்தக் குணாதீதனின் முகத்தில் சந்தோஷம் படர என்ன செய்யலாம் என்று யோசித்தான் கிருஷ்ணமூர்த்தி.

அத்தியாயம் 12

ஊரிலிருந்து வந்து விளையாட்டுப் போல் பத்து நாட்களாகி விட்டன. எத்தனை நாட்களுக்கு ஸ்டேஷன் மாஸ்டர் வீட்டில் ஸ்வாதீனமாய்ச் சாப்பிட முடியும்? பெட்டியிலிருக்கும் பணம் எதற்கும் உபயோகப்படுத்தப்படாமல் தூங்கிக் கொண்டிருக்கிறது...?

அன்றைய சந்திப்புக்குப் பிறகு பரமசிவத்தைச் சந்திக்கவேயில்லை. விறுவிறுவென்று அன்று எழுந்து வந்ததை அந்த மனிதர் எப்படி எடுத்துக் கொண்டாரோ தெரியவில்லை. ஆத்திரம் அதிகமாயிருக்குமோ, வார்த்தைகள் எடுபடவில்லை என்று? மனசுக்குள் குடைச்சல். சில கேள்விகளுக்குப் பதில் எளிதில் கிடைப்பதில்லை. பாலம்பிகா விஷயத்திலும் இன்னும் எதுவும் புரிபடவில்லை. அதற்குப் பிறகு பாலாம்பிகா விசும்பி அழுதாற்போல் தெரியவில்லை.

நினைவுகள் திடீரென்று ஊர்ப் பக்கமும் தாவின. அம்மாவுக்கு லெட்டர் போட்டு நாலைந்து நாளாகிறது. சிகாமணி வீட்டுக்குத்தான் போட்டிருக்கிறான். சிகாமணி அம்மாவிடம் கொடுத்திருப்பான். அம்மா உடனே பதில் எழுதியிருப்பாளா? ஒரு நாள் முழுக்க நேரம் எடுத்துக் கொண்டால் கூட அநேகமாய் இன்றோ நாளையோ கடிதம் வரக்கூடும்.

அன்று புறப்பட்ட பிறகு என்ன நடந்ததென்று தெரியவில்லை. அப்பா கத்தியிருப்பாரா? நிச்சயதார்த்தம் நின்று போன ஆங்காரத்தை எப்படிக் காண்பித்திருப்பார்? பாவம், அம்மா

நடுவில் இடிபட்டிருப்பாள். பிள்ளையின் சந்தோஷத்திற்காக அத்தனையும் பொறுத்திருப்பாள். அவனைப் பெற்றதால் அம்மாவுக்குக் கஷ்டம். அந்தக் கஷ்டத்தைச் சுகமாக மாற்ற வேண்டும். 'இவனைப் பெற்றவள் யானே' என்று உச்சி முகர்ந்து அவள் மகிழும்படி போய் நிற்க வேண்டும். மனது வைத்தால் யாராலும் எதுவும் செய்ய முடியும். 'where there is a will, there is a way' என்று ஆங்கிலத்தில் ஒரு பழமொழி இருக்கிறது. முயல வேண்டும். ஸ்டேஷன் மாஸ்டரிடம் நிதானமாய்க் கலந்தாலோசிக்க வேண்டும், இது பற்றி.

யோசித்துக் கொண்டே வீட்டினுள் நுழைந்தான். ஸ்டேஷன் மாஸ்டரைக் காணவில்லை. பகல் டியூட்டிக்குப் போனவர் இன்னும் வரவில்லை. வீட்டின் முன்பு பாலாவையும் காணவில்லை. கொல்லைக் கதவுக்கருகில் வந்து பார்த்தான். வாய்க்காலில் பாலாவின் உருவம் தெரிந்தது. பாத்திரங்கள் தேய்க்கிறாளா, துணி துவைக்கிறாளா தெரியவில்லை. அவன் திரும்ப எத்தனிக்கும்போது பாலாவும் திரும்பி அவனைப் பார்ப்பது தெரிந்தது. ஒரு கணம் போகலாமா நிற்கலாமா என்று அவன் யோசிப்பதற்குள் பாலா எழுந்து வருவது கண்டு அங்கேயே நின்றான்.

கையில் துலக்கிய சில பாத்திரங்களோடு பாலா நடந்து வந்தாள். சீரான நடை. தலை மட்டும் குனிந்திருந்தது.

அருகில் வந்ததும் ஒரு கணம் அவனை ஏறிட்டுப் பார்த்தாள்.

''எங்க போய்ட்டீங்க சாப்பிடக்கூட வராம?'' மெல்லிய குரலில் கேட்டாள்.

''கொஞ்சம் வேலையா போயிருந்தேன். போன எடத்துல சாப்பிட்டுட்டேன். லெட்டர் ஏதாவது...''

''ஒண்ணும் வரலையே'' என்றவள், அவனைத் தாண்டிக் கொண்டு உள்ளே செல்ல, அவனும் உள்ளே வந்தான்.

பாத்திரங்களை வைத்து விட்டுக் காப்பி டம்ளரோடு வெளியே வந்தாள்.

கூடத்துத் தூணில் லேசாய்ச் சாய்ந்து நின்று கொண்டாள். அழகிய அந்த முகம் லேசாய்ப் பக்கவாட்டில் தெரியும் போது நெற்றியில் இறங்கிய முடிக்கற்றையும் நேரான நாசியும் சின்ன அதரங்களும் பார்க்கும்போது ரவிவர்மா ஓவியம் போல் அமைப்பாய்த் தெரிய ஒரு கணம் அந்த முகத்தையே உற்றுப் பார்த்துவிட்டுக் காப்பியை ஆற்ற ஆரம்பித்தான்.

ஒரு நிமிட மௌனத்திற்குப் பிறகு, பாலாம்பிகா முகத்தை நிமிர்த்தி அவனை ஏறிட்டுப் பார்த்து விட்டு,

"பரமசிவம் வீட்டுக்குப் போய்ட்டு வந்தப்புறம் திண்ணையிலேயே படுத்துக்க ஆரம்பிச்சாச்சு!" என்றாள்.

கிருஷ்ணமூர்த்தி தர்மசங்கடமாய் ஏறிட்டுப் பார்த்தான். பதில் ஏதும் சொல்லவில்லை.

பாலாவின் கண்களில் நீர் பளபளத்தது.

"ஏழு வருஷமாயிருக்கும்..." என்று அவள் ஏதோ பேச ஆரம்பிக்க, சட்டென்று குறுக்கிட்டான்.

"வேண்டாம் பாலா...! எதுவும் சொல்ல வேண்டாம். நான் எதுவும் கேக்கலையே. பரமசிவம் சொன்னதை நான் நம்பினாதான் என்னைச் சமாதானப்படுத்தணும். நான் இங்க ஒண்ட வந்தவன். எனக்குச் சோறு போட்ட மனுஷாளைத் தெய்வமா பாக்கறவன் நான். தைரியமிருந்தா பரமசிவத்தோட வாயை அடைக்க முயற்சிக்கணும்."

கிருஷ்ணமூர்த்தி இதைச் சொல்லி முடிக்கவும், ஸ்டேஷன் மாஸ்டர் உள்ளே வரவும் சரியாயிருந்தது.

பாலா சட்டென்று உள்ளே போக, ஸ்டேஷன் மாஸ்டர் என்ன நினைத்துக் கொண்டாரோ என்ற எண்ணத்தோடு, அவர் முகத்தைப் பார்க்க, அந்த முகம் அமைதியாயிருந்தது.

"மத்தியானம் போஸ்ட்மேனைப் பார்த்தேன், மூர்த்தி. உனக்கு ரெண்டு கடுதாசி குடுத்துட்டுப் போனார். உன்னைக் காணுமேன்னு நானே எடுத்துண்டு போய்ட்டேன்," என்றபடியே கடிதத்தை நீட்ட, கிருஷ்ணமூர்த்தி குப்பென்று மலர்ந்தான்.

கடிதத்தின் முகவரியில் சிகாமணியின் கையெழுத்து தெரிந்தது. அவனையே நேரில் பார்ப்பது போலிருந்தது.

உறையைக் கிழித்தான்.

அன்புள்ள மூர்த்தி,

எப்படியிருக்கிறாய்? உன் கடிதம் கிடைத்தது. நீ போய்ச் சேர்ந்த ஊர் நிச்சயம் உனக்குப் பிடித்திருக்க வேண்டும். அங்கு என்ன செய்யப் போவதாக உத்தேசம்? உன் அம்மாவைப் பார்த்து நீ எழுதிய கடிதத்தைச் சேர்த்துட்டேன். சட்டுனு அழுதுட்டா. அவ உனக்கு எழுதின லெட்டர் தனியா அனுப்பியிருக்கேன். ஸ்டேஷன் மாஸ்டரைப் பற்றி நீ எழுதியிருந்ததைப் படிக்கும்போது அவரை மானசீகமாகக் கும்பிடத் தோன்றியது. லலிதாவும் அம்மாவும் உன்னைப் பற்றி நிரம்பவும் விசாரித்தார்கள். பணத்தைப் பத்திரமாக வைத்துக் கொள். சீக்கிரமே அதை முதலீடு செய். பெட்டியில் பணம் குட்டி போடாது என்பதை நினைத்துக் கொள். விரைவில் உன் கடிதத்தை எதிர்பார்க்கும்...

சிகாமணி

கிருஷ்ணமூர்த்தி அடுத்த உறையைப் பிரித்தான். பிரிக்கும்போதே கைகள் பரவசப்பட்டன. அம்மாவை எழுத்து வடிவில் பார்க்கப் போகும் ஆனந்தத்தில் இரத்தம் சூடாகியது.

சின்ன எழுத்துக்களில் அம்மா தெரிய ஆரம்பித்தாள். கண்கள் பளபளத்து ஒரு கணம் பார்வை மங்கியது. சட்டென்று சமாளித்துக் கொண்டு கடிதத்தைப் படிக்க ஆரம்பித்தான்.

குழந்தை மூர்த்திக்கு,

அம்மா ஆசீர்வாதம். நீ சௌக்கியமாய் ஒரு இடத்தில் இருப்பது அறிந்து சந்தோஷம். நீ போனது தெரிஞ்ச பிறகு இங்கு நடந்த அமர்க்களம் கொஞ்ச நஞ்சமல்ல. உன் பெரியக்கா மூணு நாள் சாப்பிடலை. கண்ணீரும் கம்பலையுமா இருந்தா. சிவண்ணா காச்மூச்சுனு அப்பாட்ட என்னென்னமோ இங்லீஷ்லயும் ஹிந்திலயும் மாறி மாறிக் கத்த, அவன் பெண்டாட்டியும் அதுக்கு சப்போர்ட்டா தலையைத் தலையை ஆட்டி என்னமோ சொல்ல, ரெண்டாம் நாளே ரெண்டு பேரும் குழந்தைகளையும் அழச்சுண்டு டெல்லி போய்ட்டா. மத்தவாளை மாதிரியே எனக்கும் கூடத் தெரியாம நீ போயிருந்தா நானும் இடிஞ்சு போயிருந்திருப்பேனோ, அழுதிருப்பேனோ என்னமோ? நானே வழியனுப்பி வெச்சுட்டேன் இல்லையா? எனக்குச் சரியா நடிக்கத் தெரியலை. இடிஞ்சு போய்ட்ட மாதிரி காட்டிக்கத் தெரியலை. உங்கப்பா யாரு? வக்கீலாச்சே! அந்தப் பார்வைக்குச் சந்தேகம் ஏற்படச் சொல்லியா குடுக்கணும்! சொல்லுடி, பிள்ளைய எங்க அனுப்பிச்சன்னு நேரடியாகவே கேட்டுட்டார். தெரியாதுன்னேன். பொய்யா சொல்ற? அவன் உன் செல்லம்னு எனக்குத் தெரியாதா? கல்யாணம் வேண்டாம்னு அவன் ஓடினது நிச்சயம் உனக்குத் தெரிஞ்சிருக்கும். எங்க போனான்னு சொல்லுன்னு ஆங்காரமா கத்தினார்.

"இல்லன்னா, நெஜமா தெரியாது. ஆனா பெத்த வயறு அவன் எங்கயோ சௌக்கியமார்ப்பான்னு சொல்றது.

அதான் என்னால அழ முடியலை!"ன்னு சொல்லிப் பார்த்தேன். அவர் கண்ணுல சந்தேகம் தீரலை. ஓங்கி ஒரு அறை விட்டார். "போங்கோ! நாசமாப் போங்கோ அம்மாவும் பிள்ளையும். இனிமே அவன் எனக்குப் பிளளையுமில்லை. நீ எனக்குப் பொண்டாட்டியுமில்லை. போ. பிள்ளை போன எடத்துக்கே ஒழி! எம் மூஞ்சில முழிக்காதேன்னார். புருஷன் சொல்லிட்டாலும் ஓடி வந்துட முடியுமோ? கூடியவரை அவர் முன்னாடி போறதில்லை. ஒதுங்கிடறேன். என் கையால சாப்பிடறதில்லை. எதுக்கும் என் உதவியை எதிர்பார்க்கறதில்லை."

உன் பெரியக்காவும் ஊருக்குப் போய்ட்டா, கண்ணைத் துடைச்சுண்டே. ஹால்ல மாட்டியிருந்த உன் போட்டோவைத் தூக்கிப் போட்டு உடைக்கப் பார்த்தார் உங்கப்பா. நான் அழுதுண்டே ஓடிப்போய்ப் பிடுங்கி ஒளிச்சு வெச்சுட்டேன். பிடுங்கும்போது சரமாரியா நாலஞ்சு அடி முதுகுல விழுந்தது. எனக்கு வலிக்கவேல்ல. உன் படம் நொறுங்கியிருந்தா நான் செத்திருப்பேன். அதைக் காப்பாத்தினப்பறம் வலியேது?

இருந்தாலும் உங்கப்பா பேசாம இருக்கறது கொல்ற மாதிரி இருக்கு. சரீரம் பூரா கொப்புளம் கிளம்பின மாதிரி குத்து வலி கொல்றது. அந்த வலிக்கெல்லாம் மருந்து ஒண்ணு இருக்கு. நீ திரும்பி வரணும் அவர் மெச்சற மாதிரி! அவர் உன்னை இழுத்து அணைச்சுக்கற அந்த க்ஷணத்துல என் கொப்புளங்களும் குத்து வலியும் சட்டுனு மறைஞ்சுடும். நீ வர அந்த நாளை எதிர்பார்த்துக் காத்துண்டிருப்பேன். என் ஆசீர்வாதம் எங்க இருந்தாலும் உனக்கு உண்டு.

இங்க நடந்ததெல்லாம் நான் உனக்கு எழுதணும்னு அவசியமில்ல. ஆனாலும் எழுதறேன்னா காரணம் இருக்கு. இதெல்லாம் உன்னை ஊக்கப்படுத்தும், ஒரு

சவாலா எடுத்துக்க வைக்கும்ங்கற நம்பிக்கைதான். மத்தப்படி உன்னை வேதனைப்படுத்த இல்ல. உற்சாகமா இரு. உறுதியை இழக்காதே. தண்ணில விழுந்தப்பறம் நீந்தக் கத்துக்கத்தான் வேணும். தெரியாதேன்னு மலைச்சுப் போய்ட்டா நீரைக் குடிச்சுடுவோம். தண்ணி உள்ளுக்கு இழுத்துண்டுடும். நீ நீந்திக் கரை சேர்ந்து கரைல நிக்கற என்னையும் காப்பாத்து. அதுவரை எந்த வலியையும் இந்த அம்மா பொறுத்துக்கத் தயாரார்க்கேன்.

இப்படிக்கு உன்
அம்மா.

பி.கு.

உனக்கு உணவும் உறைவிடமும் கொடுத்திருக்கும் தெய்வத்திற்கு என் மானசீக நமஸ்காரம்.

கடிதத்தைப் படித்து முடித்தபோது தொண்டை அடைத்தது. உடம்பெல்லாம் தனக்கும் கொப்புளம் புறப்பட்டாற்போல் குத்துவலி எடுத்தது. அம்மா அடி வாங்கினாளா? அவளை எப்படி அடிக்கத் தோன்றியது அவருக்கு? பெண் அழுதா கோவிலில் இருக்கற அம்பிகை அழறாப்பல என்று சொன்ன அம்மாவும் அழுதிருக்கிறாள்! ஆதிபராசக்தியே அழுதிருக்கிறாள். அந்த சக்தியில்லையேல் தானில்லை என்று அப்பாவுக்குத் தெரியுமா? சக்தியும் சிவமும் பிரிந்திருக்கிறதா? பிரியக் காரணமாய் அவன் பிரிவு அமைந்திருக்கிறதா? பிரித்தவனே சேர்க்க வேண்டும் என்று அம்மா ஆசைப்படுகிறாள். மாங்காட்டுப் பகவதி போல் ஒற்றைக் காலில் அக்னி முனையில் தவமிருக்கிறாள். கிருஷ்ணமூர்த்திக்கு உடம்பு நடுங்கியது. தாரைதாரையாய்க் கண்ணீர் வடிந்தது.

அத்தியாயம் 13

பெட்டி திறந்து பணத்தை எடுத்தபோது நெஞ்சு வலித்தது. கண்கள் பொங்கின. உள்ளங்கைகளில் நோட்டுக் கற்றைகள் இரும்பாய்க் கனத்தன. அப்பா அம்மாவை அடிப்பதுபோல் அதில் தெரிய உடம்பு பதறியது. அப்பா ரூபத்தில் எந்த அரக்கனோ அம்மாவை இம்சிக்கிறான். அப்பாவே அசுரனல்ல. குணம்தான் அசுரம். அதை அகற்றிவிட்டால் அவர் நல்லவராகவே இருக்கக் கூடும் என்று அகலுவான் அந்த அசுரன்?

இந்தப் பணத்தை வைத்துக் கொண்டு என்ன செய்யப் போகிறான்? என்ன தொழில் தெரியும் அவனுக்கு? வீம்பாய்க் கிராமத்திற்கு வர வேண்டும் என்று வந்தாயிற்று. இனி என்ன செய்யப் போகிறான்? அம்மாவின் வேதனையை எப்படித் தீர்க்கப் போகிறான்?

அன்று இரவு வெளித் திண்ணையில் உட்கார்ந்து ஸ்டேஷன் மாஸ்டரிடம் இந்த விஷயம் பற்றிப் பேசினான். என்ன தொழில் கற்றுக்கொள்ளலாம் என்று அபிப்ராயம் கேட்டான். அவர் சிரித்தார்.

“இங்கேர்ந்து பட்டணம் போறவாளைப் பத்தி கேள்விப்பட்டிருக்கேன். அங்கேர்ந்து இங்க வந்திருக்க நீ, ஏமாளியா, லட்சியவாதியான்னு தெரியலே. எதார்ந்தாலும் உன் முடிவு எனக்குப் பிடிச்சிருக்கு. உன் மேல மரியாதை உண்டாறது. படிச்சவன் நீ. உன் படிப்பும் இந்த ஊருக்கு உபயோகப்படணும். இருக்கற பணத்துல மொதல்ல கொஞ்சம்

நிலம் வாங்கிப் போடு. என்ன செய்யலாம்ங்கறதைப் பிறகு யோசிப்போம். நிலத்துல போட்ட காசு வீணாப் போகாது. நாலு தென்னை மரம் வளர்த்தாகூட கடைசிவரை அது உன்னைக் காப்பாத்தும்.''

ஸ்டேஷன் மாஸ்டர் சொன்னதை ஏற்றுக் கொண்டான் கிருஷ்ணமூர்த்தி. ஆயினும் காவேரிக் கரையில் நிலம் அவ்வளவு எளிதில் கிடைத்து விடுவேனா என்றது. நிலத்தரகர்கள் நாலைந்து பேரிடம் சொல்லி வைத்தார் ஸ்டேஷன் மாஸ்டர்.

சிகாமணியின் பெயருக்கு, அம்மாவுக்கு ஒரு கடிதம் எழுதிப் போட்டான் கிருஷ்ணமூர்த்தி.

''என்னால் உனக்கு எத்தனை கஷ்டம் அம்மா! உன்னை அடிக்க அப்பாவுக்கு எப்படி மனசு வந்தது? உன் கடிதம் படித்ததும் கோவிலில் இருக்கும் அம்பாளை யாரோ சாட்டையால் அடிப்பது போலிருந்தது எனக்கு. நீ சொல்வது போல் உன் வேதனை எனக்குப் பலமாய் மாறுகிறது. எவ்வளவு விரைவில் வர முடியுமோ அவ்வளவு விரைவில் உன் பிள்ளை உன் வேதனை தீர்க்க ஓடோடி வந்து விடுகிறேன். இப்போது என் எண்ணம் எல்லாமே உன் லட்சியப்படி உயர்ந்து உன் துயர் துடைக்கும் வழியைத் தேடுவது ஒன்றுதான். அதுவரை எனக்காக உன் துயரங்களைத் தாங்கிக் கொள்வாயா?''

கடிதத்தை முடிக்கும் போது அழுகை வந்தது. சிகாமணியின் அட்ரஸ் எழுதி போஸ்ட் பண்ணினான்.

காவேரிக் கரையோரமாக மெல்ல நடந்தவனை யாரோ அழைக்கும் குரல் கேட்டு நின்றான்.

பரமசிவத்தைப் பார்த்ததும் சட்டென்று அவன் முகம் மாறியது. கண்களில் எரிச்சல் படர்ந்தது.

"தம்பிக்கு இன்னும் கோவம் தீரலை போல," என்று சிரித்தார்.

கிருஷ்ணமூர்த்தி பதில் பேசவில்லை.

"நீ கோச்சுக்கிட்டா மட்டும் எல்லாம் சுத்தமாய்டுமா, சொல்லு?"

"நீங்க சொல்லிட்டதால் மட்டும் எல்லாம் அசுத்தமாய்டுமான்னு நான் திருப்பிக் கேட்டா?"

கிருஷ்ணமூர்த்தி இப்படிக் கேட்டதும் பரமசிவத்தின் முகம் கறுத்தது.

"அப்பொ தம்பி தீர்மானம் பண்ணிட்டீங்கன்னு சொல்லுங்க."

"என்ன தீர்மானம்?"

"பாலாவைக் கட்டிக்கறதுன்னு."

கிருஷ்ணமூர்த்தி பதில் சொல்லாமல் கையை வீசி நடந்தான். பின்னாலேயே குரைத்துக் கொண்டு வரும் வெறி நாய் மாதிரிதான் தெரிந்தது பரமசிவத்தைப் பார்த்தபோது.

"தோப்புக்குள்ளயோ தொரவுக்குள்ளயோ நடக்கலை தம்பி. தெய்வ சந்நிதானத்துல சாமியைச் சாட்சியா வெச்சு நடந்திருக்கு. யாருன்னு கேட்டா வாயத் தொறக்கலையே...? இதுவரைக்கும் தொறக்கலை. அப்பங்காரனும் சேர்ந்துல்ல ஆட்டம் போடறான்! என்னமோ சொல்றத சொல்லிப்புட்டேன். தம்பி நிம்மதியார்க்கணும்னுதான் சொல்றேன். அப்புறம் தம்பி இஷ்டம்." சொல்லிவிட்டுப் பரமசிவம் விறுவிறுவென்று நடக்க, கிருஷ்ணமூர்த்தி சிலையாய் நின்றான்.

எதிரில் காவேரி சலசலத்து ஓடிக் கொண்டிருந்தது. ஓடும் நதியை வெறித்துப் பார்த்தான். 'உனக்குத் தெரியுமா, காவேரி? என்ன நடந்தது? நீ சொல்லேன். யுகயுகமாய் ஓடிக்

கொண்டிருக்கிறாயே, உனக்குத் தெரியாத உண்மைகளா? தெய்வமல்லவா நீ? அனைத்துக்கும் மௌன சாட்சியல்லவா! நீ பெண்ணாய் மாறி நடமாடினால் பாலாம்பிகை போலத்தானே இருப்பாய். நீ சொல்லேன், பாலாம்பிகைக்கு என்ன நடந்தது? சொல்ல மாட்டாயா? சரி, வேண்டாம். எல்லாமே பொய் என்றால் பொங்கி வாயேன். புரளி பேசியவர்களைக் கொண்டு சென்று விடேன். நீ சொல்லவே வேண்டாம். எனக்கே தெரிகிறது. பாலாம்பிகை பஸ்மமாக்கும் சூரியன்! களங்கமுள்ள நிலவு அல்ல. அந்த மௌனத்தின் அடியில் ஏதேனும் அர்த்தமிருக்கும். யாரென்று சொல்லவில்லையாமே... இருந்தால் அல்லவா சொல்லுவாள்?'

கிருஷ்ணமூர்த்தியின் தோளை யாரோ தொட்டார்கள்.

நிலத்தரகர் வஜ்ரவேலு நின்றிருந்தார்.

"என்னா தம்பி, காவேரியப் பாத்து இப்படி நின்னுட்ட. பரமசிவம் என்னவோ பேசிட்டுப் போறாரு."

"ஒண்ணுல்ல... நீங்க சொல்லுங்க."

"அந்தாளுக்கு நீங்க பாலாவைக் கட்டிக்க வந்தவரோன்னு சந்தேகம். வழக்கம் போல வெடி வெச்சுட்டுப் போறான். அவன் கெடக்கான் தம்பி. பாலா மேல அவனுக்கொரு கண்ணு. வெப்பாட்டியா வெச்சுக்கிடணும்னு கனவு கண்டான். நெருப்பைச் சாப்பிட முடியுமா, சொல்லு. ஆனாலும் அந்தப் பாலா பொண்ணுதான் ஆகட்டும், எதுக்கு அப்படிப் பிடிவாதம் பிடிக்குதோ? யாரந்த ஆளுன்னு சொல்லிப்புட்டு நடந்ததையும் சொல்லிடலாமில்ல."

"பாத்ததுக்கு சாட்சி இருக்கு. இருட்டுல ஓடினது யாருன்னு தெரியல. ஓடிப்போய்ப் பிடிக்கப் பார்த்திருக்காங்க. முடியல. யாருன்னு பாலாவும் சொல்லலை. ஊரு மொத்தமும் முத்திரை குத்தியாச்சு. ஆடையில கறை பட்டா போக்கிடலாம். இதை...? ஆனா எனக்குத் தெரியும் தம்பி. என் தோள்ள

தூக்கிப் போட்டுக் கொஞ்சின கொழந்தை! அதைப் பார்க்கும் போதெல்லாம் கோயில்ல அம்பிகைக்கு முன்னால முத்து மாதிரி எரியற தீபம்தான் என் நினைவுக்கு வரும். அந்தப் பாலாம்பிகாவுக்குத் தெரியும், தீபம் சுத்தம்னு. அது ஒருநாள் ஊருக்கும் உலகத்துக்கும் தெரிய வரும். யார் வாயத் தொறக்கப் போறாங்களோ தெரியல மொதல்ல! தெய்வமா? மனுஷங்களா? காற்றா? நதியா? ஏதோ ஒண்ணு ஒரு நாள் பேசும்.''

உடம்பு சிலிர்த்தது கிருஷ்ணமூர்த்திக்கு. ஆக ஏதோ நடந்திருக்கிறது. உண்மை பாலாவின் மனசுக்குள் உறங்குகிறது. அவனிடம் அதைச் சொல்ல ஆரம்பித்தாள் அன்று. அவன் தடுத்து விட்டான். அவள் உண்மையைத்தான் சொல்ல வந்தாளோ என்னமோ தெரியவில்லை. மீண்டும் எப்படிக் கேட்க முடியும் அவளிடம்?

''வந்த காரியத்தை விட்டுட்டு ஏதேதோ பேசறேன் பாருங்க. பருத்தி புடவையா காய்ச்ச மாதிரி பத்து தென்னை மரத்தோட காவேரிய ஒட்டி ஒரு நெலம் விலைக்கு வருது. வாங்கிப் போடறீங்களா? நம்ம சுப்பையர் பொண்ணுக்கு வரன் தகைஞ்சிருக்காம். பையனுக்கும் வேலை கிடைச்சிருக்காம். செக்யூரிட்டி டெபாஸிட் கட்டணுமாம் எவ்வளவோ. 'பணமில்லை. காவேரி ஓர நிலத்தை வித்துடலாம்னு இருக்கேன்'னு நேத்து ராத்திரி சொன்னாரு. உன்னைக் கூட்டிட்டு வரேன்னு சொல்லிட்டு வந்திருக்கேன்.''

''நாளைக்குப் புதன் கெழமை, ஸ்டேஷன் மாஸ்டரையும் கூட்டிட்டு சுப்பையர் வீட்டுக்கு வாங்க. பேசி முடிச்சுடுவோம். வெலை கொஞ்சம் கூடக் குறைய இருந்தாக்கூட யோசிக்காதீங்க தம்பி. காவேரி பக்கம் இப்பல்லாம் யாரு நிலம் விக்கறா. ஏதோ இப்படி ஆத்திரம் அவசரங்கறவங்கதான் அத்தி பூத்த மாதிரி விக்கறாங்க. இது வெளிய தெரிஞ்சா போதும். பரமசிவம் மொதல்ல வளைச்சுப் போடப் பார்ப்பான். ஐயருகிட்ட வெவரமா

சொல்லிட்டு வந்துர்க்கேன். நாளைக்கு விடிகாலமே ரெண்டு பேரும் வந்துடுங்க. சரியா? நான் கொஞ்சம் வேலையா டவுன் வரைக்கும் போறேன். ராத்திரி வந்துடுவேன். வரவா?''

கிருஷ்ணமூர்த்தி சந்தோஷமாகச் சரி என்றான்.

மறுநாள் காலையிலேயே ஸ்டேஷன் மாஸ்டரும் அவனும் சுப்பையர் வீட்டுக்குப் புறப்பட்டனர். கூடத்து ஊஞ்சலில் விசிறிக் கொண்டு உட்கார்ந்திருந்தார் சுப்பையர். சுற்று ஸ்தூல சரீரம். பெரிய தொப்பைக்குக் கீழ் வேட்டி கட்டி முட்டிக்கு மேல் வழித்துக் கொண்டு உட்கார்ந்திருந்தார். மார்பு முழுக்க புஸுபுஸுவென்று கரடி மயிர். நெற்றியில் விபூதி வியர்வையில் குளித்துக் கரைந்து மறைந்து கொண்டிருந்தது.

அடுக்களையில் இட்லிக் குண்டான் திறக்கும் ஓசையும் இட்லியின் மணமும் காற்றில் மிதந்து வந்தது. பூஜை உள்ளிருந்து ஊதுபத்தியின் மணமும் ஜாதி மல்லிகையின் மணமும் கும்மென்று வீசியது.

''உக்காருங்கோ'' என்றார். கை வைத்த மர நாற்காலியில் ஸ்டேஷன் மாஸ்டரை உட்கார வைத்துவிட்டு அருகிலேயே இருந்த மர ஸ்டூலில் கிருஷ்ணமூர்த்தி உட்கார்ந்து கொண்டான்.

கிருஷ்ணமூர்த்தியைப் பற்றின விவரம் எல்லாம் கேட்டார் சுப்பையர். கிருஷ்ணமூர்த்தி பணிவாகச் சொன்னான். முழுக்கச் சொல்லவில்லை. மேலெழுந்த வாரியாகச் சொன்னான். கிருஷ்ணமூர்த்தியை அவருக்குப் பிடித்துவிட்டது போலிருந்தது, அவர் முகத்தில் நிலவிய திருப்தியும் சிரிப்பும். உள்ளே திரும்பி மனைவிக்குக் குரல் கொடுத்தார். பெரிய பெரிய டம்ளர்களில் நுரை ததும்பக் காப்பி கொண்டு வந்தாள் அவர் மனைவி. இவ்வளவு காப்பியா என்று மலைத்துப் போனான். இதைச் சாப்பிட்டால் மத்தியானம்வரை தாங்கும் என்று தோன்றியது.

காப்பி குடிக்கும்போதே வஜ்ரவேலுவும் வந்து விடவே பேச்சு நிலத்தைப் பற்றித் திரும்பியது. வஜ்ரவேலு சொன்னது

போல் விலை கொஞ்சம் அதிகம்தான் சொன்னார். மேல் கொண்டு பத்தாயிரம் தேவை எழும்போலிருந்தது. கிருஷ்ணமூர்த்திக்கு நம்பிக்கை விட்டுப் போயிற்று. ரெண்டு நாளில் தகவல் சொல்வதாகக் கூறிவிட்டு வந்தார்கள்.

"தம்பி பத்தாயிரத்துக்குப் பாக்காத. பத்தும் ஜாதித் தென்னை மரம். ஒரு மரத்துக்கு ஆயிரம்னு வெச்சுக்க. நல்லா காய்க்கற தென்னைங்க. போட்ட காசை நீ ரெண்டே வருஷத்துல எடுத்துடலாம். நல்லா யோசி. பத்தில்ல இருபது கூட அதிகம் கொடுத்துப் பரமசிவம் இப்போ வாங்கிடுவான். என்ன நான் சொல்றது, ஸ்டேஷன் மாஸ்டர் சார்?"

அவர் ஆமோதித்தார். இரவு தூக்கம் வரவில்லை அவனுக்கு. அவ்வளவு பணமில்லை அவனிடம் என்பது ஸ்டேஷன் மாஸ்டருக்கும் தெரியும்தான். ஆயினும் யோசிக்காதே என்று அவரும் சொன்னபோது வியந்தான். அப்பாவிடமோ அம்மாவிடமோ பணம் கேட்டு லெட்டர் போடுவான் என்று நினைத்து விட்டாரோ? உடம்பெல்லாம் கொப்புளமும் குத்துவலியுமாய் அம்மா நிற்பது போல் தோன்ற, சட்டென்று கண்ணை இறுக்க மூடிக் கொண்டான்.

மனசைப் போலவே வெளியிலும் புழுக்கமாய் இருந்தது. எழுந்து திண்ணைக்கு வந்து படுத்துக் கொண்டபோது சற்று இதமாய் இருந்தது. இரவுப் பெருச்சாளி சுதந்திரமாய்த் தெருவில் ஓடிக் கொண்டிருந்தது. எங்கோ ஒரு நாய் குரைக்கும் ஓசை சன்னமாய்க் கேட்டது. வானம் மேகமின்றிப் பளிச்சென்று இருந்தது.

நட்சத்திரங்கள் கூட்டம் கூட்டமாய் மின்னிக் கொண்டிருந்தன.

பிரபஞ்சத்தில் உலாவும் மனிதக் கூட்டங்கள்தான் நட்சத்திரங்கள். கூட்டம் கூட்டமாய் இருந்தாலும் ஒவ்வொன்றுக்கும் இடையிலும் கோடிக்கணக்கான மைல்கள் இடைவெளிகள் இருக்கும். மனிதர்கள் கூட அப்படித்தான்.

கூட்டமாய்த்தான் வாழ்கிறார்கள். ஆனால் ஒவ்வொரு மனசும் புதிரான கிரகம்தான். ஆழமானது. விசாலமானது. இங்கும் இடைவெளிகள் அதிகம்தான். ஆயினும் சிலநேரம் ஒன்றின் பாதையில் ஒன்று குறுக்கிட்டு மற்றதை அழிப்பதே குறிக்கோளாய்க் கொண்டிருக்கிறது, பரமசிவத்தைப் போல.

தெய்வ சந்நிதானத்தில்... யாரவன்? சொல்லேன். பாலாம்பிகா? உண்மை உன்னைக் காக்கும் என்று தெரிந்தும் ஏனிந்த மௌனம்? தன்னையறியாமல் கண்கள் கனக்க அவன் தூங்கின தூக்கம்கூடச் சரியில்லை. விசித்திரமான கனவுகள் உருவங்கள். சுழித்து ஓடும் காவேரி, பரமசிவம் கெக் கெக் என்று தொப்பை குலுங்க மார்பு குலுங்கச் சிரிக்கிறார். அம்மா உடம்பெல்லாம் குத்து வலியோடு 'எப்போ வருவாய் கிருஷ்ணமூர்த்தி' என்கிறாள். பாலாம்பிகையின் கோயிலிலிருந்து இருட்டில் யாரோ முக்காடு போட்டுக் கொண்டு ஓடினார்கள். ஓடினவனைப் பரமசிவம் துரத்துகிறார். பாலா கண்ணீர் மல்கப் புன்சிரிப்போடு அழுத்தமாய் மௌனமாய் நிற்கிறாள். வஜ்ரவேலு, "அது நெருப்புப்பா! நெருப்பைச் சாப்பிட முடியுமோ?" என்று கேட்கிறார். வந்த வேகத்திலேயே தூக்கம் சட்டென்று கலைந்து விழிப்புக் கண்டது.

எங்கிருந்தோ சுவர்க்கடிகாரம் இரண்டு முறை அடித்தது. இரண்டு மணிதானா ஆகிறது என்று மலைத்தபடி மீண்டும் தூங்கமுயன்று தோற்றுப் போனாள். தூக்கத்தில் பாலா புரண்டு படுத்திருக்க வேண்டும். சிணுங்குவது போல் அவளது கொலுசு தரையில் படும் சப்தம் கேட்டது. எப்படித் தூக்கம் வருகிறது அவளுக்கு? நிஜமாகவே தூங்குகிறாளா? அல்லது தூங்குவது போல் பாவனை செய்கிறாளா? ஊர் மொத்தமும் வேடிக்கை பார்த்த அன்று எப்படிக் கூசிப் போயிருப்பாள்! ஆயினும் எப்படி கம்பீரமாய் இவளால் நடமாட முடிகிறது? முழு விவரமும் தெரியில்லை என்றாலும் தெரிந்தவற்றை வைத்துக் கொண்டு ஒரு வடிவம் கொடுக்க அவனால் முடிந்தது. அந்த வடிவத்தை அவசரமாகக் கலைத்தான்.

மணி நாலடிப்பதற்கு முன்பே எழுந்து ஆற்றங்கரை நோக்கிச் சென்றான். வேப்பங்குச்சி ஒன்றால் பல் தேய்த்துக் கொப்புளித்து விட்டு நீரில் இறங்கினான். நீர் கதகத வென்றிருந்தது. சிகாமணியிடமிருந்து ஏனோ லெட்டரே வரவில்லை. அம்மாவின் கடிதத்தை மட்டும் விலாசம் எழுதி அனுப்புகிறான். லலிதாவுக்கு வரன் ஏதாவது குதிர்ந்ததா என்று தெரியவில்லை.

அன்று பகல் சாப்பாட்டுக்கு மேல் சிகாமணிக்குத் தானே கடிதம் எழுதினான். பாலாவைப் பற்றிக்கூடக் கடிதத்தில் எழுதினான். அவளைப் பற்றி ஊரில் பேசும் பேச்சுக்களை வருத்தத்தோடு எழுதினான். தன் கண்ணுக்குப் பாலா அம்பிகையைப் போல் தெரிவதாக எழுதினான். மனசின் துக்கங்களை யாரிடமாவது பகிர்ந்துகொள்ள வேண்டும் என்றுதான் சிகாமணிக்கு அதைப்பற்றி எழுதினான். சிகாமணியிடமிருந்து மூன்றாம் நாள் பதில் கடிதம் வந்தது.

அத்தியாயம் 14

ஸ்டேஷன் மாஸ்டர் தஞ்சாவூர் வரை ஏதோ வேலையாய்ப் போயிருந்தார். சுப்பையருக்கு இரண்டு நாளில் தகவல் சொல்கிறேன் என்று சொல்லிவிட்டு வந்து ஐந்து நாட்களுக்கு மேல் ஆகிறது. வஜ்ரவேலு நாலைந்து முறை வந்து போய்விட்டார். வேண்டாம் என்று சொல்லவும் முடியவில்லை. மேலும் பத்தாயிரம் என்று நினைத்தபோது மலைப்பாகவும் இருந்தது. யோசனையிலேயே நேரம் நகர்ந்து கொண்டிருந்தது.

எத்தனை நாள் ஸ்டேஷன் மாஸ்டர் சோறு போடுவார்? போட வேண்டும் என்று என்ன தலையெழுத்து அவருக்கு? வயசு வந்த பெண்ணை வீட்டில் வைத்துக் கொண்டு ஒரு வாலிபனுக்குத் தங்க இடம் கொடுப்பதும் உண்ண உணவு கொடுப்பதும் எத்தனை பேருக்குச் சாத்தியப்படும்? அதிலும் ஏற்கெனவே ஊர் வாயில் அரைபடும் பாலாவுக்கு இதனால் எவ்வளவு கஷ்டம்! ஆயினும் தந்தையும் மகளும் முகம் காட்டாமல் அவனைச் சகித்துக் கொண்டிருக்கிறார்கள் என்றால் என்ன காரணம்? எந்த பந்தம் இங்கு கொண்டு தள்ளியிருக்கிறது அவனை? சிகாமணியின் கடிதத்தை நினைத்துப் பார்த்தான்.

மூர்த்தி,

ஏதோ ஒரு லட்சியத்தைத் தோளில் சுமந்து கொண்டு போனவன் நீ என்பதை எந்த நிலையிலும் மறந்து

விடாதே. ஸ்டேஷன் மாஸ்டரிடம் நன்றி விசுவாசத்தோடு இரு. வேண்டாம் என்று சொல்லவில்லை. அதே நேரம் உன்னையும் நீ மறந்து விடாதே. பாலாம்பிகாவிடம் நீ காட்டுவது பரிவா, பச்சாதாபமா, அதற்குமேல் ஏதாவது ஒன்றா என்று எனக்குச் சந்தேகமாயிருக்கிறது. எதாயிருந்தாலும் இப்போது எதுவும் வேண்டாம். முதலில் நீ காலூன்றி நில். பிறகு அடுத்தவருக்குக் கை கொடு. இதற்குமேல் எனக்கு எதுவும் சொல்லத் தெரியவில்லை. லலிதாவும் அம்மாவும் உன்னை மிகவும் விசாரித்தார்கள். உன் அம்மாவைச் சென்ற வாரம் கோயிலில் பார்த்தேன். முகமும் உடம்பும் வாடியிருந்தது. நீ இல்லாத கவலையோ என்னமோ! நிலம் வாங்கப் போவதாக எழுதி இருந்தாயே, வாங்கி விட்டாயா? உடன் பதில் போடு.

சிகாமணி.

கிருஷ்ணமூர்த்திக்குச் சிரிப்புதான் வந்தது. பெண்ணிடம் பரிவு காட்டினாலே ஏன் உலகம் விசித்திரமாய்ப் பார்க்கிறது! சிகாமணி கூடவா என்று வருத்தமாய் இருந்தது. சிகாமணி உண்மையான நண்பன். அவன் வருத்தம் கவலை எல்லாம் இவனுடைய எதிர்காலத்தைப் பற்றியதாய் இருக்க வேண்டும். நம்பிக்கையில்லை என்று அதற்கு அர்த்தம் அல்ல. ஆயினும் சிகாமணி கேட்டதைக் கிருஷ்ணமூர்த்தி தன்னையே கேட்டுக் கொண்டான். பாலா மீது எனக்கென்ன பரிவா? பச்சாதாபமா? அதற்குமேல்... அதற்குமேல் என்ன? காதலா... நினைக்கும் போதே மின்சாரம் பரவினாற் போலிருந்தது.

பாலா எங்கே என்று கண்கள் தேடின. கொல்லைப்புறம் வந்தான். வாய்க்கால் கரையில் கன்னத்தில் கை ஊன்றிக் கொண்டு சிலை மாதிரி உட்கார்ந்திருந்தாள். அவள் மனசில் என்னவெல்லாம் ஓடுகிறதோ? என்னென்ன உணர்வுகளோ? இவன் பார்ப்பதை ஏதோ குறுகுறுப்பினால் உணர்ந்திருக்க

வேண்டும் அவள். சட்டென்று திரும்பிப் பார்த்தவள் எழுந்து கொண்டாள். கிருஷ்ணமூர்த்திக்குத் தவம் கலைந்து அம்பிகை நடந்து வருவது போல் தோன்றியது.

"ஏதாவது வேணுமா?" என்றாள் அருகில் வந்ததும்.

"இல்லை... காணுமேன்னு பார்த்தேன்."

"வேலை எதுவும் இல்லை... தூக்கம் வரலை. போக்கிடமும் இல்லை. இந்த வாய்க்காலைத் தவிர வேற யார்கிட்ட நான் பேசுவேன்?"

பொட்டிலறைந்தாற்போலிருந்தது. என்ன மோசமான ஊர்! எப்படி இவளை ஒதுக்க மனசு வந்தது? இந்த முகம் கண்டு முகம் சுழிக்கவும் எப்படி முடிகிறது?

"பேச ஆளில்லைன்னு ஏன் நெனைக்கணும். நான் இல்லையா? பேசினா கேக்க மாட்டேனா?"

"அப்படித் தெரியலையே! வெளித் திண்ணைல ஓடிப் போய்ப் படுக்கறவாகிட்ட என்ன பேச முடியும்?" அவனைத் தாண்டிக் கொண்டு உள்ளே சென்றபடியே அவள் பேசினபோது அயர்ந்து போய் நின்றான் கிருஷ்ணமூர்த்தி. தூணோரம் சாய்ந்து நின்று கொண்டவளை உற்றுப் பார்த்தான் ஒரு கணம். அவள் முகத்தில் லேசாய் மந்தஹாசம். யார் வேண்டுமானாலும் என்ன வேண்டுமானாலும் சொல்லிக் கொள்ளட்டுமே என்பதுபோல் ஒரு அலட்சியப் புன்னகை.

"பாலா... நான்..." என்று திணறினான் ஒரு கணம்.

"உன்னையும் உங்கப்பாவையும் என்னால புரிஞ்சுக்கவே முடியலை. எப்படி உங்களால இவ்வளவு அமைதியா இருக்க முடியறது? ஏற்கெனவே நொந்து போயிருக்கற உங்களுக்கு நான் வேற பாரமா... நான் ஏன்... எது இங்க என்னை இழுத்துண்டு வந்ததுன்னு தெரியலையே... கூடிய சீக்கிரம் நான் இங்கேர்ந்து போயிடறேன். இங்க சாப்பிடும்போது

மனசு குத்தறது பாலா. இதுக்கெல்லாம் என்ன நான் செய்யப் போறேன்னு தெரியல.''

''கைம்மாறுதானே செய்யணும்? கேப்பேன். ஒரு நாள் நானே கேப்பேன்.'' பாலா கண்ணை மூடிக் கொண்டாள். மூடின கண்ணுக்குள்ளும் மனசுக்குள்ளும் என்ன நினைத்தாளோ? எதைக் கண்டாளோ?

கிருஷ்ணமூர்த்தி அவளையே பிரமித்துப் போய்ப் பார்த்தான்.

''என்னிக்கோ என்ன? இன்னிக்கே இப்போவே கேட்டாலும் சரி,'' என்றான். அவள் மீது வைத்த விழிகளை எடுக்காமல்.

''இப்போவா... இப்போ கேட்டா என்னை ஓங்கி அறையணும்னு தோணும்.''

''அப்படி என்ன கேட்டுடப் போற?''

''நேரம் வரும், கேப்பேன்.''

''அதுக்கு முன்னால நானே குடுத்துட்டா?''

பாலா நிமிர்ந்து விழி அகட்டி அவனைப் பார்த்தாள்.

''நான் கேக்காம குடுத்துட முடியுமா? எதைக் குடுக்கப் போறேள்?''

கிருஷ்ணமூர்த்தி அவள் அருகில் வந்தான். சட்டென்று அவள் வலது கரத்தைப் பற்றி இழுத்துத் தன் நெஞ்சில் வைத்துக் கொண்டவன், ''இதைத்தான்'' என்றான்.

கடைசி பஸ்ஸில்தான் திரும்பி வந்தார் ஸ்டேஷன் மாஸ்டர்.

வெளித் திண்ணையிலேயே குறுகுறுத்த மனசோடு உட்கார்ந்திருந்தான் கிருஷ்ணமூர்த்தி.

''சாப்பிட்டியா மூர்த்தி?''

''இல்லை சார். உங்களுக்காகத்தான் காத்திருக்கேன்.''

"எதுக்கு? பசி எடுக்கும்போது சாப்பிட்டுடணும். போன எடத்துல செட்டியார் இல்ல. அவர்கிட்டதான் பணம் போட்டு வெச்சிருந்தேன். அடுத்த மாசம்தான் முடியணும். வட்டி தள்ளி ஒரு மாசம் முன்னாடியே கேட்டேன். குடுத்துட்டார். சுப்பையரை நாளைக்கே போய்ப் பார்த்துச் சொல்லிட்டு வந்துடுவோம். புதன்கிழமை பத்திரம் பதிவு பண்ணிடலாம்னு நெனக்கறேன். நீ என்ன சொல்ற?"

கிருஷ்ணமூர்த்தி செயலிழந்து போனவனாய் அவரையே பார்த்தான். எதிரில் நிற்பது மனிதன்தானா என்ற சந்தேகம் வந்தது. உள்ளே பாலா, இலை போட்டு, நீர் வைக்கும் ஓசை கேட்டது.

"சரி, வா, சாப்பிடுவோம். காலையில இங்க சாப்பிட்டதுதான். வீட்டைத் தவிர வெளியே சாப்பிடப் பழக்கப்படுத்திக்கலன்னா ரொம்பக் கஷ்டம்."

இயந்திரமாய் அவர் பின்னே நடந்தான். குனிந்த தலை நிமிராமல் சாப்பிட்டான். பாலாவின் இரத்தம் பாய்ந்து சிவந்த வெண் பாதங்களும் மல்லிகைப் பூக்கரங்களும் அவள் பரிமாறியபோது அவன் கண்களில் பட்டுச் சித்ரவதை செய்தன. என்ன நினைத்துக் கொண்டிருப்பாள் அவள்! ஒண்ட வந்தவனுக்கு இவ்வளவு கொழுப்பா என்றா? அல்லது ஏற்கெனவே ஊர் தூற்றும் பெண்ணை நீயும் கொஞ்சம் தொட்டுப் பார்க்க நினைத்தாயா என்றா? நெஞ்சு வலித்தது அவனுக்கு. சாதம் லேசில் இறங்கவில்லை. கைகள் இலையில் அன்னத்தை அளைந்தன.

"என்னப்பா, உடம்பு சரியில்லையா என்ன?"

"ம்..." என்றவன் கண்கள் தன்னையும் மீறிப் பாலாவைப் பார்க்க, அவள் கண்கள் சட்டென்று நகைத்தன. எல்லாம் எனக்குத் தெரியுமே என்று சொல்லாமல் சொல்லிச் சிரித்தன.

***

நிலத்துக்கு வரப்பு கட்டினாற்போல், பத்துத் தென்னை மரமும் நிலத்தைச் சுற்றி வரிசையாய் வளர்ந்திருந்தன. நெட்டைத் தென்னைகள் ஒவ்வொன்றிலும் கொத்துக் கொத்தாய்க் காய்கள். காற்று சிலுசிலுவென்று வீசியது.

நிலத்தில் கால் வைக்கும்போது உடம்பு சிலிர்த்தது. இது அவன் நிலம். இனி அவன் சொத்து. கூடவே ஒரு உள்ளம் சிரித்தது. உன்னுடையதா? மனதைத் தொட்டுச் சொல். உன்னுடையதா? இல்லையில்லை. அம்மாவுடையது. அவள் கொடுத்த மூலதனத்தில் வாங்கியது. என்னுடையது என்று எதுவுமில்லை. உண்மையில் யாருடையதும் எதுவுமில்லை. எல்லாமே வாடகை இடம்தான். எடுத்துச் செல்லப் போவது எதுவுமில்லை. இதில் பீற்றல் என்ன வேண்டிக் கிடக்கிறது!

ஏ பூமியே! நீ நித்யமானவள். உனக்கு அழிவில்லை. கோடி கோடி யுகங்களாய் வாழ்பவள் நீ. உன்னில் களித்தவர் எத்தனை கோடி சொல்! உன்னில் மரித்தவர் எத்தனை கோடி? உன்னைச் சொந்தம் கொண்டிடாடியவர் எத்தனை கோடிப் பேர்? எத்தனை கோடி மனிதர்களை நீ பார்த்திருப்பாய்! எத்தனை விஷயங்களுக்கு மௌனச் சாட்சி நீ! வாயிருந்தால் எத்தனை யுகத்துக் கதைகள் சொல்வாய்! என்னை அற்ப மானிடனே என்பாயோ?

யாரை யார் சொந்தம் கொள்வது? எத்தனை அறியாமை! உன்னைக் கொஞ்ச நாள் அனுபவிக்க நான் கொடுத்தது வாடகைதான். யாருக்கும் யாரும் சொந்தமல்ல! நான் அநித்யம். நீ நித்யம்! உன்னை விட்டு ஒரு நாள் பிரிவேன். உன்னில் வாழ்ந்த எத்தனையோ கோடியில் நானும் ஒருவனாவேன். ஆயினும் என் உடம்பு இப்போது சிலிர்ப்பது நிஜம். இரத்த நாளம் முழுவதும் ஏதோ பரவசம் பரவுவது நிஜம். காரணம் உண்டு. நான் நிற்கும் இந்த இடத்தில் எத்தனை மகான்களின் பாதம் பட்டனவோ? நானறியேன். ஆனால் நீ அறிவாய்!

சொல்லேன். ஆதிசங்கரர் இந்த வழியே போனாரா? தியாகராஜர் இங்கே ஏதும் கீர்த்தனம் பாடியதுண்டா?

திரேதா யுகத்தில் இராமன் பாதம் இங்கே உன் மேல் பட்டதுண்டா? துவாபர யுகத்தில் ஸ்ரீ கிருஷ்ணன் இங்கே உன் மேலிருந்து மண் அள்ளித் தின்றதுண்டா?

ராஜ ராஜ சோழனும், வந்தியத் தேவனும் இங்கே களைப்பாறினார்களா? குந்தவையும் வானதியும் இந்த வழியே காவேரியில் நீராடச் சென்றதுண்டா? சொல்லேன், உன் சரித்திரம். தெரிந்துகொள்ளத் துடிக்கிறேன் நான்.

"மூர்த்தி..." என்றழைத்தபடி ஸ்டேஷன் மாஸ்டர் அவன் தோள்மீது கைவைக்க சட்டென்று சுய உணர்வுக்கு மீண்டவன் கண்கள் பனித்திருப்பதைக் கண்டு லேசாய்ப் புன்னகைத்தார்.

"சந்தோஷமாயிருக்கு இல்ல? அப்படித்தான் இருக்கும். கொஞ்ச நாழி இங்கயே தனிமையில உட்கார்ந்து இந்த ஆனந்தத்தை அனுபவிச்சுட்டு மெதுவா வா, போறும். நான் புறப்படட்டுமா?"

அதுவும் சரிதான் என்று தோன்ற, சரி என்றான். அவர் புறப்பட்டார். கண்ணுக்கு அவர் உருவம் மறையும்வரை அவரையே பார்த்தான். யாருக்கு யார் சொந்தம் என்று கேட்டோமே? இது என்ன சொந்தம் என்று சோறு போடுகிறது? நிலம் வாங்கப் பணம் கொடுக்கிறது? பூர்வ ஜென்ம சொந்தத்தின் மிச்சம் மீதியா? அல்லது புதிதாய் ஏற்படப் போகும் சொந்தத்திற்கு அச்சாரமா?

ஒரு தென்னை மரத்தில் சாய்ந்து கொண்டு உட்கார்ந்தான். மண்ணை ஆனந்தமாய்த் தடவிக் கொடுத்தான். முகர்ந்து பார்த்தான். எத்தனை சுகம்! எத்தனை சுகம்! எத்தனை பரவசம்! தாயின் மடி தரும் சுகமல்லவா இது! இதனால்தான் அன்னை பூமி என்கிறார்களோ? அம்மாவை இங்கே அழைத்து வந்து உட்கார வைத்து அவள் மடியில் படுத்துக் கொண்டால் இன்னும் இதமாக இருக்கும் என்று தோன்றியது.

எத்தனை நேரம் தன்னை மறந்து உட்கார்ந்திருந்தானோ, சுற்றிலும் அமைதியாயிருந்தது. சற்று தூரத்தில் காவேரியின் சலசலப்பும் காற்றுக்குத் தென்னை ஓலைகள் அசையும் ஒலியும் ஏதோ ஒரு மரத்திலிருந்து குயில் ஒன்று கூவும் ஓசையும் தாலாட்டுப் பாடுவது போலிருந்தது. உறக்கம் கண்ணை அழுத்தியது.

அவன் கண் விழித்தபோது சூரியன் மேல் திசையில் சென்று விட்டான். மணி மூன்றிருக்கும் என்று தோன்றியது. பசி, தாகம் எதுவுமே இல்லாதது போல் ஒரு பிரமை. மனசு முழுக்கத் திருப்தியும் சந்தோஷமும் நிறைந்திருந்தாலும் பசிக்காதோ? இருந்தாலும் பாலா கவலையோடு காத்திருப்பாள் என்று தோன்றியதால் எழுந்து கொண்டான். வீட்டை நோக்கி நடக்கத் தொடங்கினான்.

நினைத்தது போலவே பாலாவின் முகம் அவனைக் கண்டதும் பளிச்சிட்டது. "என்னாச்சு, நிலம் வாங்கின உடனேயே எல்லாத்தையும் மறந்தாச்சா?" என்றாள்.

அதற்குப் பதில் சொல்லாமல் சிரித்தான். பாலா உள்ளே போய் இலை எடுத்து வந்து போட்டு நீர் வைத்தாள்.

"நீங்க நிலம் வாங்கின சந்தோஷத்துக்காகப் பாயசம் வெச்சேன்" என்றாள் பால் பாயசத்தை ஒரு கரண்டி இலையில் விட்டபடி.

"அந்த ஒரு சந்தோஷம் மட்டும்தானா?" என்று கேட்டுக் கொண்டே அவளை உற்றுப் பார்த்தான். குப்பென்று அவள் முகம் சிவந்ததை ரசித்தான்.

பாயசத்தை ஒரு வாய் எடுத்து வாயருகில் கொண்டு போனபோது தடதடவென்று வாசற்கதவை யாரோ இடித்தார்கள். பாலாவைப் பார்த்தான்.

"நான் போய்ப் பாக்கறேன்" என்றபடி போய்க் கதவு திறந்தாள். பொறுமையின்றிக் கிருஷ்ணமூர்த்தியும் பின்னாலேயே வந்தான.

''ஸ்டேஷன் மாஸ்டர்க்கு நெஞ்சுவலி. துடிச்சுட்டாரு. டவுன் ஆஸ்பத்திரிக்குக் கூட்டிட்டுப் போயிருக்காங்க. தகவல் சொல்ல வந்தேன்'' என்றான் வந்தவன்.

அத்தியாயம் 15

'மைல்டு அட்டாக்தான்' என்றார் டாக்டர். கண்மூடிப் படுத்திருந்தார் ஸ்டேஷன் மாஸ்டர். மூக்கில் மெல்லிய குழாய்கள் செருகியிருந்தன.

"இதுக்கு முன்னாடி இதுமாதிரி நெஞ்சு வலி வந்திருக்காம்மா?" என்று பாலாவிடம் கேட்டார் டாக்டர். இல்லை என்று தலையாட்டினாள். அவள் முகம் குழம்பிக் கிடந்தது. கண்கள் கலங்கிச் சிவந்து கிடந்தன. ஆதரவு என்று இருக்கும் அப்பாவையும் இழந்து அனாதையாகி விடுவோமோ என்ற பயம் தெரிந்தது கண்ணில்.

எந்த உயிரும் இணைவதில்லை. தனித்தனியாய் இருக்கும்வரை அத்தனையும் அனாதைதான் என்று தெரியுமோ இவளுக்கு? காற்றடிக்கக் காற்றடிக்க இலைகள் உதிரத்தான் செய்யும். இது மரணக் காற்று. என்றேனும் ஒருநாள் இந்தக் காற்றில் எல்லாரும் அடித்துச் செல்லப்படத்தான் போகிறோம். எந்த வரிசையில் யாருக்குப் பிறகு யார் என்பதுதான் பிரும்ம ரகசியம். எல்லா ரயிலுக்கும் பச்சைக் கொடி காட்டி அனுப்பிய ஸ்டேஷன் மாஸ்டரின் உயிருக்கு எமன் இன்று எந்தக் கொடி காட்டப் போகிறான் என்று நெஞ்சு பதைத்தது.

"உயிருக்கு அபாயமில்லை. இருந்தாலும் இனி ஒவ்வொரு நிமிடமுமே ஜாக்கிரதையாயிருக்க வேண்டியது அவசியம்" என்று கூறினார் டாக்டர். மூன்று நாள் வைத்திருந்தார்கள். ஆஸ்பத்திரியில். பாலாவை வீட்டுக்கு அனுப்பிவிட்டுத் தான்

மட்டும் அவர் அருகில் இருந்தான். நான்காம் நாள் டிஸ்சார்ஜ் செய்தார்கள். நிறைய மாத்திரைகள் எழுதிக் கொடுத்தார்கள்.

"பாலா ரொம்ப பயந்துட்டாளா, மூர்த்தி?" என்று வரும் வழியில் கேட்டார் அவனிடம்.

"பயம், பாசம், பதட்டம் எல்லாம்தான்" என்றான்.

"இது முதல் முறையான்னு டாக்டர் கேட்டாரா?"

"ஆமா... மொதல் தடவைதான்னு பாலாவும் சொன்னா."

"இல்ல... இது ரெண்டாந்தரம்."

சட்டென்று நிமிர்ந்து அவரைப் பார்த்தான்.

"என்ன சொல்றேள்... பின்ன ஏன் டாக்டர்கிட்ட சொல்லலை?"

அவர் சிரித்தார். மேலே கையை உயர்த்தினார்.

"அவன் தீர்மானம் பண்ணிட்டா யாரால என்ன செஞ்சு அதை மாத்திட முடியும், சொல்லு? நான் மரணத்துக்குப் பயப்படறவன் இல்லை. ஆத்மாவுக்கு அழிவில்லைன்னு அறிந்தவன். ஆனா எனக்கும் கவலையிருக்கு. பாலாவை ஒரு நல்ல எடத்துல கல்யாணம் பண்ணிக் குடுத்துட்டா கடமை தீர்ந்திடும். கவலையும் தீர்ந்துடும்."

"இந்த ஊர் வாய் அவளை வாழ விடலை. ஓடினவனைக் கண்ணால பார்த்துடுத்து. கண்ணால நீங்க பாத்தது பொய்யின்னு உண்மைய வாய் திறந்து சொல்லமாட்டேங்கறா பாலா. நானும் அவளை வற்புறுத்தலை. அவளை நான் நம்பறேன். எம் பொண்ணு தப்பு பண்றவ இல்லைன்னு எனக்குத் தெரியும். யாரு என்னங்கறதை அவளா வாயைத் திறந்து சொல்றபோது கேட்டுப்போம்னு விட்டுட்டேன். இதுவரைக்கும் அவ சொல்லலை. இந்த ஊரை விட்டுப் போய்டலாம்னு நான் கேட்டதுக்கும் மறுத்துட்டா."

"நான் சுத்தமானவ..ன்னு கோவில்ல இருக்கற அம்பிகைக்குத் தெரியும்ப்பா. அதுபோதும் எனக்கு. எதுக்காக இந்த அற்ப மனுஷாளுக்குப் பயந்துண்டு ஊரை விட்டுப் போகணும்? அப்படிப் போனா எல்லாமே உண்மைன்னு ஆய்டாதான்னு கேட்டா. அப்பொகூட நடந்த உண்மைய என்கிட்ட சொல்லலை. நானும் கேக்கலை. ஆனா இன்னும் எத்தனை நாள்? அதான் என் கவலை. பாலாவை என்னிக்குக் கல்யாணக் கோலத்துல பார்க்கப் போறேன்?"

கிருஷ்ணமூர்த்திக்கு மனசு துடித்தது. அடுத்த முகூர்த்தத்திலேயே கூடப் பார்த்து விடலாம் என்று சொல்லத் துடித்த மனசைக் கட்டுப்படுத்திக் கொண்டான். கல்யாணம் பண்ணிக் கொள்வதற்காகவா அவன் ஊரை விட்டு வந்தான்? குடும்பத்தைப் பிரிந்து வந்தான்? குத்து வலியும் வேதனையுமாய் அம்மா அவனுக்காகக் காத்திருக்கிறாள். சிவனோடு சேரத்தவமிருக்கும் சக்தி அவள். சக்தியும் சிவமும் முதலில் இணைய வேண்டும். அதன் பிறகுதான் எல்லாம். அதுவரை பாலா அவனுக்காகக் காத்திருப்பாள்.

அதன் பிறகு வீடு வந்து சேரும்வரை ஒன்றும் பேசவில்லை இருவரும்.

பாலா வாசலிலேயே காத்திருந்தாள். அப்பாவை நல்லபடியாய்ப் பார்க்கும் சந்தோஷம் தெரிந்தது கண்களில்.

மேலும் ஒரு வாரத்திற்கு விடுப்பு எழுதிக் கொடுத்தார். 'முடியறப்போ எல்லாம் வாக் பண்ணுங்க' என்று டாக்டர் சொன்னாலும் சொன்னார், விடியற்காலமே எழுந்து ஊரை வலம் வர ஆரம்பித்துவிட்டார்.

முதல் நாள் அவர் போனதே தெரியாது மூர்த்திக்கு. தெரிந்த பிறகு மறுநாள் முதல் அவரோடு அவனும் சேர்ந்து கொண்டான். வீட்டிலிருந்து தொடங்கி மெல்ல நடந்து காவேரிக்கரைக்குச் சென்று கரையோரமாகவே நடந்துவிட்டு வந்தார்கள்.

அன்று திரும்பி வரும்போது மூர்த்தியின் நிலத்தை நோக்கிச் சென்றார் ஸ்டேஷன் மாஸ்டர். கொஞ்ச நாழி உள்ள உக்காந்துட்டுப் போவோம் என்றார்.

உள்ளே வந்து உட்கார்ந்தார்கள். லேசான வெளிச்சம் படர ஆரம்பித்திருந்தது. பட்சிகளின் ஓசை மிக இனிமையாய்க் கேட்டது. விடியற்காலம் எத்தனை அழகானது என்று வியந்தான். காகம் ஒன்று சற்று தொலைவில் அமர்ந்து தலைசாய்த்து அவர்களைப் பார்த்துக் கரைந்தது.

"இது எனக்கு ரெண்டாவது அட்டாக்னு சொன்னேன், இல்லையா?" என்று ஆரம்பித்தார் ஸ்டேஷன் மாஸ்டர். மூர்த்தி 'ஆமாம்' என்று அவரையே பார்த்தான்.

"மொதல்ல அட்டாக் எப்பொ வந்தது தெரியுமோ?" என்றவர் கண்கள் சற்று நேரம் எங்கோ தொலை தூரத்தை வெறித்தன.

"பாலாவுக்கு அப்பொ ரெண்டு வயசிருக்கும். வாழ்க்கையில எந்த மனுஷனுக்குமே ஏற்படக்கூடாத சம்பவம் என் வாழ்க்கையில நடந்தது மூர்த்தி. உண்மையில பாலாவோட அம்மா சாகலை. உயிரோட தான் இருக்கா."

மூர்த்தி திடுக்கிட்டவனாய் அவரைப் பார்த்தான்... "இது பாலாவுக்கு...?"

"தெரியாது."

மேற்கொண்டு என்ன கேட்பது என்று புரியாமல் அவரே சொல்லட்டும் என்று மௌனமாயிருந்தான்.

"என்னமோ தெரியல மூர்த்தி. உங்கிட்ட எல்லாமே சொல்லணும்னு தோன்றது. என் மனசு உன்கிட்ட நெருங்கினதுக்கு அடையாளம்தான் அப்படி ஒரு உணர்வோ என்னமோ."

"அந்தக் காலத்துல எல்லாரையும் மாதிரிதான் என் கல்யாணமும் ஜாம் ஜாம்னு நாலு நாள் நடந்தது. சாரட் வண்டில

ஜானவாசமும் வாணவேடிக்கையுமா ஜோராதான் நடந்தது. எனக்குப் பதினெட்டு வயசு. பாலாவோட அம்மாவுக்குப் பத்து வயசு. பெரியமனுஷியாகற வரை அம்மா வீட்டுலயே இருந்தா. அதுக்கப்புறம் ஒரு நல்ல நாள் பார்த்துக் கொண்டு விட்டா எங்க வீட்டுல. கொண்டு விட்ட ஒரு வருஷத்துக்கெல்லாம் பாவம், பதினஞ்சு வயசுகூட இருக்காது, தாய்மையடைஞ்சுட்டா. தங்க விக்ரகம் மாதிரி ஒரு புள்ளை பொறந்தது. அடுத்த ஒரு வருஷம் கழிஞ்சுது. உடனே ரெண்டாவது கொழந்தையைக் கர்ப்பமானா. அந்த நேரம் பார்த்து எனக்கு வடக்குப் பக்கம் வேலை மாத்திட்டா. ஏதோ ஒரு கிராமம். நான் மட்டும் போனேன்.''

''எனக்குச் சமைச்சுப் போட எங்கம்மா வந்துட்டா. பொண்டாட்டிய அவம்மா வீட்லயே விட்டுட்டுப் போனேன். சரியா மூணு வருஷமாச்சு நான் திரும்பியும் சொந்த ஊர் வரதுக்கு. எப்பவாவது லீவு எடுத்துண்டு வந்தாகூட ஒரு நாளோ ரெண்டு நாளோ இருந்துட்டு போய்டுவேன். ஊர் பேர் தெரியாத எடத்துல சின்னப் பொண்ணைக் கஷ்டப்படுத்தக் கூடாதேன்னு நான் யோசிச்சேன். ஆனா அது என்னையே கொல்ற விஷமாய்டுத்து.''

''பாலாவை விட அழகார்ப்பா அவம்மா ருக்மிணி. வாழ்க்கைன்னா என்ன, புருஷன்னா யாருன்னு தெரியறதுக்கு முந்தி, ரெண்டு குழந்தைகளுக்குத் தாயாய்ட்டா. நானும் பிரிஞ்சு போய்ட்டேன். அந்த நேரத்துல அவ வீட்டுல குடித்தனம் வந்த பையனோட அவளுக்குப் பழக்கம் ஏற்பட்டிருக்கு. கல்யாணத்துக்கப்புறம் காதல் தடம் மாறி அவமனசுல ஏற்பட்டிருக்கு. தான் செய்யறது தப்பா ரைட்டான்னு யோசிக்கற வயதுகூட அப்போ அவளுக்கு இருந்திருக்குமான்னு சந்தேகம்தான். டீன் ஏஜ்னு இப்போ சொல்றோமே இந்த வயசுதான் அப்போ அவளுக்கு. பதினேழு பதினெட்டு வயசிருக்கும். காமத்துக்கு அடிமையாகற வயசு.''

"யாருக்குமே தெரியாம ரெண்டு பேருக்கும் இடையில ஒரு அந்நியோன்யம் ஆழமா வேர் விட்டிருக்கு. நான் திரும்பி ஊருக்குப் போய் அவளை அழச்சுண்டு வண்டியேறினேன். வண்டில ஏறி உக்காந்த உடனே சொல்றா நான் உங்களோட வர மாட்டேன்னு. ஏன்னு கேட்டுப் பதறினேன். அம்மாவைப் பிரியக் கஷ்டப்படறான்னு நெனச்சேன். எனக்கு உங்களைப் பிடிக்கலைன்னு அழறா. வண்டியை விட்டுக் கீழ இறங்கிட்டா."

"ரெண்டு மூணு வருஷம் உன்னைப் பிரிஞ்சு இருந்துட்டேன்னு கோவமா, ருக்மிணி? இனிமே பிரிய மாட்டேன்னு அவளைச் சமாதானப்படுத்தப் பார்த்தேன். இல்ல... அதில்ல காரணம், எனக்கு வேற ஒருத்தரைப் பிடிச்சுப் போச்சு. அவரில்லாம என்னால வாழ முடியாது. அவரை விட்டுட்டு உங்ககூட நான் வரமாட்டேன்னு அவ சொன்னப்போ, என் தலையில யாரோ தீயைக் கொட்டின மாதிரி துடிச்சுட்டேன். இது தப்பு ருக்மிணி. நான் உன் புருஷன். யாராவது இதைக் கேட்டா சிரிப்பான்னு கெஞ்சினேன்."

"பத்து வயசுல என்னை உங்களுக்குக் கட்டிக் கொடுத்தா. அப்போ எனக்கென்ன தெரியும்? ஆசைங்கறது தானா வரணும். எனக்கு உங்க பேர்ல வரலை. அவர் பேர்ல தானா வந்துடுத்து. நான் அதை மதிக்கறேன். தாலி கட்டிட்டதால மட்டுமோ அல்லது குழந்தை பொறந்துட்டதால மட்டுமோ எந்த உரிமையும் நீங்க எங்கிட்ட எதிர்பார்த்தா நான் ஆத்துலயோ கொளத்துலயோ விழுந்து செத்துடுவேன், அப்படின்னா. நான் துடிதுடிச்சுப் போயிட்டேன். என்ன செய்யலாம்னு யோசிச்சேன்."

"வண்டிலேர்ந்து சாமானை எல்லாம் இறக்கி வெச்சேன். வண்டி போய்டுத்து. நிதானமா யோசிச்சேன். பால்ய விவாகம் எவ்வளவு தப்பான விஷயம்னு அப்பொதான் புரிஞ்சுது. ருக்மிணியப் பார்த்தப்பொ பரிதாபமா இருந்தது. அவ பேர்ல துளிக்கூட வெறுப்போ ஆத்திரமோ வரலை. அவ சொன்ன

அந்தப் பையனும் அவளைப் பார்க்க ஸ்டேஷனுக்கு வந்திருக்கான்னு அவ சொல்லித் தெரிஞ்சுண்டேன். உடனே அவனைக் கூப்பிட்டேன். மனசு விட்டுப் பேசினேன். கடைசில எல்லார்கிட்டயும் குடும்பத்தோட காசிக்குப் போறதா சொல்லிட்டு ரெண்டு பேரையும் குழந்தைகளையும் அழச்சுண்டு புறப்பட்டேன்.''

''நேரா ஆந்திரா பக்கம் ஒரு ஊருக்குக் கூட்டிண்டு போய் நானே அவாளுக்குக் கல்யாணம் பண்ணி வெச்சேன். நான் கட்டின தாலியைக் கழட்டிக் குடுத்துட்டா ருக்மிணி. புதுசா வாழப்போற உனக்கு ரெண்டு குழந்தையும் ரொம்ப சுமையாய்டும். பாலாவை மட்டும் நான் எடுத்துண்டு போறேன்னு சொல்லி வாங்கிண்டேன். எந்தக் காரணத்தைக் கொண்டும் தமிழ்நாட்டுப் பக்கம் வந்துட வேண்டாம்னு சொல்லிட்டுத் திரும்பிட்டேன்.''

''ரெண்டு வயசு பாலாவோட ஊருக்கு வந்து கங்கை வெள்ளத்துல ருக்மிணியும் மூத்த பையனும் அடிச்சுண்டு போய்ட்டதா பொய் சொல்லிட்டேன். அதான் இப்பொ எல்லாருக்கும் தெரிஞ்ச உண்மை.''

பிரமிப்பாயிருந்தது கிருஷ்ணமூர்த்திக்கு. இதெல்லாம் நிஜம்தானா அல்லது ஏதாவது கதை கேட்கிறோமோ என்று சந்தேகமேற்பட்டது. இத்தனை உயர்ந்த ஆத்மாவா இந்த மனிதருக்குள் இருக்கிறது என்று அவர் மீது பக்தியும் மரியாதையும் உயர்ந்தது. எப்படிப்பட்டவரிடம் தான் கரை சேர்ந்திருக்கிறோம் என்று பெருமையாயிருந்தது. பிள்ளை காணாமல் போன ஆத்திரத்தில் மனைவியைக் கைநீட்டி அடிக்கும் அப்பா எங்கே! மனைவியை மாற்றானுக்குத் தாரை வார்த்துக் கொடுத்திருக்கும் இவர் எங்கே! ஊருக்கும் உலகத்துக்கும் இவர் செய்த காரியத்தின் ஆழ்ந்த அர்த்தம் தெரியுமா? தெரிந்து கொள்ளத்தான் முயலுமா? கண்ணால் பார்த்ததை மெய்யென்றது பாலா விஷயத்தில்! காதால்

கேட்டதை மெய் என்றிருக்கிறது ருக்மிணி விஷயத்தில். இப்படிப்பட்ட ஊரில் எதற்கு இன்னும் வாழ்கிறார்கள் இவர்கள் என்று தோன்றியது.

வெய்யில் நன்கு மேலேறியிருந்தது. ஸ்டேஷன் மாஸ்டர் எழுந்து கொண்டார். பின் வேஷ்டியில் ஒட்டிக் கொண்டிருந்த மண்ணைத் தட்டி விட்டுக் கொண்டார். போகலாமா என்று அவர் கேட்டதும் அவனும் எழுந்தான்.

"இதெல்லாம் எதுக்குச் சொல்ல வரேன்னா, அன்னிக்கு ருக்மிணியை விட்டுட்டு வந்தப்பொ எனக்கு முதல் முறையா அட்டாக் வந்தது. அடுத்த அட்டாக் வர இத்தனை வருஷம் பிடிச்சுது. மூணாவது உடனேயும் வரலாம். இன்னும் எத்தனை வருஷம் வேணும்னாலும் ஆகலாம். எந்த நேரமும் மரணம்ங்கற கத்தியை எதிர்பார்க்கறேன்."

"என் பாலா அனாதையாய்டக் கூடாது, மூர்த்தி. அப்படி நான் போய்ட்டா அவளை அவம்மாகிட்ட சேர்த்துடு. அவன் வேலை செய்யற எடம் தெரியும். இன்னும் அங்கேயேதான் இருக்காளான்னு தெரியாது. இத்தனை நாள் அம்மாவையும் பெண்ணையும் பிரிச்சுட்டேன். அம்மா செத்துப் போகலை, உசிரோடதான் இருக்கான்னு தெரிஞ்சா எந்தக் கொழந்தையும் சந்தோஷந்தான் படும். பாலாவும் சந்தோஷப்படுவா. சம்பத்தும் நல்லவன்தான். பாலாவையும் பொண்ணா ஏத்துப்பான். ருக்மிணி ரெட்டிப்பு சந்தோஷப்படுவா. எப்படியாவது தேடிக் கண்டுபிடிச்சு சேர்த்துடுவாயா, மூர்த்தி?"

கிருஷ்ணமூர்த்திக்குத் தொண்டை அடைத்தது. "அதுக்கெல்லாம் அவசியமே வராது சார். நீங்க தைரியமாயிருங்க!" என்றான்.

அத்தியாயம் 16

பரமசிவத்தின் துவேஷம் அதிகரித்துக் கொண்டே வந்தது. அதுவும் சுப்பையரிடம் நேருக்கு நேர் நின்று கத்தத் தொடங்கினான். உள்ளூர்க்காரனை விட்டுவிட்டு எப்படி வெளியூர்ப் பையனுக்கு நிலத்தை விற்கலாம் என்று சத்தம் போட்டான். சுப்பையர் அஞ்சவில்லை. 'அடப்போடா துரும்பே, உனக்கென்ன நான் பதில் சொல்வது' என்பதுபோல வாசற்கதவை அறைந்து சாத்திவிட்டு உள்ளே போனார். முகத்துக்கு நேராய்க் கதவு சாத்தப்பட்டதும் ஆத்திரம் அக்கம் பக்கம் பாய ஆரம்பித்தது.

அன்றிரவு நன்றாகக் குடித்துவிட்டு வந்து ஸ்டேஷன் மாஸ்டரின் வீட்டுக்கு முன் வந்து கத்தத் தொடங்கினான். பாலாவை 'வேசி மகளே' என்றான். 'கோயிலில் யாரோட ஆட்டம் போட்டாய்? ஓய் ஸ்டேஷன் மாஸ்டர், உம் பொண்ணுக்கு ஆள் கூட்டி விடற உத்யோகம் எத்தனை நாளா செய்யறீர்? ஒருநாள் என்னையும் கூட்டி விடேன். எவ்வளவு பணம் வேணும்னாலும் தரேன்' என்றான். தெரு முழுக்க வேடிக்கை பார்த்தது.

ஸ்டேஷன் மாஸ்டர் காது பொத்தி கண்மூடிக் கூனிக் குறுகிப் போய் உட்கார்ந்திருந்தார். பாலாவின் முகத்தில் சலனமேயில்லை. எங்கோ உத்திரத்தை வெறித்துப் பார்த்துக் கொண்டு தூணில் முழங்கால் கட்டிச் சாய்ந்து உட்கார்ந்திருந்தாள். அவள் மனசில் என்ன ஓடுகிறது என்று புரியவில்லை.

கிருஷ்ணமூர்த்தியின் ரத்தம் கொதித்தது. ஓடிப்போய்ப் பரமசிவத்தின் கழுத்தை நெரித்து விடலாம் போல் கைகள் பரபரத்தன. வேகமாய் எழுந்து வாசற்கதவைத் திறக்கப் போனவனைத் தடுத்தார் ஸ்டேஷன் மாஸ்டர்.

"வேண்டாம், மூர்த்தி. அவனைத் தொட்டு உன்னை அசுத்தப்படுத்திக்காத! குடிச்சிருக்கான். கத்திட்டுப் போகட்டும்! இவன் கத்தறதால எதுவும் உண்மையாய்டப் போறதில்லை. என் பாலா ஒரு நாள் அக்னிப் பிரவேசம் பண்ணி, தான் யார்னு நிரூபிப்பா. விட்ரு! தெய்வம் அவனுக்குள்ளயும் இருக்கு. ஒரு நாள் அது அவனுடைய குணமா வெளிப்படும். அப்படி வெளிப்பட முடியலைன்னா அது அவனை அழிச்சுடும். நாம் நம்ம கர்மாவை மட்டும் செய்வோம்."

அப்பா அப்படிப் பேசியதும் பாலாவின் முகம் வேதனையில் சுருங்கிக் கண்கள் பளபளத்து முத்துக்கள் உருண்டன. பரமசிவத்தின் வார்த்தைகளுக்குக்கூட வராத கண்ணீர் அப்பாவின் விஷ்வரூபம் கண்டு வடியத் தொடங்கியது.

சிறிது நாழிகை கத்திவிட்டு அங்கேயே மயங்கி விழுந்த பரமசிவத்தை வேலையாட்கள் தூக்கிச் சென்றதும் கிருஷ்ணமூர்த்தி வெளித் திண்ணைக்கு வந்து படுத்தான். யாருக்கும் சாப்பிடக்கூடத் தோன்றவில்லை. வேடிக்கை பார்த்த மனிதர்கள் அவன் வெளியே வந்ததும் கதவு சாத்திக் கொண்டு உள்ளே சென்றனர். அவர்களை வேடிக்கை பார்த்தான் கிருஷ்ணமூர்த்தி.

பரமசிவம் குரைக்கும் நாய். திருப்பிக் குரைத்தால் ஓடி விடுவான் என்று தோன்றியது. அப்படித் திருப்பிக் குரைத்தால் அவனுக்கும் நமக்கும் என்ன வித்யாசம் என்று கேட்கிறார் ஸ்டேஷன் மாஸ்டர். அவர் சொல்வதும் நியாயம்தான். அந்த அளவுக்கு இறங்கிப் போய் இழிவுபடுத்திக் கொள்ளத்தான் வேண்டுமா?

இத்தனை நடந்தும்கூட பாலாவுக்கு ஏன் அத்தனை அழுத்தம்? தன் மேல் தவறில்லை என்று நிரூபித்துவிட வேண்டியதுதானே! எதற்குப் பொறுத்துப் போகிறாள்? அதனால் யாருக்குப் பயன்? ஒரு கட்டத்தில் சீதைகூடப் பொறுமையிழந்து பூமிக்குள் போய்விடவில்லையா? பாலா மட்டும் ஏன்? வியப்பாயிருந்தது கிருஷ்ணமூர்த்திக்கு.

யாரோ அவனருகில் வந்து நிற்பது போலிருந்தது. உற்றுப் பார்த்தான்.

சுப்பையர்தான். சட்டென்று எழுந்து உட்கார்ந்தான்.

"வாங்க சார்..."

"கேள்விப்பட்டேன். அதைப்பத்தி பேசத்தான் வந்தேன். ஸ்டேஷன் மாஸ்டரை எனக்கு முப்பது வருஷமா தெரியும். அவர் கல்யாணத்தை முடிச்சு வெச்சதே எங்கப்பாதான். ரெண்டு வயசுக் கொழந்தை பாலாவைக் கூட்டிண்டு நெஞ்சு நிறைய சோகத்தோட வந்தார். அன்னிலேர்ந்து பாலாம்பிகாவையும் தெரியும். எந்த சத்தியத்துக்குக் கட்டுப்பட்டு அந்தக் கொழந்தை வாயைத் தொறக்க மாட்டேங்கறான்னு புரியலை. இன்னும் எத்தனை நாள் மௌனம் காக்கப் போறான்னு கேட்டுட்டுப் போகத்தான் வந்தேன். ஏற்கெனவே இருக்கற பழி போறாதுன்னு இப்பொ புதுசா ஒரு பேச்சும் கிளம்பியிருக்கு."

கிருஷ்ணமூர்த்தி அது என்ன என்பதுபோல் அவரைப் பார்த்தான்.

"ஊர் முழுக்க வதந்தி. அந்த ஆள்தான் நீயோன்னு பேசிக்கறது. அதனாலதான் உனக்கு இந்த வீட்ல இவ்வளவு சுவாதீனமான்னு பேசிக்கறது."

கிருஷ்ணமூர்த்தி திடுக்கிட்டான். "நீங்க இதை நம்பறேளா?"

"நான் நம்பறதும் நம்பாததும் இருக்கட்டும். இதுக்கு நீ என்ன பதில் சொல்லப் போற? இதை உண்மைன்னு ஒத்துண்டா கோவில்ல தப்பு பண்ணினதுக்காகப் பஞ்சாயத்துக்

கூட்டி உங்களைத் தண்டிக்கணும்னு பேச்சு எழும்பியிருக்கு. இல்லைன்னு அடிச்சுப் பேசினா வேசின்னு பரமசிவம் சொன்ன வார்த்தையை உண்மையாக்கி பாலாவை இந்த ஊரை விட்டே துரத்தணும்னு கங்கணம் கட்டிண்டிருக்கு இந்த ஊர்!''

''என்ன செய்யப் போறேள்? ஒரு பக்கம் நெருப்பு. இன்னொரு பக்கம் நீர். எது தேவலை? ஒரு விதத்துல எனக்கும் சந்தோஷம்தான். பாலா வாயைத் திறக்க வேண்டிய நேரம் வந்தாச்சுன்னு நினைக்கறேன். என்ன செய்யப் போறா அவ? கேட்டுக்கோ. நீ எதுக்கு ஊரை விட்டு வந்தாயோ, எனக்குத் தெரியலை. ஆனால் பழி பாவத்தைக் கட்டிண்டு இங்கேயிருந்து போயிடாதே.''

சுப்பையர் எழுந்து கொண்டார். கிருஷ்ணமூர்த்தி கற்சிலை மாதிரி உட்கார்ந்திருந்தான்.

கதவுப் பக்கம் நிழலாடியது. காலடி ஓசை லேசாய்க் கேட்டது.

திரும்பினான். ஸ்டேஷன் மாஸ்டரும் அவருக்குப் பின்னால் பாலாவும்.

ஸ்டேஷன் மாஸ்டர் அவனருகில் உட்கார்ந்து, அவன் கையைப் பிடித்து அழுத்தினார். ''எங்களால உனக்கு எவ்வளவு கஷ்டம் மூர்த்தி. எதுக்கு வீண் அபவாதம். நீ இந்த ஊரை விட்டுப் போய்டேன். என்னெல்லாம் லட்சியத்தோட வந்த நீ! இந்தச் சின்ன வீட்டுல சிறைபடப் போறயா?''

''போய்ட்டா இன்னும் தீர்மானமாய்டுமே சார்!''

''யாருக்கு? பாலாவுக்குத்தானே பழி சேரும்? பரவால்ல. ஏற்கெனவே உள்ள சேறோட கூடக் கொஞ்சம் சேரும். நாத்தம் பழகிப் போச்சுப்பா. மொத்தமா குளிச்சுடுவா ஒரு நாள். நீ எதுக்கு...?''

''எம் மேல தெளிச்ச சேறை நானும் சுத்தப்படுத்திக்க வேண்டாமா, அதுக்குதான்.''

ஸ்டேஷன் மாஸ்டர் பாலாவைத் திரும்பிப் பார்த்தார். 'உன்னால எத்தனை பேருக்குக் கஷ்டம் பார்த்தாயா' என்று அவர் பார்வை கேட்க, பாலா தலை குனிந்தாள்.

"அப்படிப் பஞ்சாயத்து கூட்டினா நீ என்ன செய்யப் போற, பாலா?" என்று கேட்டான் கிருஷ்ணமூர்த்தி.

"அந்த ஆள் நீங்க இல்லைன்னு சொல்லி உங்க பழியைத் துடைச்சுடுவேன். அதுக்கப்புறம் பஞ்சாயத்து தரப்போற தண்டனையை ஏத்துக்கவும் தயாரார்க்கேன்."

"அப்பொகூட நடந்தது என்னன்னு சொல்ல மாட்டாயா?"

பாலா மெல்லத் தலையசைத்தாள். "என்னால சொல்ல முடியாது."

"அப்படி என்ன ரகசியம் அதுல? பழியும் பாவமும் ஏத்துண்டாவது அதைக் கட்டிக்காத்துதான் ஆகணுமா?"

பாலா பதில் சொல்லாமல் திரும்பி நடந்தாள். அவள் கொலுசுச் சப்தம் மட்டும் கேட்டது.

பெருமூச்சு விட்டபடி ஸ்டேஷன் மாஸ்டரும் எழுந்து கொண்டார்.

மல்லாந்து படுத்துக் கொண்டான் கிருஷ்ணமூர்த்தி. அவனுக்கு எல்லாமே வியப்பாயிருந்தது. பெரியக்கா கல்யாண விஷயமாய் வந்தது முதல் அவன் ஊரை விட்டுப் புறப்பட்டது வரை ஒவ்வொன்றாய் நினைத்துப் பார்த்தான். எல்லாரும் ஒதுக்கும் கிராமத்துக்குச் சென்று உயர வேண்டும். வாழ்ந்து காண்பிக்க வேண்டும் என்ற லட்சியத்தோடு வந்த இடத்தில் ஏதேதோ நடக்கிறது. பின்னல்களாய் மாற்றி மாற்றி ஏதோ பிரச்னைகள் அவனைச் சுற்றி இறுக்குகின்றன. அதிலிருந்து விடுபட்டு முழு மனிதனாய், அப்பா மதிக்கும் உயர்ந்த மனிதனாய்ப் போய் நிற்க வேண்டும். அப்பாவுக்கும் அம்மாவுக்கும் இடையில் உள்ள விரிசலைச் சரி செய்து இணைக்க வேண்டும். எப்போது இதெல்லாம் நடக்கும்?

இதுவரை பாதையை வகுத்துக் கொள்ளாமலே இருந்தாயிற்று. என்ன செய்வதென்று தீர்மானிப்பதற்குள் எத்தனை பிரச்னைகள்! புரண்டு புரண்டு படுத்தான்.

சுவர்க் கோழியும் தவளைகளும் மாற்றி மாற்றிச் சப்தமிட, வானத்தில் நட்சத்திரங்கள் கண் சிமிட்டிச் சிமிட்டி வேடிக்கை பார்த்தன. உறங்கிக் கொண்டிருந்த தெரு நாய் எழுந்து சோம்பல் முறித்துப் படபடவென்று உடம்பை உதறி விட்டு எங்கோ ஓடியது. ஓடின சிறிது நேரத்தில் தூரத்தில் மாற்றி மாற்றிக் குரைப்புச் சப்தம் கேட்டது. தூக்கத்தில் எழுந்து அடுத்த தெரு நாயோடு வம்புக்குப் போயிருக்கிறது, பரமசிவத்தைப் போல.

ஊரை விட்டுத் துரத்த வேண்டுமென்று தீர்ப்புச் சொல்லி யாரை யார் அனுப்புவது? எதற்குப் பஞ்சாயத்து? எல்லாரும் தெய்வங்களா தீர்ப்புச் சொல்ல? கிருஷ்ணமூர்த்திக்கு வேறொரு எண்ணம் தோன்றியது. காலையில் முதல் காரியமாய் அதுபற்றி ஸ்டேஷன் மாஸ்டரிடம் பேசினான்.

அதைக் கேட்டு ஸ்டேஷன் மாஸ்டர் சிரித்தார். "எல்லாம் ஒண்ணுதான் மூர்த்தி. அவாளா அனுப்பறதும் சரி, நாமளா போறதும் சரி. என்ன பெரிய வித்தியாசம் இருந்துடப் போறது?"

"வித்தியாசம் இருக்கு சார். பஞ்சாயத்துங்கற பேர்ல பத்துப் பேருக்கு நடுவிலே பாலா நிக்கணுமா? ஊரைவிட்டுப் போய்த்தான் தீரணும்னா எதுக்கு ஒரு பஞ்சாயத்து? நாமளா போய்டலாமே. நீ என்ன சொல்ற பாலா? நாந்தான் அந்த ஆளுன்னு நீ சொல்றதுல எனக்கு ஆட்சேபணையே இல்ல. அப்படித் தாராளமா சொல்லிக்கலாம். வர தண்டனையை ரெண்டு பேரும் ஏத்துப்போம். அப்படி இல்லையா, உனக்கு அதுல இஷ்டம் இல்லன்னா பஞ்சாயத்துல நிக்காமயே நீங்க ஊரை விட்டுப் போய்டுங்க. தஞ்சாவூர்க்குப் போய் நிம்மதியா இருக்கலாம், இல்லையா? உலகத்துல இருக்க இடமா இல்லை?"

பாலா மௌனமாகத் தூணைப் பிடித்துக் கொண்டு நின்றாள். கருநாகம் போன்ற அவள் பின்னல் முன் பக்கம் வந்து விழுந்திருக்க, யோசனையோடு அவள் நின்ற கோலம் மூர்த்தியின் மனசைக் கலங்கடித்தது. தஞ்சாவூருக்கு இவள் போய்விட்டால் இந்த ஊரே வெறிச்சிட்டு விடும் என்று தோன்றியது. மூலவர் இல்லாத கோயிலில் என்ன தெய்வீகம் இருக்கும்?

"மூர்த்தி சொல்றது சரிதான்னு எனக்குத் தோன்றது, பாலா" என்றபடி அவளைப் பார்த்தார் ஸ்டேஷன் மாஸ்டர்.

சற்று நேரம் தரையைப் பார்த்தபடி இருந்தவள், பிறகு, "உங்க இஷ்டம்பா. போகலாம்னு நீங்க சொல்லிட்டா புறப்பட நான் தயார்" என்றாள்.

ஸ்டேஷன் மாஸ்டரின் முகத்தில் சட்டென்று ஒரு மலர்ச்சி பரவியது.

"தஞ்சாவூர்க்கே டிரான்ஸ்ஃபர் கேட்டுடறேன். அதுவரைக்கும் லீவு போட்டுடறேன். ஹார்ட் அட்டாக் வந்ததும்கூட நல்லதுக்குத்தான். லீவு கிடைச்சுடும். நான் போய் மொதல்ல செட்டியார்கிட்ட சொல்லி நல்ல ஜாகைக்கு ஏற்பாடு பண்ணிட்டு வரேன். டிபனா சாப்பாடா பாலா? சாப்பிட்டுட்டு கிளம்பறேன் நான்" என்று கூறியபடி எழுந்து குளிக்கப் புறப்பட்டார்.

பிரமை பிடித்ததுபோல் நின்று கொண்டிருந்தான் கிருஷ்ணமூர்த்தி. எத்தனை நேரம் நின்றானோ, பாலா மெல்ல வந்து அவனைத் தொட்டு உலுக்கினாள்.

'ஆங்...' என்று சுய உணர்வு பெற்றவன், அவளைப் பார்த்துச் சிரிக்க முயன்றான்.

"என்னாச்சு? அப்படியே பிரமிச்சுப் போய் நின்னாறது..."

"கர்ப்பக் கிரகத்துல அம்மன் இல்லாட்டா எப்படியிருக்கும்னு யோசிச்சுப் பாக்கறேன்."

பாலா சட்டென்று சிரித்தாள். "ஸ்வாமியும் கூடவே வந்துட வேண்டியதுதானே."

"ஸ்வாமிக்கு வேற ஒரு லட்சியமும் இருக்கே! இப்ப புறப்பாடு இல்ல."

"அப்பொ வந்து சேரும்வரை அம்பாள் தவமிருப்பா."

கிருஷ்ணமூர்த்தி விழுங்கி விடுவது போல் அவளையே பார்த்தான்.

"கூடவே வர வேண்டாம். முடிஞ்சப்போ வந்து பார்க்கட்டும்."

"இதைச் சொல்லணுமா?"

பாலாவின் கண்கள் கலங்கின. சட்டென்று அவன் கரத்தை இழுத்துத் தன் இதழ்களைப் பதித்து நெஞ்சில் வைத்துக் கொண்டாள். "எத்தனை பெரிய மனசு! அப்பா இருக்கட்டும். நீங்ககூட இன்னிவரை கேக்கலையே, அது யாருன்னு? அதான் என்னைக் கொல்றது. அப்பாட்டதான் சொல்ல முடியாது. உங்ககிட்ட சொல்லலாம். சொல்லிடட்டுமா?"

"ஏன் அப்பாட்ட..."

"அப்பாட்ட சொல்லத்தான் முடியாது. ஊருக்கும் சொல்ற விஷயமில்லை. உங்ககிட்ட சொல்லித்தான் தீரணும். நமக்குள்ள எந்த ரகசியமும் எதுக்கு?"

பாத்ரூம் கதவு திறக்கப்படும் ஓசை கேட்க, பாலா சட்டென்று அவனிடமிருந்து அகன்று அடுக்களைப் பக்கம் செல்ல, கிருஷ்ணமூர்த்தி வாசல்புறம் சென்றான்.

❋❋❋

அத்தியாயம் 17

சுப்பையரிடமும் வஜ்ரவேலுவிடமும் மட்டும் விஷயம் தெரிவிக்கப்பட்டது. "இத்தினி நாள் நாங்களும் இதைத்தான் சொன்னோம். இப்பதான் அவங்களுக்குச் சரின்னு பட்டிருக்கு" என்றார் வஜ்ரவேலு.

செட்டியார் உடனடியாக ஜாகைக்கு ஏற்பாடு செய்ததோடல்லாமல் தன்னுடைய காரையே அனுப்பி அதிலேயே வந்து விடுமாறு கூறியனுப்பினார்.

ஊரடங்கிய நேரத்திற்கு கார் ஸ்டேஷனில் வந்து காத்திருந்தது. வஜ்ரவேலு குதிரை வண்டி ஒன்று கொண்டு வர, அதில் தேவையான சாமான்களை ஏற்றி அனுப்பி விட்டு, வாய்க்கால் கரையோரமாகவே அவர்களை அழைத்துக் கொண்டு புறப்பட்டான் கிருஷ்ணமூர்த்தி.

ஊர் பேர் தெரியாமல் வந்து நின்ற அவனை முதன் முதலாக ஸ்டேஷன் மாஸ்டர் அழைத்து வந்த பாதை. அவன் வந்த வேளையோ என்னமோ, விதி அடைக்கலம் கொடுத்தவரையே ஊரை விட்டு விரட்டுகிறது. காரின் மேற்கூரையிலும் டிக்கியிலும் சாமான்களை ஏற்றிவிட்டு இருவரும் ஏறி உட்கார்ந்ததும் மூர்த்தி டிரைவருக்கருகில் அமர்ந்து கொண்டான்.

'அப்போ புறப்படுங்க, சாமி' என்ற வஜ்ரவேலுவின் குரல் தழுதழுத்தது. கண்கள் கலங்கின. "இனிமேயாச்சும் சந்தோஷமா சிரிச்சுக்கிட்டிரும்மா பாலா! சாமி, புது ஊர். புது

இடம். இனிமேலும் நாள் கடத்தாம, சுருக்க ஒரு பையனைப் பார்த்துட்டு, கண்ணால நோட்டீஸ் அனுப்புங்க.''

ஆகட்டும் என்று தலையாட்டினார் ஸ்டேஷன் மாஸ்டர். கார் புறப்பட்டது.

பாலூர் வீட்டைப்போல் கொல்லையும் வாசலுமாய் நீண்டு விசாலமாய் இல்லாவிட்டாலும் வீடு சௌகரியமாய் இருந்தது. தளம் போட்ட வீடு. சின்னதாய்ச் சமையல் அறை. அதை ஒட்டி ஒரு கூடம். முன்புறம் படுக்கும் அறை. பக்கவாட்டில் பாத்ரூமும் கழிப்பறையும். முற்றத்தில் அடிக்கும் கைப்பம்பும் கார்ப்பரேஷன் குழாயும் இருந்தது. தண்ணீருக்குக் கஷ்டமில்லை. வாடகை சற்று அதிகம்தான். இருந்தாலும் தனி வீடு, பிக்கல் பிடுங்கல் இல்லை என்பதால் கொடுக்கலாம். 'ஊஞ்சல் மாட்டக் கொக்கிகூட இருக்கு' என்றாள் பாலா.

''ஆனா ஊஞ்சப் பலகையை எடுத்துக்கலையே'' என்றார் ஸ்டேஷன் மாஸ்டர்.

''பார்ப்போம். இந்தப் பக்கம் ஏதாவது வண்டி வந்தா போட்டு அனுப்பிட்டாப் போச்சு'' என்றான் கிருஷ்ணமூர்த்தி தொடர்ந்து,

''பாவம் பாலா. வாசலுக்கும் கொல்லை வாய்க்காலுக்குமா நடந்து பழகிட்டு இங்க முடங்கிக் கிடக்கறது உனக்குத் தான் கொஞ்சம் கஷ்டம்'' என்றான். பாலா பதில் சொல்லவில்லை.

''பாலைக் காய்ச்சி எதையாவது பண்ணு, பாலா'' என்ற ஸ்டேஷன் மாஸ்டர், ''நான் செட்டியாரைப் போய்ப் பார்த்து நன்றி சொல்லிட்டு வந்துடறேன்!'' என்று புறப்பட்டார்.

''எங்க இருக்கு அவர் வீடு? ரொம்ப தூரமா, நானும் கூட வரட்டுமா?''

''எதுக்குப்பா. நீ கொஞ்சம் ரெஸ்ட் எடுத்துக்கோ. வண்டில கொஞ்சம் கூடத் தூங்கலையே, நான் போய்ட்டு வரேன். முடிஞ்சா அவரையும் சாப்பிட அழைச்சுண்டு வரேன்.''

அவர் போனதும் வாசற்கதவைத் தாழிட்டு விட்டு வந்தான். முற்றத்துக் கைப்பம்பில் நீர் விட்டு அடித்தான். தண்ணீர் வரத் தொடங்கியதும் ஒரு கை குடித்துப் பார்த்தான். பரவாயில்லை. அவ்வளவு கடுப்பில்லை. பம்ப் அடிக்கும் ஓசை கேட்டுப் பாலா வெளியே வந்தாள்.

''தண்ணி பரவால்ல, அவ்வளவு கடுப்பில்லை'' என்றான்.

''காப்பி தரட்டுமா? இல்ல, பால் தரவா?''

''காப்பி...! குளிக்க உனக்குத் தண்ணி அடிச்சு வெக்கட்டுமா?''

''எதுக்கு? நானே அடிச்சுப்பேனே. வந்து மொதல்ல காப்பி சாப்பிடட்டும்.'' காஸ் அடுப்பை மட்டும் எடுத்து வைத்துப் பால் காய்ச்சி டிகாக்ஷன் போட்டிருந்தாள். அவள் பின்னாலேயே சமையலறைக்கு வந்து அதன் அமைப்பைப் பார்த்தான். மேடை, மேடையை ஒட்டி கான்கிரீட் ஸ்லாப் போட்ட அலமாரி, மேலே பரண், மேடையிலேயே சின்னச் சின்னக் குழாய் போட்டிருந்தது. தண்ணி வருமா என்று திருகிப் பார்த்தான். வரவில்லை. டாங்க்கில் தண்ணீர் இல்லையோ என்னமோ? அல்லது மோட்டார் வேலை செய்யவில்லையோ?

காப்பியை நீட்டினாள் பாலா. வாங்கி ஒரு வாய் குடித்து விட்டு அவளைப் பார்த்தான். வண்டியில் அவளும் தூங்கவில்லை. கண்கள் சிவந்திருந்தன. நெற்றிக் குங்குமம் லேசாய்க் கரைந்திருந்தது. தலைமயிர் எண்ணெய் வறண்டு பறந்தது. அப்படியும் எத்தனை அழகு அந்த முகத்தில்தான்.!

''நான் போய்க் குளிச்சுட்டு வரட்டுமா?''

'ம்' என்றவன் காப்பியை ஆற்றியபடி கூடத்திற்கு வந்து சுவரில் சாய்ந்து உட்கார்ந்து கொண்டான்.

பத்தே நிமிடத்தில் குளித்து வேறு புடவை அணிந்து பளிச்சென்று வந்தாள் பாலா. லேசாய் மஞ்சளோடிய முகத்தில் பளீரென்று சின்னதாய்ச் சிகப்புச் சாந்துப் பொட்டு மட்டும்

இட்டிருந்தாள். ஈரக் கூந்தலில் நுனி முடிச்சிட்டுத் தளர விட்டிருக்க, சுருண்ட சில கற்றைகள் நெற்றியில் புரண்டு காற்றில் ஆடின. அரக்கு நிறத்தில் ஏதோ ஒரு சிந்தடிக் புடவையும் அதே நிறத்தில் சட்டையும் அணிந்தவளை வைத்த கண் எடுக்காமல் சில நிமிடம் பார்த்தான்.

'இதென்ன பார்வை' என்று லேசாய்ச் சிணுங்கியபடி மீண்டும் அடுக்களைக்குச் சென்றாள். ஜாதிக்காய்ப் பெட்டியில் கொண்டு வந்திருந்த சமையல் சாமான்களை ஒவ்வொன்றாய் எடுத்து அலமாரியில் வைத்தாள்.

அடுக்களை வாசற்படியில் வந்து நின்று கொண்டான் மூர்த்தி.

"நீ என்னமோ சொல்றேன்னயே... சமையல் பண்ணிண்டே சொல்லலாமே."

"சொல்லிட்டாப் போச்சு" என்றபடி அரிசியைக் களைந்தாள். பருப்பைக் களைந்தாள். குக்கரில் இரண்டையும் வைத்து மூடி அடுப்பில் ஏற்றினாள். பிறகு காய்கறி நறுக்க அவள் உட்கார்ந்தாள். மூர்த்தி வாசற்படியிலேயே உட்கார்ந்து கொண்டான்.

"நான் சொல்லப் போறதெல்லாம் நம்பறதும் நம்பாம இருக்கறதும் உங்க இஷ்டம். ஆனா இதுதான் உண்மை..." என்று அவள் ஆரம்பித்தபோது வாசற்கதவு தட்டப்பட்டது.

"அப்பா வந்துட்டார்னு நெனக்கறேன். அப்புறமாகச் சொல்றேன்" என்று நிறுத்திவிட்டாள். மூர்த்தி எழுந்து போய்க் கதவு திறந்தான். ஸ்டேஷன் மாஸ்டரோடு வந்தவர்தான் செட்டியாராக இருக்க வேண்டும் என்று ஊகித்தான். சிரித்தபடி வரவேற்றான்.

"நான் சொல்லல. அந்தப் பிள்ளையாண்டான் மூர்த்தி" என்றார் ஸ்டேஷன் மாஸ்டர் அவரிடம்.

"ஓஹோ! வணக்கம் தம்பி" என்று கை கூப்பினார்.

அவர் உட்காரப் பாய் விரித்தான் கிருஷ்ணமூர்த்தி.

'பாலா' என்று அழைத்தார் ஸ்டேஷன் மாஸ்டர். பாலா வந்ததும், "செட்டியா வந்திருக்கார். நமஸ்காரம் பண்ணும்மா" என்றார்.

ஈரக் கூந்தல் தரையில் புரள விழுந்து நமஸ்கரித்தாள்.

"நல்லாரும்மா. சீக்கிரமே புருஷனோட சேர்ந்து நமஸ்காரம் பண்ணணும்!" என்று வாழ்த்தினார் செட்டியார்.

பாலா எழுந்து சென்றதும், அவள் பின்னாலேயே வந்தார் ஸ்டேஷன் மாஸ்டர். "அவருக்குக் காப்பி குடு பாலா. அவர் அவசரமா மன்னார்குடி போறாராம். சாப்பிட முடியாதுன்னு சொல்லிட்டார். இன்னொரு நாள் வந்து நிதானமா சாப்பிடறாராம்."

வீட்டைச் சுற்றிப் பார்த்தார் செட்டியார். "ஏற்கெனவே இருந்த மோட்டார் ரிப்பேராம். வேணும்னா புதுசா நீங்க போட்டுக்கங்கன்னு சொல்றார் வீட்டுக்காரர். அப்படி எதுக்கு? கைப்பம்புல எப்பவும் தண்ணி வரும். அடிச்சு வெச்சுக்கலாம். என்னம்மா பாலா, முடியாது உன்னால?"

"முடியுமே..." என்று சிரித்தாள் பாலா.

"ஊஞ்சப் பலகையைக் கொண்டாரலையா? மேல கொக்கி இருக்கு. கொண்டாந்திருந்தா மாட்டிர்க்கலாமே."

"இன்னொரு தரம் போனா கொண்டு வந்துட்டாப் போச்சு."

"அட நீங்க ஒண்ணு. இதுக்குன்னு போகணுமா, சுமந்துக்கிட்டுதான் வரணுமா? நம்ம வீட்டுல நாலஞ்சு கெடக்கு. உபயோகமில்லாமலேயே ரெண்டு பலகை கெடக்கு. ஒண்ணை எடுத்தாந்து மாட்டிட்டாப் போச்சு."

"எதுக்கு செட்டியார் உங்களுக்குச் சிரமம்..."

"இதுல என்ன சிரமம் சாமி! சும்மா கெடக்கு, இங்க மாட்டறேன். வேணுங்கறபோது கேட்டு வாங்கிக்கறேன். சரி.

நாழியாவது. நான் வரட்டுமா! வரேம்மா பாலா. வரேன் தம்பி. பேரென்ன மூர்த்தியா? ஒரு தரம் வா நம்ம வீட்டுக்கு" என்றபடி கிளம்பிச் சென்றார்.

"நல்ல மனுஷன். காரைக்குடியிலேயே இவங்க வீடுதான் பெரிசு. அரண்மனை மாதிரி இருக்கும். இவங்கப்பா வந்தார்னா ஊரே துண்டை இடுப்புல கட்டிக்கிட்டு நிக்கும். சின்ன வயசுல எங்க மாமாதான் என்னைப் படிக்க வெச்சார். காரைக்குடில இவங்கப்பா கட்டின ஸ்கூல்லதான் படிச்சோம். ஒரே வகுப்புதான் ரெண்டு பேரும். என் கல்யாணத்துக்கப்புறம் நான் வேற ஊருக்குப் போய்ட்டேன். அடிக்கடி லெட்டர் எழுதுவான்."

"தஞ்சாவூர்ப் பொண்ணைக் காதலிச்சு அப்பாவைப் பகைச்சுண்டு கல்யாணம் பண்ணிண்டு வந்தவன், இந்த ஊரோட ஐக்கியமாய்ட்டான். சாகற நேரத்துல அப்பா மனசு மாறிப் புள்ளைக்குச் சொத்தை எல்லாம் எழுதி வெச்சுட்டுப் போய்ச் சேர்ந்தார். வீட்டை மட்டும் விக்காம மத்ததையெல்லாம் வித்து வியாபாரத்துல முடக்கி ஒண்ணைப் பத்தாகி பத்தை இருபதாக்கி இன்னிக்கு அப்பாவைவிடப் பெரிய பணக்காரனாய்ட்டான். நீ வா போன்னு நான் கூப்பிட்ட காலமும் உண்டு. இப்பொ அந்தஸ்தும் தேஜசும் கூடினப்பறம் அப்படிக் கூப்பிட முடியல. ரெண்டு பேருமே ஒருத்தரை ஒருத்தர் நீங்கன்னு கூப்பிட்டுக்கறோம்" என்று சிரித்தார் ஸ்டேஷன் மாஸ்டர்.

சாப்பிட்டு, அன்று மாலையே புறப்பட்டுப் பாலூருக்கு வந்து விட்டான் மூர்த்தி.

பாலா இல்லாத வீடு வெறிச்சென்றிருந்தது. ஏதோ வெற்றிடம் ஏற்பட்டாற் போலிருந்தது. ஊஞ்சலில் உட்கார்ந்து சிறிது நேரம் ஆடினான். சுவர்க் கோழியின் பாட்டையும் மீறிக் கிறீச் கிறீச்சென்று சத்தம் கேட்க, அப்படியே படுத்துக் கொண்டான். உறங்கிப் போனான்.

தூக்கத்தில் பாலா பல கோணங்களில் சிரித்தாள். பாதம் சிவக்க நடந்தாள். நடு நடுவே அம்மாவின் முகம் அவனை வேதனையோடு பார்த்தது. சிகாமணி 'இது சரியா மூர்த்தி? பெண்ணாசை உன்னையும் விடவில்லையா' என்றான். லலிதா வழக்கம் போல் சிரித்தாள். அப்பா... அப்பாவின் முகம் மட்டும் நரசிம்ம முகமாய் கூர் நகங்களோடு அவனைக் கிழிக்க வந்தார். 'எம்பொண்ணுக்கு என்னாடாம்பி குறைச்சல்' என்று கேவிக் கேவி அழுதாள் பெரியக்கா. லிப்ஸ்டிக் உதட்டைச் சுழித்து ப்பூ என்று கேலியாய்ச் சிரிக்கிறாள் மன்னி. 'என்னைப்பாரு... எப்படியிருக்கேன். போயும் போயும் ஒரு பட்டிக்காட்டுப் பொண்ணுதானா உனக்குக் கிடைச்சா, ஏபிஸிடி தெரியுமா அவளுக்கு?' என்றாள்.

'ஏபிஸிடி எதுக்குடா அம்பி? அடுப்புல ஏத்தி எறக்கத் தெரிஞ்சிருக்கு. அம்பாளாட்டம் புன்சிரிப்போட வளைய வரத் தெரிஞ்சிருக்கு. நீ அவளையே பண்ணிக்கோடா. உனக்கு நான் இருக்கேன்' என்கிறாள் அம்மா. 'அப்படியே, அப்ப நீயும் அவனோட போய்டு. எம் பொண்டாட்டி செத்துட்டான்னு காரியம் பண்ணிடறேன்' என்கிறது நரசிம்மம்! அம்மா கண் கலங்க இருவரையும் மாற்றி மாற்றிப் பார்க்க, மூர்த்தி தேகம் முழுக்கக் குப்பென்று வியர்க்கிறது. 'வேண்டாம்னு சொல்லிடுவாயாம்மா...' பதறியபடி அம்மாவையே பார்க்கிறான். அப்பா ருத்ரமூர்த்தியாய்க் கடித்துக் குதறுவது போல் எதிரில் வருகிறார். மூர்த்திக்குச் சர்வ நாடியும் நடுங்கியது.

சட்டென்று தூக்கம் கலைந்தபோது, உடம்பு தெப்பலாக நனைந்திருந்தது. ஊஞ்சலின் ஆட்டம் நின்றிருந்தது. எங்கும் இருள்.

அத்தியாயம் 18

தன் எல்லைக்குள் நுழையும் மற்றொரு நாயைத்தான் அந்தத் தெரு நாய் துரத்துகிறது. குரைக்கிறது. பாய்கிறது. அந்த எல்லையைக் கடந்து அது சென்று விட்டால் அது குரைப்பதை நிறுத்திவிட்டுத் திரும்புகிறது. பரமசிவமும் அப்படிப்பட்ட நாய்தான் என்பது நிரூபணமாகியது. பாலா அங்கு இருந்தவரை கரித்துக் கொட்டிக் கொண்டிருந்தான். துரத்தித் துரத்திக் கடிக்க முயன்றான். இப்போது ஊரை விட்டு அவள் போனபிறகு ஒன்றும் இயலாமல் நிற்கிறான். விஷயமறிந்ததும் மீண்டும் குடித்துவிட்டு வந்து வாசலில் நின்று கத்தினான். கிருஷ்ணமூர்த்தி ஆத்திரத்தை அடக்கிக் கொண்டு உள்ளேயே இருந்தான். குரைக்கிற நாய் முடியும்வரை குரைத்து விட்டுத் திரும்பிச் சென்றது. கிருஷ்ணமூர்த்திக்குச் சிரிப்பு வந்தது.

காலையில் எழுந்து நிலத்திற்குச் சென்றான். வஜ்ரவேலுவைப் போய்ப் பார்த்தான்.

"எப்ப வந்தீங்க. தம்பி? வீடெல்லாம் சௌகர்யமார்க்கா அங்கிட்டு?"

"ம் இருக்கு...! நெலத்தை வாங்கிப்போட்டுட்டேன். அதை அப்படியே தென்னந்தோப்பா மாத்தணும். நல்ல கன்னுகளா நடறதுக்கு நீங்கதான் ஆள் ஏற்பாடு பண்ணணும்."

"அதுக்கென்ன, பண்ணிட்டாப் போச்சு. நம்ம இருளாண்டிகிட்ட சொல்லி அனுப்பறேன். அவனே ஜாதிக் கன்னா கொண்டாந்து நட்டுடுவான்."

"அதுக்கெல்லாம் எவ்வளவு பணம் ஆகும்?"

"என்ன பெரிசா ஆய்டப் போவுது? இருளாண்டி கிட்டவே கேட்டுக்கயேன். எனக்குச் சொல்லத் தெரியலையே."

"சரி, நீங்க அனுப்புங்க. பார்ப்போம்."

வஜ்ரவேலுவின் வீட்டிலிருந்து புறப்பட்டுக் காவேரியோரமே மெல்ல நடந்தான். வெய்யில் சாயத் தொடங்கும் நேரம். காவேரியில் சிறுவர்கள் சிலர் கும்மாளமடித்தபடி குளித்துக் கொண்டிருந்தனர். காவேரியைப் பார்க்கும்போது அம்மா நினைவு வந்தது. அம்மா இந்நேரம் என்ன செய்து கொண்டிருக்கிறாளோ? அவளைப் பார்க்க வேண்டும் போலிருந்தது. பார்க்கலாம். பார்க்கத் தடையேதுமில்லை. ஆனால் 'இன்னும் அப்படியேதான் இருக்கயா அம்பி' என்று அவள் கேட்டு விட்டால் அவனால் தாங்க முடியாது. என்ன சாதித்தாய் இத்தனை நாளில் என்று யாரும் நையாண்டி செய்துவிடக் கூடாது என்றால், பொறுமையாக இருக்கத்தான் வேண்டும்.

நிலத்திற்கு வந்து மல்லாந்து படுத்துக் கொண்டான். நல்ல காற்று வீசியது. தன்னையும் மீறி வந்த உறக்கத்தை ஏற்றுக் கொண்டான்.

கண் விழித்தபோது இருள் படர ஆரம்பித்துக் கிழக்கே பௌர்ணமி நிலா உதயமாகியிருந்தது. வட்ட வடிவத்தில் நிலவொளி பட்டுத் தகதகவென்று தென்னங்கீற்றுகள் மேலும் கீழும் காற்றுக்கு அசைந்தாடின. சுற்றிலும் அமைதி. சுவர்க்கோழி ரீங்கரிக்க ஆரம்பித்திருந்தது. சலசலவென்று காவிரியின் ஓட்டம். அப்பப்பா! எத்தனை அழகான சூழ்நிலை. இதற்குத்தான் பாரதி ஏங்கினானோ?

காணி நிலம் வேண்டும் பராசக்தி என்று பாடினானோ! கிடைத்ததோ அவனுக்கு? கிடைத்தாற்போல் தெரியவில்லை. வறுமை அல்லவா அவனைச் சுற்றி மூடியிருந்தது!

எப்பேர்ப்பட்ட கவி! வாழ்க்கையை வறுமையில் சுவைபட வாழ்ந்து மறைந்திருக்கிறான்! இல்லையே என்ற தொய்வு அவன் கவிகளில் எங்கும் இல்லை. எல்லாம் இருப்பதாகவே கனவு கண்டு கனவுகளையே காவியமாக வடித்து வைத்துவிட்டு மறைந்திருக்கிறான். இருக்கும்வரை அவனை உலகம் ஏறிட்டுப் பார்க்கவில்லை. அவன் மரணத்திற்குச் சென்றோர்கூடப் பத்தோ பதினைந்தோ பேர்கள்தான். இன்றுதான் அவன் அமர வாழ்வு வாழ்கிறான் உண்மையில்! அவன் புகழ் உலகமே பாடுகிறது.

'பத்துப் பன்னிரண்டு தென்னை மரம்
பக்கத்திலே வேணும்; நல்ல முத்துச்
சுடர்போலே நிலா ஒளி முன்பு வரவேணும்;
அங்கு கத்துங் குயிலோசை - சற்றே வந்து
காதிற் படவேணும் – என்றன்
சித்த மகிழ்ந்திடவே – நன்றாயிளந்
தென்றல் வர வேணும்.'

வாய்விட்டுப் பாடினபோது மனசு கனத்தது. கண்கள் பொங்கியது. அவன் கேட்டதையெல்லாம் எனக்குக் கொடுத்திருக்கிறாயே பராசக்தி! எனக்கெதற்கு? தெய்வக் கவி அவனை நாடோடியாய் அலைய விட்டுவிட்டு எனக்கெதற்குக் கொடுத்தாய்?

பராசக்தி சிரிக்கிறாள். 'அற்பமானிடா, தெய்வக்கவி என்று சொன்னாயே, தெய்வத்திற்கு ஏது மரணம்? அந்தக் கவிக்கு மரணமில்லை. என்றும் வாழ்வான் அவன், கவி வடிவாய்! நீ யார்? அவனுக்கு முன்னால் நீ யார்? சாதாரணன். என்ன சாதித்தாய்? உன் நினைவாய் இந்தப் பூமியில் என்ன விட்டுச் செல்லப் போகிறாய்? எதுவுமில்லை. எனவே அனுபவித்து விடு! வாழும்போதே இன்பத்தை நுகர்ந்து விடு என்று கொடுத்தேன் உனக்கு. சலசலக்கும் தென்னை மரமும் அந்தக்

கவிதான். உன்னைத் தீண்டித் தாலாட்டும் தென்றலும் அந்த மகாகவிதான். காணி நிலமும் அவன்தான். கத்தும் குயிலும் அவன்தான். தங்க நிலா ஒளியும் அவனே! இப்போது அத்தனையுமாய் மாறி நிற்பது அவனேதான். போதுமா?'

உடம்பு சிலிர்த்தது. காதுக்கருகில் தென்றல் காற்று பாடியது.

'சாகா வரமருள்வாய் ராமா!
சதுர்மறை நாதா - ஸரோஜ பாதா
ஆகாசந்தீ கால் நீர்மண்
அத்தனை பூதமும் ஒத்து நிறைந்தாய்!
ஏகாமிர்தமாகிய நின்தாள்
இணைசரணென்றால் இது முடியாதா?'

சாகா வரம் பெற்று அத்தனையுமாய் ஆகிவிட்டேன் என்கிறானோ!

புறப்பட மனம் வராவிட்டாலும் அங்கிருந்து புறப்பட்டான்.

தென்னங்கன்று நடச் சொல்லியாகிவிட்டது. பணத்திற்கு எங்கே போவது? வெறுங்கையால் முழம் போட முடியுமோ? ஆஸ்தி என்றிருப்பது கையிலிருக்கும் மோதிரம் ஒன்றுதான். புவனா கல்யாணத்தில் பொரியிட்ட கைக்கு மாப்பிள்ளை வீட்டில் போட்ட மோதிரம். ஒரு சவரன் தேறும். அப்போது சவரன் விலை நானூறோ ஐந்நூறோதான். இப்போதுதான் ஆகாசத்தில் பறக்கிறதே. புவனா கல்யாணத்திற்குப் பிறகு உடல் வளர்ந்து விரல்கள் பருக்க ஆரம்பித்த பிறகு விரலில் இறுகிய மோதிரத்தைச் சற்றுப் பெரியதாக்கிக் கொண்டான், அம்மாவிடம் சொல்லி. அதற்குக்கூட அவள்தான் பணம் கொடுத்தாள். இப்போது அதை விற்றால்கூடப் பணம் போதுமோ போதாதோ, தெரியவில்லை.

மறுநாள் காலையே இருளாண்டி வந்து விட்டான். அவனை நிலத்திற்கு அழைத்துச் சென்று பேசினான். இருளாண்டி

தென்னை மரம் பற்றி விலாவாரியாய்ப் பேசினான். "மொதல்ல ஒரு கெணறு எடுத்துடு தம்பி. தென்னைக்கு நிறைய தண்ணி ஊத்தணும். நெட்டைத் தென்னை வெச்சா ஏழெட்டு வருசம் பிடிக்கும் வளர்ந்து காய்க்க. குட்டைத் தென்னை வெச்சா மூணு நாலு வருசத்துல காய்ச்சுடும். ஆனா நெட்டை மரத்துலதான் காய் தரமா இருக்கும். எளநிக் காய்னா குட்டை மரம் வெக்கலாம். எளநி ருசியார்க்கும். ரெண்டுத்தையும் சேர்த்து இப்பொ கலப்புத் தென்னை வந்துடுச்சு. அதுகூட வெக்கலாம். அஞ்சு வருஷத்துல காய்ச்சுடும். இது காவிரி வண்டல் மண் பூமி தம்பி. தென்னை செழிப்பா வளரும். பரமசிவம் தோப்பைப் பாத்துர்க்கயா? அஞ்சு வருசத்துல கிடுகிடுன்னு வளர்ந்துடுச்சு. மொதல்ல எவ்வளவு செலவழிச்சாலும் தென்னையில் போட்ட காசும் தென்னைக்கு விடற தண்ணியும் மட்டும் வீணாப் போகாது தம்பி. ஒண்ணுக்குப் பத்தா திருப்பித் தந்து உன்னை வாழ வைக்கும்."

"சரி, மொத்தம் எத்தனை மரம் வெக்கலாம் இங்கே?"

"அளந்து பாத்துடுவோமே" என்றவன், நிலம் எத்தனை செண்ட் என்று கேட்டுக் கொண்டு மனசுக்குள்ளேயே கணக்குப் போட்டுப் பார்த்தான். "ஏற்கெனவே பன்னண்டு மரம் இருக்கு. நான் ஒரு நூறு கன்னு கொண்டாரேன்."

"அதுக்கு எவ்வளவு ஆகும்னு சொல்லுங்க. மொதல்ல பணத்துக்கு ஏற்பாடு பண்ணிட்டுச் சொல்றேனே."

உத்தேசமாய்ச் சொன்னான், இருளாண்டி. கன்று நட, கிணறு தோண்ட, உரமிட என்று அவன் மதிப்புச் சொன்னபோது தலை சுற்றியது. இவ்வளவுக்கு எங்கே போவது? ஸ்டேஷன் மாஸ்டரிடம் ஏற்கெனவே கடன் பட்டாயிற்று. எதற்கும் அவரிடமே ஆலோசனை கேட்டால் என்ன என்று தோன்றியது.

இருளாண்டியை அனுப்பிவிட்டு வீட்டுக்கு வந்தான். பசித்தது. சாப்பிட எதுவும் செய்யவில்லை. துளி மோர்

இருந்தது. அதில் நீரைவிட்டு உப்புப்போட்டுக் குடித்தான். வீட்டைப் பூட்டிக் கொண்டு புறப்பட்டான். தஞ்சாவூர்க்குப் பஸ் ஏறினான்.

தஞ்சாவூர் நகைக் கடை ஒன்றில் முதலில் மோதிரத்தைக் கொடுத்துப் பணம் பெற முயன்றான். அது செட்டியாருக்குச் சொந்தமான நகைக்கடை என்று அவனுக்குத் தெரியாது. கடையில் உள்ளே தனியறையில் அமர்ந்திருந்த செட்டியாருக்குச் சாப்பாடு கொண்டு வந்த கார் டிரைவர் மூர்த்தியை அடையாளம் கண்டு கொண்டு, செட்டியாரிடம் சொல்லி விட்டான். அவனை அழைத்து வரச் சொன்னார் செட்டியார்.

கார் டிரைவரைப் பார்த்து வியந்தான் கிருஷ்ணமூர்த்தி. "நகை வாங்க வந்தீங்களா?" என்றான்.

"இது நம்ம ஐயா கடைங்க. உங்களை உள்ள கூட்டியாரச் சொன்னார்."

"நான்... அவர் கடையா இது? எப்படி.. நான் வந்தது...?"

"நாந்தான் சொன்னேன், வாங்க."

முன்புறம் கண்ணாடி பதித்திருந்த கதவைத் திறந்ததும் உட்புறம் அழகிய அறை தெரிந்தது. சுவர்களில் வால் பேப்பர் ஒட்டியிருந்தது. விட்டத்தில் அழகிய சரவிளக்கு. சேட் வீடு போல் தும்பைப் பூ நிறத்தில் இலவம் பஞ்சு மெத்தையில் திண்டுகளம் போட்டுக் கொண்டு சாய்ந்து உட்கார்ந்து ஏதோ கணக்குப் பார்த்துக் கொண்டிருந்தார் செட்டியார்.

"வாப்பா" என்றார் அவன் உள்ளே வந்ததும்.

"வணக்கம் சார். உங்க கடைன்னு தெரியாது."

"என்ன விஷயம் தம்பி?"

கிருஷ்ணமூர்த்தி நிலம் வாங்கிய விவரமும் தென்னை நடுவதற்குப் பணம் தேவைப்படுவதால் மோதிரம் விற்க வந்ததையும் கூறினான்.

செட்டியார் கண்மூடி யோசித்தார். இடது கையால் மீசையை வருடிக் கொண்டார். பிறகு நிமிர்ந்து அவனைப் பார்த்தார். "நீ நினைக்கற மாதிரி இதெல்லாம் ஆகற காரியமில்லை, தம்பி. இந்த மோதிரத்துக்கு எவ்வளவு கிடைச்சுடுங்கற? ரெண்டாயிரம் தருவான். கெணறு தோண்டவே அஞ்சு ஆறுன்னு வேணுமே, என்ன செய்வ?"

"நீங்கதான் சார் வழி காட்டணும்." கிருஷ்ணமூர்த்தி கைகட்டி அவர் முன்னால் பணிந்து உட்கார்ந்தான்.

"நான் ஒரு வழி சொல்றேன் கேக்கறயா? வாங்கின நிலத்தின் பேர்ல மொத்தமா ஒரு தொகை கடனா தரேன். ஜாம் ஜாம்னு செலவு செஞ்சு நல்ல தரமான மரமா வாங்கி நடு. என் பணத்துக்கு வட்டிகூட வேண்டாம். ஸ்டேஷன் மாஸ்டருக்கு வேண்டிய பையன் நீ என்பதால் இந்தச் சலுகை. மோதிரத்தைக் கைல போட்டுக்க. விக்க வேண்டாம். இது தவிர என் கடைல கணக்கு வழக்குப் பார்த்துக்கறயா, நல்ல சம்பளம் போட்டுத் தரேன். எப்பவும் இங்கயே இருக்கணும்னு இல்ல. முடியறப்பல்லாம் வந்து பார்த்துக்க."

"இன்னொரு எண்ணம் கூட என் மனசுல இருக்கு. ஒரு நல்ல ஸ்கூல் ஆரம்பிக்கணும்னு ரொம்ப நாளா ஒரு எண்ணம். எங்கன்னு இன்னும் தீர்மானம் பண்ணல. ஆரம்பப் பள்ளிக்கூடமா, இல்ல முதியோர் பள்ளிக்கூடமான்னு யோசனை பண்ணிட்டிருக்கேன். பணம் நெறைய இருக்கு, தம்பி, ஆண்டவன் புண்ணியத்துல. அத்தனையும் பணமாவோ பொருளாவோ தூக்கிட்டா போக முடியும்?"

"அமெரிக்கா போணும்னா நம்ம ரூபாயை டாலரா மாத்திப்போம் இல்லையா? மேல் லோகம் போகணும்னா புண்ணியமா மாத்திக்கணும். எம் பொண்டாட்டி ரொம்ப ஆசைப்படறா. ஊருக்கொரு ஸ்கூல் ஆரம்பிங்கன்னு நச்சரிக்கறா. அவ படிப்பைப் பாதிலயே நிப்பாட்டிட்டாராம் அவப்பாரு. அப்பறம் தானா முயற்சி எடுத்து ஏதேதோ

புஸ்தகம் எல்லாம் வாங்கிப் படிச்சிருக்கா. இப்பக்கூட நிறைய புஸ்தகம் படிப்பா. இங்கிலீஷ் பேப்பர் கூட வாசிப்பான்னா பாத்துக்கயேன்.''

''பாலூர்லயே ஆரம்பிங்கன்னு நீ சொன்னா, அங்கயே ஆரம்பிச்சுடுவோம். அரசாங்கத்துல நமக்கு வேண்டப்பட்டவங்க நெறைய பேர் இருக்காங்க. உடனே அனுமதி கெடச்சுடும். அந்த ஸ்கூலை நீ நிர்வாகம் பண்றயா, சொல்லு. அவசரமில்லை, யோசிச்சுச் சொல்லு. இதுக்கெல்லாம் நான் உனக்குத் தர சம்பளம் உனக்குப் பல வழிலயும் உதவும். ஸ்டேஷன் மாஸ்டர்கிட்டயும் கேட்டுக்க. நாளைக்கோ அல்லது எப்பொ சௌகர்யமோ போய்ப் பத்திரத்தை எடுத்துட்டுவா. பணம் தந்துடறேன். சரியா? எதுக்கும் கவலைப்படாத, தம்பி.''

''உன் வயசுல காதல் கல்யாணம் பண்ணிக்கிட்டு அப்பா, அம்மா ஆதரவில்லாம கஷ்டப்பட்டவன்தான் நான். ஆனாலும், அப்பவும் எனக்குத் தெகிரியம் அதிகம். வைரக்கல்லு நவரத்னக்கல்லு எல்லாம் தரம் பிரிக்கவும் தோஷம் பார்த்துச் சொல்லவும் தெரியும். அந்தத் திறமைதான் அப்போ எனக்குச் சோறு போட்டுச்சு. அப்புறம் அப்பாவா மனசு வந்து சொத்தெல்லாம் எழுதிக்குடுத்தாரு. இன்னிக்கு இப்படி இருக்கேன்.''

''எதுக்குச் சொல்ல வரேன்னா உன்னைத் தூக்கிவிட நானாச்சுன்னு சொல்ல வரேன். தைரியமா போ. நான் சொன்னதெல்லாம் நல்லா யோசனை பண்ணி உன் முடிவு சொல்லு. சரியா? அந்த டிபன் காரியரைப் பிரி. ரெண்டு பேரும் சாப்பிடுவோம். எங்க வீட்டு மாமி நல்லாவே சமைப்பா. அதான் இப்படித் தொப்பையும் தொந்தியுமா இருக்கேன். அட சும்மா சாப்பிடுப்பா. எங்கிட்ட என்னா கூச்சம்?''

சாப்பிட்டுவிட்டுக் கைகூப்பி விடை பெற்றபோது நன்றியால் கண்கள் நனைந்தன. இப்படியெல்லாம் தட்டிக் கொடுத்துத் தைரியம் கொடுக்க அப்பாவுக்குத் தெரியவில்லையே

என்று தோன்றியது. அவர் மட்டும் இப்படி அவனுக்கு வழி காட்டியிருந்தால் இந்நேரம் அவனும் சமூகத்தில் ஒரு நல்ல நிலைமையில் இருந்திருக்கக் கூடும். தகப்பன் என்பவனுக்குப் படிக்க வைக்க மட்டும்தான் கடமை என்று நினைத்துக் கொண்டிருக்கிறார் அப்பா. படித்தவுடன் எல்லாருக்குமா வேலை கிடைத்து விடுகிறது? அப்படிப்பட்ட நிலையில் தடவிக் கொடுத்து ஆறுதல் சொல்லி வேறு பாதை காட்ட வேண்டியதும் அவர் கடமையல்லவா?

வேலையில்லாத ஒரு வாலிபனுக்குத்தான் அரவணைப்பு உண்மையில் அதிகம் தேவை. அந்த நேரத்தில் உதாசீனப்படுத்திவிட்டால் அதைவிடக் கொடுமை எதுவும் இல்லை. எல்லாருமா அவனைப் போல் லட்சியவாதிகளாகி விடுவார்கள்? வெறுத்துப் போய்த் தீய வழியில் செல்வோரும் உண்டு. போதை மருந்துக்கும் குடிப் பழக்கத்திற்கும் ஆளாவோரும் உண்டு. அதிலிருந்தெல்லாம் மகனைக் காப்பாற்றி நல்வழிப்படுத்த வேண்டியது யார் கடமை? நல்லகாலம், அவன் தவறான வழிக்குச் செல்லவில்லை. சென்றிருந்தால்...? நினைக்கும்போதே தேகம் நடுங்கியது.

கடையை விட்டு வெளியில் வந்தபோது, வெய்யில் இறங்கத் தொடங்கியிருந்தது. வீட்டில் பாலா மட்டும்தான் இருந்தாள்.

அப்பா டிரான்ஸ்ஃபர் விஷயமாய் யாரையோ பார்க்கப் போயிருப்பதாகத் தெரிவித்தவள், உள்ளிருந்து செம்பில் ஜில்லென்று தண்ணீர் கொண்டு வந்து கொடுத்தாள்.

"தண்ணி கொடுத்து அனுப்பிடலாம்னு உத்தேசமா? காலையிலயும் மோரைக் குடிச்சுட்டுத்தான் புறப்பட்டேன்."

"ஐயோ, பாவமே! நாள் முழுக்கப் பட்டினியா? தோசை மாவு இருக்கு."

"வேண்டாம். ராத்திரி சாப்பிட்டுடறேன்."

"காலைலேர்ந்து ஒண்ணும் சாப்பிடலைன்னு சொல்லிட்டு ராத்திரிவரை எதுக்குப் பட்டினி கிடக்கணும்? ரெண்டு தோசை சாப்பிடலாமே."

"அப்ப சரி" என்றவன் அப்போதுதான் ஊஞ்சலைக் கவனித்தான்.

"அட! செட்டியார் அதுக்குள்ள கொண்டு வந்து போட்டாச்சுக்கும்."

"மறுநாளே போட்டுட்டார். அப்பறம் பாலூர்ல..."

"ஒரு விசேஷமும் இல்ல. நீங்க இல்லாத வீடுதான் வெறிச்சுனு இருக்கு. மத்தப்படி வாசத்திண்ணையிலிருந்து வாய்க்கால்வரை எல்லாம் சௌக்கியம்."

"நாலு நாளா சாப்பாடு?"

"ஸ்டேஷன் வரைக்கும் பொடி நடையா போய்டுவேன். கையேந்தி பவன்தான்"

"அந்தக் கவலையிலயே இங்க எனக்குச் சாப்பாடு எறங்கலை."

கிருஷ்ணமூர்த்தி அவளை ஏறிட்டுப் பார்த்தான். உண்மைதான் என்றது அவள் முகம். பழைய பளபளப்பு இல்லை. லேசாய்க் கருவளையும் கட்டியிருந்தது. தூக்கமும் இல்லையோ?

"எதுக்குக் கண்டதையும் நினைச்சு உடம்பைக் கெடுத்துக்கணும்?"

"இதென்ன, கண்டதா?" என்று அவனைச் சுட்டிக் காட்டிச் சிரித்தாள்.

கிருஷ்ணமூர்த்தி பதில் சொல்லாமல் அவளைப் பார்த்துவிட்டுக் குனிந்து கொண்டான். பாலா தோசை வார்க்க உள்ளே சென்றாள்.

"அப்பா எப்போ வருவார்? போய் ரொம்ப நேரமாச்சா?"

"தெரியல. போய் நேரமாச்சு. ராத்திரி புறப்பாடா? இல்ல, விடியக்காலமா?"

"அப்பா சீக்கிரமே வந்துட்டா, சாப்பிட்டுட்டுப் புறப்பட்டுடுவேன். லேட் ஆனா இருந்துட்டு, காலமேதான் புறப்படணும். இங்க எப்படி இருக்கு? புடிச்சிருக்கா? அக்கம் பக்கம் எல்லாம் நல்ல மனுஷங்கதானே?"

"யாருகண்டா! இன்னும் யார்கிட்டயும் பேசவே தொடங்கலை."

"வேண்டாம். ரொம்ப பழகவே வேண்டாம். மனுஷங்களைத் தெரிஞ்சு வெச்சுக்கோ. ஆனா இடைவெளி இருக்கட்டும். பெரிய கோவிலுக்குப் போனீங்களா?"

"இன்னும் இல்ல. வந்ததுலேர்ந்து சாமான் எடுத்து வெச்சு வீட்டைச் சரிசெய்யத்தான் சரியார்க்கு. அப்பா வேலை விஷயமா அலையறார்."

"அடுத்த வாரம் வரேன். எல்லாருமே போவோமே. அதுசரி, அப்பாதான் இல்லையே, அன்னிக்கு விட்ட எடத்துலேர்ந்து தொடரலாமே."

தோசையைத் தட்டில் போட்டு மிளகாய்ப் பொடியும் எண்ணெயும் விட்டு எடுத்துக் கொண்டு வந்து ஊஞ்சல் பலகையில் வைத்துவிட்டு, குடிக்க ஜலமும் வைத்தாள். பிறகு தூணோரம் சாய்ந்து நின்று கொண்டாள்.

"ஏழு வருஷமிருக்கும் இது நடந்து. அதுக்கு முன்னால ஒருநாள் ஒரு கடுதாசி வந்தது என் பேருக்கு..." என்று சொல்லிச் சிறிது நிறுத்தினாள்.

❋❋❋

அத்தியாயம் 19

செட்டியார் புண்ணியத்தில் நிலத்தில் தென்னங்கன்றுகள் நட்டாகிவிட்டது. ஓரமாய் ஒரு கிணறும் எடுத்தாயிற்று. பணம் இருந்தால் வேலை எத்தனை சுலபமாய் நடக்கிறது! இருளாண்டி பார்த்துப் பார்த்து, வாங்கின காசுக்கு வஞ்சகமில்லாமல் நல்ல ஜாதி மரங்களாக நட்டிருந்தான். சரியான இடைவெளி விட்டு நட்டிருந்த தென்னங்கன்றுகளைப் பார்த்தபோது பிறந்த குழந்தைகளைப் பார்ப்பது போல் உற்சாகமிருந்தது. நிலத்தைச் சுற்றி வேலி போட்டுவிட்டான்.

"மொதல்ல மூணு வருசம் பச்சக் கொழந்த கணக்கா பாத்துக்கணும், தம்பி. நெறையத் தண்ணி ஊத்தணும். ஜாஸ்தி தண்ணியும் தேங்க விடக்கூடாது. தண்ணீர் தேங்கிச்சுன்னா உடனே மணலைப் போட்டு ரொப்பிடு. இல்ல, தண்ணிய வடிச்செடுத்துடணும்" என்றான் இருளாண்டி.

"என்னெல்லாம் உரம் போடணும், இருளாண்டி?"

"ஸ்டேஷன் கிட்டக்க விவசாய வளர்ச்சி ஆபீஸ் இருக்குல்ல, அங்கயே உரமும் கிடைக்கும். இல்லாட்டியும் வெளிய வாங்கிப் போடலாம். அதைவிட ஆட்டுப் புழுக்கை, மாட்டுச் சாணம், சாம்பல், இந்த உமி இருக்குல்ல அது, அப்புறம் கொஞ்சம் உப்பு, இதெல்லாம் போட்டாலே போதும். நல்லா வளரும். ஆனா, இவ்வளவு மரத்துக்கும் போடணும்னா அதெல்லாம் நிறைய நிறைய வேணும். கிடைச்சா பாரு. இல்லாக்காட்டி கடேல ரசாயன உரமே வாங்கிப் போட்டுடு.

கரையான் அரிக்காம பாத்துக்கணும். அது முக்கியம். தென்னங்கன்னைக் கண்டா கரையானுக்குக் கொண்டாட்டம்."

"முடிஞ்சப்பல்லாம் நீயும் வந்து பாத்துக்க, இருளாண்டி. மாசம் இவ்வளவுன்னு பணம் வாங்கிக்க. என்ன சொல்ற?"

"பாக்கலாம் தம்பி. நீ சொல்லணுமா? நான் நட்ட கன்னுங்க எங்கொழந்தைங்க மாதிரி. வந்து கவனிச்சுக்காமயா போய்டுவேன்?"

ச்சட்! மனிதர்களில்தான் எத்தனை பேர் நல்லவர்களாகவும் இருக்கிறார்கள். ஊரில் அப்பா. இங்கே பரமசிவம். இவர்களைத் தவிர எல்லாரும் அவனிடம் அன்பாய்த்தான் பழகுகிறார்கள். உதவிகளும் செய்கிறார்கள். அப்பாவுக்கு அன்பில்லை என்று கூற முடியாது. அதை வெளிப்படுத்த மறுக்கிறார். அதை வெளிக்கொணரத்தான் அவன் இவ்வளவு பாடுபடுகிறான்.

காலையில் தென்னங்கன்றுகளுக்கு நீர் இறைத்து விட்டுத் தஞ்சாவூர் போய்ச் செட்டியார் கடையில் கணக்கு வழக்குகளைப் பார்த்துவிட்டு, மாலையில் பாலூர் திரும்பி வருவதென்று தீர்மானித்துச் செட்டியாரிடமும் சொல்லிவிட்டான். ஸ்கூல் பற்றிப் பேச்செழும்பிய போதும் தன் எண்ணத்தைக் கூறினான். "பாலூரில் ஏற்கெனவே ஒரு ஆரம்பப் பள்ளியும் ஒரு ஹைஸ்கூலும் இருக்கு. அதனால முதியோர் பள்ளியா ஆரம்பிச்சு நடத்தலாம். படிக்காதவங்க எண்ணிக்கையை நம்மால முடிஞ்சவரை குறைக்கலாமே!"

"எல்லாரும் கிராமத்து ஜனங்க. ஒழுங்கா வருவாங்களா? ஆர்வம் காட்டுவாங்களா?" என்று சந்தேகம் கிளப்பினார் ஸ்டேஷன் மாஸ்டர்.

"ஆரம்பத்துல எல்லாத்துக்கும் கடுமையா போராடத்தான் வேணும். கல்லடி படத்தான் படும். ஆனா தொடர்ந்து உறுதியா முயற்சி பண்ணினா நிச்சயம் பலன் கிடைக்கும். முதியோர் கல்வி ஒண்ணும் இப்பொ புது விஷயமில்லையே... எத்தனையோ

வருஷமா எத்தனையோ எடத்துல நடக்கறதுதான். டி.வி. மூலமே நிறைய அதைப்பத்தி தெரிஞ்சுண்டிருப்பாங்க ஜனங்க. அதனால எதிர்ப்பு இருக்காதுன்னுதான் நெனக்கறேன்'' என்றான் கிருஷ்ணமூர்த்தி. செட்டியாரும் அதை ஆமோதித்தார். விரைவில் அதற்கு ஏற்பாடு செய்வதாகக் கூறினார். புதன் கிழமை முதல் வேலைக்கு வரச் சொன்னார்.

தென்னங்கன்றுகள் நட்டதும் வஜ்ரவேலுவை அழைத்து வந்து காட்டினான்.

''சந்தோசமா இருக்கு தம்பி பாக்கறதுக்கு. ஆனால் நீ தினம் செட்டியார் கடைக்கு வேற போகப் போறதா சொல்ற, நாள் முழுக்க! இதைக் கவனிச்சுக்க ஒரு ஆளைப் போட்டுடேன். என்னதான் வேலி போட்டிருந்தாலும் ஆபத்து ஏதாவது ரூபத்துல வந்துடும்பா. மாடு ரூபத்துலயும் வரலாம், மனுச ரூபத்துலயும் வரலாம். ஜாக்ரதை!''

கிருஷ்ணமூர்த்தி யோசித்தான். பரமசிவத்தைத்தான் வஜ்ரவேலு சொல்கிறார் என்று புரிந்தது. காவலுக்கு ஆள் போடுவது நல்லதுதான் என்று தோன்றியது. ஆனால் யார் கிடைப்பார்கள்? ம்ம்! இதுவரை கை கொடுத்த இறைவன் இந்த விஷயத்திலும் ஏதாவது வழி காட்டாமலா போய் விடுவான்?

முதல் ஒருவாரம் காலையில் நீர் இறைத்துவிட்டு வேலிப்படலைச் சாத்திப் பூட்டிக் கொண்டுதான் தஞ்சாவூர் சென்றான்.

ஒரு ஞாயிறன்றுதான் செடிகளை ஒவ்வொன்றாய்க் கவனித்துப் பார்த்தான். நிறையக் கன்றுகளில் இலைகள் பிடுங்கப் பட்டிருந்தன. தவிர தோட்டத்தில் நிறைய சிகரெட் துண்டுகள் வேறு. யாரென்று கேட்டறிந்து சண்டைக்குப் போவதைவிட நல்ல ஆளாகக் காவலுக்கு ஏற்பாடு செய்வதுதான் புத்திசாலித்தனம் என்று தோன்றியது.

இருளாண்டியிடமும் வஜ்ரவேலுவிடமும் விஷயம் சொல்லி ஆளுக்கு ஏற்பாடு செய்து தரச் சொல்லிக் கேட்டுக் கொண்டான்.

இரவு முழுக்கத் தூக்கம் வரவில்லை. தென்னங்கன்று அழுவது போல் தோன்றியது. இலைகளைக் கிள்ளும் போது வலித்திருக்குமோ?

யாரோ கதவைத் தட்டினார்கள். எழுந்து வந்து திறந்தான்.

எதிரில் ஒரு மூதாட்டி, யாரென்று தெரியவில்லை. ராப்பிச்சைக்காரியா?

"என்னம்மா?" என்றான்.

"தம்பி, நீதானா பட்டணத்துப் பிள்ளை?"

"ஆமா."

"இருளாண்டி எல்லாம் சொன்னாம்ப்பா. நான் அதுக்கு அத்தையாகணும். நீ கவலைப்படாத. நான் உன் நெலத்தைப் பாத்துக்கறேன். தைரியமா போ கண்ணு நீ! வீட்ல சும்மா குந்திட்டு இருக்கறதை அங்க வந்து குந்திட்டுப் போறேன். எவன் என்னை மீறி உள்ள நுழையறான்னு பார்த்துடறேன். என்ன சொல்ற நீ? என்ன கண்ணு, பணம் நெறையக் கேப்பேன்னு பயந்துட்டயா? நீ குடுக்கறதைக் குடு ராசா. இந்த அன்னம்மா கெழவி இருக்கறவரை நெலத்தைப் பத்தி கவலையே படாதே."

கிருஷ்ணமூர்த்திக்குக் கொஞ்சம் நிம்மதி வந்தது. பாலாம்பிகாவிடம் வேண்டிக்கொண்டது வீண்போகவில்லை. ஏதோ ஒரு உதவியை அனுப்பியிருக்கிறாள்.

"சரிங்கம்மா. நாளைக்கே நீங்க வந்துடுங்க. பயப்பட வேணாம். உங்க வேலைக்கு ஏத்த கூலி குடுத்துடறேன். நான் ஒத்தை ஆளு. சாப்பாடுதான் போட முடியாது."

"அடப்போ தம்பி. யாரு கேட்டா உங்கிட்ட சாப்பாடு? புருசன் போனப்புறம் பிள்ளையும் மருமகளும் ரொம்ப உதாசீனம் பண்ணுதுங்கப்பா. அதான் இருளாண்டிகிட்ட வந்துட்டேன். அவனுக்கும் எத்தினி நாள் பாரமார்க்கறது,

சொல்லு. ஏதோ நாலு காசு சம்பாரிச்சுக் கொடுத்தா ஊத்தற கஞ்சிய மூஞ்சியக் காட்டாம ஊத்துவான் இல்ல? அந்தப் பய நல்ல பயதான். இருந்தாலும் நாமளும் ரொம்ப சலுகை எடுத்துக்கக் கூடாது பாரு. அதான் அவன் சொன்னதுமே ராவு நேரம்னு கூடப் பார்க்காம சொல்லிட்டுப் போக வந்துட்டேன். அப்பொ வரேன் ராசா.''

கிழவி புறப்பட்டு விட்டாள். இந்த வயசில் இவளுக்கும் ஏதோ பிரச்னை! பிரச்னையில்லாத மனிதர்தான் யார்? சாகும்வரை பிரச்னைதான். மரண வாயிலில் மூச்சு விடுவதே பிரச்னை! எப்படியோ இவளை நம்பி விட்டுவிட்டு நிம்மதியாய்ப் போய் வரலாம்.

அதற்குப் பிறகு உறக்கம் எளிதில் வந்தது.

சொன்னது போலவே அவன் தென்னம் பிள்ளைகளுக்கு நீர் இறைத்து விடும்போதே வந்து விட்டாள் அன்னம்மா கிழவி.

ஒன்பது மணி வாக்கில் தஞ்சாவூருக்குப் புறப்பட்டுப் போனான் கிருஷ்ணமூர்த்தி.

கணக்கு வழக்குகளில் அவன் மும்முரமாய் ஆழ்ந்திருக்கும்போது செட்டியாரின் பேச்சுக் குரல் கேட்டது. செட்டியாரோடு ஒரு இளம் பெண்ணும் உள்ளே வந்து கொண்டிருந்தாள்.

''மூர்த்தி, கொஞ்சம் என் ரூமுக்கு வாப்பா'' என்று அவனை அழைத்து விட்டுப் போனார் செட்டியார். கணக்கு புக்கை மூடிவிட்டு அவரது அறைக்குச் சென்றான். மரிக்கொழுந்து அகர்பத்தியைப் பற்ற வைத்து ஸ்டாண்டில் செருகினார் செட்டியார். கும்மென்று மணம் சூழ்ந்தது.

''இது என் பொண்ணு நீலாயதாட்சிணி. எங்கம்மா பேரு. சம்சாரம் கூப்பிட மாட்டா. அதனால இந்துன்னு கூப்பிடுவோம். இந்து, நான் சொல்லல, அந்தத் தம்பி இவருதான்.''

இந்து கை கூப்பி வணக்கம் சொன்னாள். பாலாவைப் போல் நல்ல நிறமில்லை. மாநிறத்தில் வெடவெடவென்று வேண்டிய உயரம் இருந்தாள். உடை அணிந்திருந்த விதத்திலும் தலை வாரலிலும் நாகரிகம் தெரிந்தது. புருவங்கள் அழகு நிலையம் சென்று திருத்தப்பட்டு வில்லாய் வளைந்து முக அழகைக் கூட்டின. பளிச்சென்ற கண்களில் அறிவுச்சுடர் தெரிந்தது. சப்பை என்றும் கூர்மை என்றும் சொல்ல முடியாத மூக்கு. அழகான அதரங்கள். சிரிக்கும்போது இடப்பக்கம் தெற்றுப் பல் தெரிந்ததுகூட அழகாய் இருந்தது. இடது கண்ணுக்குக் கீழே கன்னத்தின் மேல்புறம் சின்ன மச்சம் பளிச்சென்று தெரிந்தது. நெற்றியில் ஒன்றிரண்டு சிறிய பருக்கள். நகங்கள் நீளமாய் அழகாய் வளர்க்கப்பட்டு நக பாலிஷ் பூசியிருந்தாள்.

''ஆளு நாகரிகமா இருக்குதேன்னு பாக்காத, தம்பி. தஞ்சாவூர்லயே படிச்சு வளர்ந்த பொண்ணு. பி.ஏ.தமிழ் லிட்ரேச்சர் படிச்சிருக்கு. தமிழ் இலக்கியம்னா அபார மோகம். இராமாயணம், மகாபாரதம், பாரதியார், பட்டினத்தார், மு.வ., அது இதுன்னு எல்லாத்தையும் அலசி ஆராயும். கன்னாபின்னான்னு சினிமா புக்கு, வார இதழ்னு படிக்காது. கணையாழியும் கலைமகளும் விரும்பிப் படிக்கும்.''

இந்து தலைகுனிந்து சிரித்தாள்.

கிருஷ்ணமூர்த்தி வியந்தான். இந்தக் காலத்திலும் இப்படியும் ஒரு பெண்ணா என்று.

''தமிழ் இலக்கியத்துல எனக்கும் ஈடுபாடு உண்டு. உங்களை ஒரு கேள்வி கேக்கலாமா?''

''ஓ! தாராளமா! ஒன்றென்ன, நிறையவே கேட்கலாம்'' என்றவள் குரல் மென்மையாய் இருந்தது.

''பட்டினத்தார் பத்தி என்ன நினைக்கறீங்க?'' என்று கேட்டதும், உடனே பதில் சொன்னாள்.

"விரக்தியின் உச்சியில் வெளிப்பட்ட புலம்பல்னு சில பேர் சொல்வாங்க. பொய்யில்லன்னு நினைக்கறேன். பெண்ணை மாயைன்னு சொல்றதா ஏன் நினைக்கணும்? பெண்ணாசை பிடிச்சு அலையக் கூடாதுன்னுதான் அதை நாம புரிஞ்சுக்கணும். ஒருத்தனுக்கு ஒருத்தின்னு வாழற வாழ்க்கையை அவர் கேவலப்படுத்திடலையே. பேரின்ப வாழ்க்கை வேணும்னு ஆசைப்படறவங்களுக்கு அவர் ஒரு வழிகாட்டி. அவ்வளவு தான்."

"பீளையும் நீரும் புலப்படும் ஒரு பொறி
மீளுங் குறும்பி வெளிப்படும் ஒரு பொறி
சளியும் நீருந்தவழும் ஒரு பொறி
உமிழ்நீர் கோழை ஒழுகும் ஒரு பொறி
வளியும் மலமும் வழங்கும் ஒரு வழி
சலமுஞ் சீழுஞ் சரியும் ஒரு வழி
உள்ளூறத் தொடங்கி வெளிப்பட நாறும்
சட்டகம் முடிவிற் சுட்டெலும்பாகும்
உடலுறு வாழ்க்கையை உள்ளூறத் தேர்ந்து
கடிமலர் கொன்றை சடைமுடிக் கடவுளை
நினைமின் மனமே! நினைமின் மனமே!"

"இதுல எந்த வரி பொய்? உடல் வெறும் கூடுதான். ஆத்மாவின் உறைவிடம். ஆத்மா இருக்கும்வரைதான் உடம்புக்கு மரியாதை. அது அழியாதது. இது அழியக் கூடியது. அப்படிப்பட்ட உடம்பு சம்பந்தமான இச்சைக்கு அதிகம் இடம் கொடுக்காதேங்கறார். உடம்புல ஒவ்வொண்ணுமே ஒரு பொறிதான். ஒரே காரியத்தைத் தொடர்ந்து செய்யற இயந்திரம்தான். ஒரு நாள் அந்த இயக்கம் நின்னு உடம்பைச் சுட்டெரிச்சா என்ன மிஞ்சும்? இதைப் பகவத் கீதை சொல்லலையா? இல்ல மத்த மதங்கள் சொல்லலையா? அவங்க நாசூக்கா சொன்ன விஷயத்தை இவர் கன்னத்துல அறையற மாதிரி சொல்லியிருக்கார்."

கிருஷ்ணமூர்த்தி பிரமித்துப் போய் நின்றான். பெண்ணின் புத்திசாலித்தனமும் ஞானமும் கண்டு செட்டியார் முகத்தில் அவள் உச்சிதனை முகர்ந்த கர்வம் தெரிந்தது.

"என்ன சார்... நான் சொன்னதுல ஏதும் தப்புண்டா? இது என் அபிப்ராயம்தான். உங்க அபிப்ராயம் மாறுபட்டு இருந்தா தாராளமா நீங்க வெளிப்படையா சொல்லலாம்."

கிருஷ்ணமூர்த்தி சிரித்தான். "உங்க கருத்தைப் பரிபூரணமா ஒத்துக்கறேன். ஆனா சந்தேகம் ஒண்ணும் இருக்கு."

"கேளுங்க..."

"இப்ப வேண்டாம். சமயம் வரும்போது கேட்பேன். இது சம்பந்தமா நா நிறையவே வாதம் பண்ணத் தயாரா இருக்கேன். இப்ப வேண்டாம்."

இந்து சிரித்தாள்.

"சரி தம்பி. நான் வந்த வேலையைச் சொல்லலையே. முதியோர் பள்ளி பத்தி இந்துகிட்ட சொன்னேன். அவ அதுல ரொம்ப ஆர்வம் காட்டறா. பாலூர்லயே ஆரம்பிக்கலாம்னு சொல்றா. அதுவுமில்லாம அவளும் கற்றுக் கொடுக்கத் தயார்னு ரொம்ப ஆர்வமா சொல்றா."

"ஸ்டேஷன் மாஸ்டர் வீடு காலியாதானே இருக்கு. அங்கேயே தற்சமயம் ஸ்கூல் நடத்தலாம்னு இருக்கேன். அவரும் சரின்னுட்டார். உனக்கும் சம்மதம்தானே."

"என்ன சார், இப்படிக் கேக்கறீங்க?"

"மொதல்ல ரெண்டு ஆளுங்களை அனுப்பித் தமுக்கடிச்சு ஊர் பூரா விஷயம் சொல்லச் சொல்லிடறேன். எத்தனை பேர் முன்வராங்கன்னு பார்ப்போம். ஸ்லேட்டு, புஸ்தகம் எல்லாம் நம்ம செலவுலயே வாங்கிக் குடுத்துடுவோம். தவறாம வரவங்களுக்கு வாரா வாரம் பரிசும் ஏதாச்சும் கொடுத்து ஊக்குவிப்போம். உற்சாகமூட்டற முறைலதான் வெற்றியும்

கிடைக்கும். இது நம்ம சொந்தச் செலவுல ஒரு சேவையா நினைச்சு நம்ம வீட்லயே நாம செய்யப் போறோம். யாருக்கும் பயப்பட வேண்டாம். உனக்கு ஒரு சம்பளமும்..."

"வேண்டாம் சார்!" சட்டென்று குறுக்கிட்டான். "நானும் இதை ஒரு சேவையா நினைச்சுச் செய்யத்தான் விரும்பறேன்."

செட்டியார் அவன் முதுகில் தட்டிக் கொடுத்தார். "அப்ப தமுக்கடிக்க ஆளுங்களை நாளைக்கே அனுப்பிச்சுடறேன். புதன் கிழமைலேர்ந்து வகுப்பு தொடங்கிடு. அதுக்குள்ள ஒரு கரும்பலகையும் வாங்கி அனுப்பிடறேன். ஸ்லேட்டு, புஸ்தகம், பென்சில், பலப்பம் எல்லாத்துக்கும் ஏற்பாடு பண்ணிடறேன்."

"எல்லாம் சரிதான் சார். இவங்க கத்துக்கொடுக்க வரேன்னு சொல்றாங்களே, ராத்திரி தெனமும் தனியா திரும்பி வரணுமே, கஷ்டமாச்சே."

"அதைப் பத்தி என்ன... இன்னொரு சின்ன கார் ரிப்பேர்ல இருக்கு. அது வந்துடுச்சுன்னா தினமும் அதுல திரும்பிடுவா. அதுவரை வகுப்பு முடிஞ்சு அங்கயே தங்கிட்டுக் காலைல வரட்டுமே."

கிருஷ்ணமூர்த்தி உறைந்து போய் நின்றான்.

அத்தியாயம் 20

"என்ன தம்பி? என்ன அப்பன் இவன்னு யோசிக்கறயா? எம் பொண்ணு மேல எனக்கு நம்பிக்கை இருக்கு. அதைவிட அதிகமா உன்னை நம்பறேன். பட்டினத்தார் படிச்சு விலாவாரியா சொல்ற பொண்ணு லேசுல தப்புப் பண்ணாதுப்பா. ஆணும் பெண்ணும் தனிச்சிருந்தாலே தப்புதான் நடக்கும்னு சந்தேகப்படறவன் நான் இல்ல. எம் பொண்ணை நான் அப்படி வளர்க்கவும் இல்ல. ஊரு உலகத்தைப் பத்தி அனாவசியமா கவலைப்படவும் மாட்டேன். போறுமா? இன்னும் விளக்கம் வேணுமா? உனக்குப் பிடிக்கலன்னா சொல்லு, வண்டி ரெடியாகறவரை இவளை வர வேண்டாம்னு சொல்லிடறேன்."

"இ... இல்ல சார். உடை கந்தல்தான். குளிர் அதிகம்தான். ஆனாலும் என்... இல்ல... எங்க ஒழுக்கம் எங்களுக்கு வெப்பம் தரும். நான் திகைச்சுப் போய் நிக்கறது உங்க நேர்மையான மனசு கண்டுதான். உங்க நம்பிக்கை வீண் போகாது சார்."

"நல்லது தம்பி" என்ற செட்டியார் சில நிமிடங்களில் புறப்பட்டார். இந்து சிரித்தபடி விடைபெற்றாள். கிருஷ்ணமூர்த்தி ரொம்ப நேரத்துக்குப் பிரமிப்பிலிருந்து மீளவில்லை.

அன்று சற்று முன்னதாகவே கிளம்பி ஸ்டேஷன் மாஸ்டர் வீட்டுக்கு வந்தான். கூடத்தில் உட்கார்ந்து பூத்தொடுத்துக் கொண்டிருந்தாள் பாலா.

அவனைக் கண்டதும் அவள் விழிகளில் ஒரு மலர்ச்சி. ஆயினும் வெளிக்காட்டிக் கொள்ளாமல், "பரவால்லயே.

இந்தப் பக்கம் வரணும்னு கூடத் தோண்றது!'' என்றாள் லேசான கிண்டலோடு.

கிருஷ்ணமூர்த்தி சிரித்தான். ''வேலை சரியார்க்கு, பாலா. தென்னந்தோப்பைக் கவனிச்சுட்டு நேரா கடைக்கு வரேன். கடைலேர்ந்து தினம் இவ்வளவு தூரம் இருக்கும் நம்ம வீடு வந்துட்டுப் போறதுக்குள்ள களைப்பாய்டும். அதுவுமில்லாம கிழவி பாவம், எவ்வளவு நேரம்தான் நிலத்தைப் பார்த்துட்டு உக்காந்திருப்பா. நான் போய் அவளை அனுப்பணுமே.''

''சாப்பாடெல்லாம் செட்டியார் வீட்லேர்ந்தா? ஸ்பெஷல் கவனிப்பா?''

''ச்சேச்சே... வெளிலதான் சாப்பிடறேன். செட்டியார் பொண்ணு வந்திருந்தாங்க. இந்துன்னு பேரு. பி.ஏ. படிச்சிருக்காம். என்னமா இலக்கியம் பேசறான்ற! படு புத்திசாலி. முதியோர் பள்ளியில என்னோட அவளும் பாடம் நடத்த வரப் போறதா சொல்லிட்டுப் போனா.''

''ஓஹோ... புதுச் சிநேகிதமா... இனிமே வாரம் ஒரு தரம் இங்க வரதுகூட நின்னுடும். கற்றோரைக் கற்றார் காமுறுவர்! சும்மாவா சொல்லியிருக்கு.''

கிருஷ்ணமூர்த்தி அவளை உற்றுப் பார்த்து லேசாய்ச் சிரித்தான். ''பெண் புத்தியைக் காட்டுறயே! சும்மா பேசினதுக்கே இவ்வளவுன்னா அவங்க கார் ரெடியாகற வரை வகுப்பு முடிஞ்சு அவ என்னோட நம்ம வீட்ல தங்கப் போறாளே, அதுக்கென்ன சொல்லப் போற?''

அவள் முகத்தில் ஒரு அதிர்ச்சி பரவி மறைந்தது. கண்கள் மளுக்கென்று பொங்கின. அவனை விழுங்கி விடுவது போல் பார்த்தவள் சட்டென்று எழுந்து அடுக்களைக்கு ஓடினாள்.

''ஏய்... பாலா... என்னாச்சு...'' பின்னாலேயே சென்ற கிருஷ்ணமூர்த்தி சமையல் உள்ளில் அவள் விசித்து விசித்து அழுவதைக் கண்டு திகைத்தான். அவள் அருகில் நெருங்கி

அவள் கரங்களை விலக்கிக் கண்ணீரைத் துடைத்துவிட்டு அவளையே பார்த்தவன் இன்னும் நெருங்கி அவள் இதழ்களில் அழுந்த முத்தமிட்டான். ஒரு கணம் சிலிர்த்துப் போனவள் சட்டென்று அவனிடமிருந்து விடுபட்டாள். "வே... வேண்டாம்."

"இதை நீ மறந்தாலும் நான் மறக்கமாட்டேன். இது என் நினைவை விட்டு மறையறவரை இன்னொரு பொண்ணை என் மனசும் நெருங்காது. உடம்பும் நெருங்காது. போதுமா?"

நம்ப முடியாமல் அவனை ஏறிட்டுப் பார்த்தாள் அழுது கொண்டே.

"நம்ப மாட்டாயா என்னை?"

"நம்பறேன்."

"நம்பினதுக்கு அடையாளம்?"

"அடையாளம்... அடையா..." சட்டென்று தானும் அவன் கன்னத்தில் தன் இதழைப் பதித்துவிட்டு வெட்கம் மேலிட முகத்தைப் பொத்திக் கொண்டவளை அன்போடு பார்த்தான்.

***

"உனக்கு ஒரு கடுதாசி வந்துச்சு, தம்பி." பாலூருக்குத் திரும்பியதுமே வழியில் எதிர்ப்பட்ட வஜ்ரவேலு, "போஸ்ட்மேன்கிட்ட கேட்டு வாங்கி வெச்சுட்டேன். இந்தா..." என்று எடுத்து நீட்டினார். சிகாமணிதான் எழுதியிருந்தான்.

அன்புள்ள கிருஷ்ணமூர்த்தி,

இந்தக் கடிதம் உனக்கு வியப்பைத் தரும். அதிர்ச்சியைத் தரும். ஆனால் சில நேரம் நம்மையும் மீறி நடக்கும் சில விஷயங்களுக்கு நாம் கட்டுப்பட்டுத்தான் தீரவேண்டியிருக்கிறது. லலிதாவுக்கு அப்படி இப்படி

என்று ஒரு வரன் நிச்சயமாகியிருக்கிறது. மாப்பிள்ளை நன்கு படித்தவர். நல்ல குணமும் தெரிகிறது. வரதட்சிணை வேண்டாம் என்று கூறிவிட்டார். ஆனால் என் போதாத காலம் என்றுதான் கூற வேண்டும். அம்மாவின் ஒன்றிரண்டு நகைகளைப் போட்டுத்தான் அவளுக்குக் கல்யாணம் செய்ய வேண்டிய நிலை. அம்மாவின் கழுத்து செயின் மிகவும் நைந்து போயிருக்கிறது. எனவே அழித்துப் புது நகையாகச் செய்யலாம் என்று அதைக் கழுத்திலேயே அணிந்து கொண்டு ஆசாரி கடைக்குப் போயிருக்கிறாள். பஸ்ஸில் அதைப் பறிகொடுத்துவிட்டு வந்திருக்கிறாள்.

இந்த அதிர்ச்சி தாங்காமல் அம்மா பிரமை பிடித்தவள் போல் அப்படியே உட்கார்ந்திருக்கிறாள். டாக்டரிடம் காட்டினோம். 'இது மனோ வியாதிதான். நல்ல மனநோய் டாக்டரிடம் உடனே காட்டுங்கள். இப்படியே விட்டு விட்டால் இது பைத்தியமாகும் அபாயம் ஏற்படும்' என்று கூறிவிட்டார்.

கையிலிருக்கும் பணமெல்லாம் அம்மாவைக் கவனிக்கும் ஸ்பெஷலிஸ்ட்டின் ஃபீஸாக மாறிக் கொண்டிருக்க, கல்யாண நாள் வேறு நெருங்கிக் கொண்டிருக்கும் நிலையில் என்ன செய்வதென்று புரியாமல் தடுமாறிக் கொண்டிருந்தேன். ஒரு நாள் உன் அன்னையைக் கோயிலில் பார்த்தேன். உன் பெரியக்காவும் வந்திருக்கிறாள் போலிருக்கிறது. அம்மாவோடு அவளும் வந்திருந்தாள். என் கஷ்டத்தை மனசுவிட்டு அம்பாளிடமே சொல்வதுபோல் உன் அம்மாவிடம் சொன்னேன். உன் அக்காவுக்கு எதிரில் அதிகம் பேச முடியாமல் உன் அம்மா தவிப்பது புரிந்தது. வருத்தத்தோடு விடை பெற்றாள்.

ஆனால் மறுநாள் காலை மீண்டும் என் வீட்டுக்கே வந்தவள், "சிகாமணி! என் நகையெல்லாம்கூட

மூர்த்திக்குக் குடுத்துட்டேனே. என்ன செய்ய...ன்னு ரொம்ப யோசிச்சேன். அப்பொ அனந்தலக்ஷ்மி எங்கிட்ட வந்து ஒரு விஷயம் பேசினா. 'ஏழையார்ந்தா என்ன, சிகாமணி ரொம்ப நல்ல பையன். அவன்கிட்ட கேளு, ஹேமாவைக் கல்யாணம் பண்ணிக்கறானான்னு. அவன் சரின்னு சொன்னா அவக்கா கல்யாணத்துக்கு வேண்டிய நகையை நான் போடறேன். லலிதா கல்யாணம் நல்லபடியா முடிஞ்சுட்டாலே அவம்மா சரியாய்டுவான்னு தோண்றது' அப்படின்னு சொன்னா.''

''ஒரு பொண்ணை ஏதோ காரணத்துக்காக ஒருத்தனுக்குப் பிடிக்காம போகலாம். ஆனா எல்லார்க்குமே அவளைப் பிடிக்காமயா போய்டும்? நீ வந்து ஹேமாவைப் பாரு. உனக்குப் பிடிச்சுதுன்னா சம்மதம் சொல்லு. பகவான் முடிச்சுப் போட்டிருந்தா உங்க கல்யாணம் நடக்கட்டும். ஆனா சிகாமணி! சரீர அழகு ஒரு மாயைப்பா. சுட்டுப் பொசுக்கினா எல்லாருமே சாம்பல்தான். தன்னைக் கல்யாணம் பண்ணிக்க இஷ்டமில்லாமதான் மூர்த்தி மாமா வீட்டை விட்டே ஓடிப் போய்ட்டான்ங்கற விஷயம் தெரிஞ்சதுலேர்ந்து ஹேமா ஆளே மாறிட்டா. முந்தி மாதிரி குழந்தையா நடந்துக்கறதில்லை. இப்போ மூர்த்தியே அவளைப் பார்த்தா ஆச்சரியப்படுவான். அதிருக்கட்டும். நீ என்னப்பா சொல்றன்னு கேட்டா. நான் சட்டுனு சரின்னு சொல்லிடலை. ஹேமாவைக் கோவிலுக்குக் கூட்டிண்டு வாங்கோன்னு சொன்னேன். கோவில்ல வெச்சு ஹேமாவைப் பார்த்தேன். பேசினேன். என் கண்ணுக்கு எந்தக் குறையும் தெரியலை. கொஞ்சம் ஸ்தூல சரீரம் அவ்வளவுதான். அதைப் பெரிய குறைன்னு ஏன் நினைக்கணும்? அவ மனசுல கள்ளங்கபடில்ல. கல்யாணம் பண்ணிண்டா எனக்கேத்த மனைவியா நடந்துப்பான்னு தோணித்து. நான் சரின்னு சொல்லிட்டேன்.

ஒருநாள் உங்கிட்ட நான் சொன்னேனே, நினைவிருக்கா? அது பலிச்சிருக்கு. ஆனா பணத்துக்காக சத்தியமா இல்ல மூர்த்தி. ஷி இஸ் மை லேடின்னு என் மனசுல ஏற்பட்ட உணர்வுக்குதான் நான் கட்டுப்பட்டேன். கல்யாணத்துக்கப்புறம் வேலையை விட்டுட்டு அம்மாவையும் கூட்டிண்டு எங்களோடயே வந்துடுன்னு உங்கக்கா சொன்னா. நான் தீர்மானமா முடியாதுன்னு சொல்லிட்டேன். உங்க பணத்துக்காக நான் ஹேமாவைப் பண்ணிக்கல. என் சம்பளத்துல எங்களால சந்தோஷமா குடித்தனம் பண்ண முடியும். உங்க ஹேமாவை ராஜாத்தி மாதிரி வெச்சுக்கறேன். பயப்பட வேண்டாம்னு சொல்லிட்டேன்.

ஆனா, மூர்த்தி! என் கல்யாணத்தைச் சுயபுத்தியோட அம்மாவால பார்க்க முடியாமப் போறதேங்கற வருத்தத்தைத்தான் என்னால தாங்க முடியலை. நீ எப்படியிருக்க? உன் லட்சியப் பயணம் எந்த வரையில் சென்றிருக்கிறது? அடுத்த வாரம் கல்யாணப் பத்திரிகை அனுப்பி வைக்கிறேன். கல்யாணத்திற்கு நீ வரமாட்டாய் என்று தெரியும். ஆனால் அதன்பின் என்னையும் லலிதாவையும் வந்து பார்க்கலாம் அல்லவா?''

இப்படிக்கு
சிகாமணி.

சிகாமணி சொன்னது போல் அதிர்ச்சியும் வியப்பும் ஏற்பட்டது உண்மைதான். சிகாமணியின் குணத்திற்கு முன்னால் தான் அற்பப் புழுவாய் ஆகிவிட்டதுபோல் தோன்றியது. ஹேமா உண்மையிலேயே அதிர்ஷ்டசாலிதான். இவனைவிட நல்ல புருஷனை அடையப் போகிறாள். உண்மையிலேயே சந்தோஷப்பட்டான். நல்ல நண்பனை அடைபவன் பாக்கியசாலி. நட்பு என்பது வரம். எல்லாரிடமும் அது முழுமையாக அமைந்து விடுவதில்லை. உலகத்தில் சிறந்தது

நல்ல நட்புதான். சிகாமணிக்கும் அவனுக்கும் இடையில் அது பூரணமாய் ஒளிவிட்டுப் பிரகாசிக்கிறது.

பெரியக்கா அதிர்ஷ்டசாலிதான். சிகாமணியைப் போல் மாப்பிள்ளை கிடைக்க அவள் தவம் செய்திருக்க வேண்டும். செல்வத்துக்காக ஒருவன் ஹேமாவை மணம் புரிந்துகொண்டு அவள் வாழ்க்கையை நரகமாக்கி விடுவானோ என்று சிலநேரம் நினைத்துக் கொண்டு மனம் புழுங்கியிருக்கிறான் அவன். இனி அந்தப் புழுக்கம் இருக்காது. தூயதென்றல் வீசப் போகிறது.

மனசு முழுக்க மகிழ்ச்சி நிரம்பியிருந்ததால் வயிற்றில் பசி மூளவில்லை. வெளித் திண்ணையில் வந்து பாயைப் போட்டு மல்லாந்து படுத்துக் கொண்டான். சப்தரிஷிக் கூட்டம் பளிச்சென்று தெரிந்தது. சுத்தமான காற்று உடம்பைத் தழுவியது. ஊர் அடங்கிய மகிழ்ச்சியில் தவளைகள் வீதியில் குதித்துக் குதித்துச் சத்தமிட்டபடி ஓடின.

எதிர் வீட்டுத் திண்ணையில் படுத்திருந்த ஆள் லொக் லொக் என்று இருமினான். எங்கிருந்தோ கோட்டான் ஒன்று கத்தியது. சில விஷயங்களைப் பிரச்னை என்று பூதாகரமாக்கி நாம்தான் பயந்து சாகிறோம். அடுத்தவர் அதனை எத்தனை எளிதாய் ஏற்றுக்கொள்கிறார்! எதற்கும் நல்ல மனசு வேண்டும். நல்ல பார்வை வேண்டும். இதெல்லாம் அவனிடமும் இருக்கின்றன என்றாலும், ஹேமாவைக் கல்யாணம் செய்துகொள்ள விரும்பாதது, இவை இல்லை என்பதால் அல்ல. சிகாமணி சொல்வது போல் இவள் என்னுடையவள் என்று ஹேமாவிடம் அவனுக்கு ஏற்பட்ட உணர்வு தனக்கு அவளிடம் வராததே காரணம் எனலாம். பாலாவைப் பார்த்தபோது அந்த உணர்வு எழும்பியது நிஜம். இந்துவைப் பற்றிச் சொன்னபோது பாலா அழுதது நினைவுக்கு வந்தது. அவள் முத்தமிட்டது சிலிர்க்க வைத்தது. பைத்தியக்காரி! அவன் மனம் மாறி விடுமோ என்று நடுங்குகிறாள். மாறும் அன்புக்குரிய பெயர்தான் காதலா? கிருஷ்ணமூர்த்திக்கு அதிசயமாக இருந்தது.

கொஞ்ச காலம் முன்பு சென்னை வீட்டின் மொட்டை மாடியில் வேப்பங்காற்றை அனுபவித்துக் கொண்டு நட்சத்திரங்களை எண்ணிக் கொண்டு படுத்திருந்தவனா அவன்? துடைத்து வைத்த மனப்பலகையில் பளிச்சென்று மாக்கோலம் போட்டாற்போல் எப்படிக் காதல் மலர்ந்தது?. காதல் என்பதெல்லாம் சுத்தப் பிரமை என்று அவனே எத்தனையோ முறை சிகாமணியிடம் சொல்லியிருக்கிறான். அனுபவம் இல்லாததால் விழுந்த வார்த்தைகள்தானா அவை? இப்போது என்ன சொல்வது?

பெற்றோரின் காதலினாற் பிறந்த குழந்தையின் வாழ்க்கையிலும் காதலே ஆரம்பமாகிறது. காதலிலேயே முடிகிறது. ஆழ்ந்த அன்பே காதல். அந்தக் காதலால் அவள் அவனுக்காகவே எத்தனை காலம் வேண்டுமானாலும் காத்திருப்பாள்.

மறுநாள் விரைவாகவே விடியும் முன்பு எழுந்து சிகாமணிக்கும் அம்மாவுக்கும் கடிதம் எழுதினான்.

அத்தியாயம் 21

ஒன்றல்ல இரண்டல்ல. நான்கு வருடங்கள் ஆற்றொழுக்குப் போல் ஓடி மறைந்து விட்டன. தஞ்சாவூருக்கே மாற்றல் கிடைத்து இன்னும் ஒரு வருடத்தில் ஓய்வை எதிர்பார்த்துக் கொண்டிருந்தார் ஸ்டேஷன் மாஸ்டர். பாலூர் நிறைய மாறியிருந்தது. முதியோர் பள்ளி வெற்றிகரமாகச் செயல்பட்டது. அதன் விளைவுகள் நன்றாகவே தெரிந்தன. திடீரென்று பாலூரில் செய்தித்தாள்களும் பத்திரிகைகளும் நிறைய விற்கத் தொடங்கியதன் ரகசியத்தை ஆராய, பத்திரிகை ஆபீஸிலிருந்து நிருபர்கள் வந்தார்கள்.

வெற்றிகரமாகச் செயல்படும் முதியோர் பள்ளியைப் பற்றிப் பக்கம் பக்கமாக ஒவ்வொரு பத்திரிகையும் எழுதியது. தமிழ்நாட்டிலேயே நூறு சதவிகிதம் படித்தவர்கள் வாழும் கிராமமாகப் பாலூர் அறிவிக்கப்பட்டது. தொலைக்காட்சியில் செய்தியாக வாசிக்கப்பட்டது. அன்னம்மா கிழவிகூட விடாமுயற்சியோடு படித்து விகடனும் கல்கியும் படிக்க ஆரம்பித்திருந்தாள்.

ஆரம்பத்தில் இதற்குத்தான் எத்தனை எதிர்ப்புகள்!

தமுக்கடித்து விஷயம் சொன்ன அன்று ஊரே அவனை வித்தியாசமாய்ப் பார்த்தது. 'உனக்கு ஏன் இந்த வேண்டாத வேலை தம்பி' என்றாள் அன்னம்மா கிழவி.

"நம்ம மொழி அன்னம்மா பாட்டி! உனக்கு நல்லா பேசத் தெரியற மொழியைப் பேசாம இருன்னு சொன்னா உன்னால

முடியுமா? ஊமையார்க்கறவன் பேசணும்னு ஆசைப்படுவான். அவனைப் பார்த்து ஏன் இரக்கப்படறோம்? ஐயோ, பேச முடியாதவன்னுதானே? அவனை ஒப்பிட்டுப் பார்க்கும் போது பேச முடிஞ்ச நாம அதிர்ஷ்டசாலின்னு நினைக்கறோம். பேச முடிஞ்ச ஒரு பாஷையை எழுதவும் படிக்கவும் கத்துக்கோங்கன்னு சொல்றோம். அதுல என்ன தப்பு? கல்விச்சாலை ஒன்றைத் திறக்கும் போது சிறைச்சாலை ஒன்று மூடப்படுகிறதுன்னு ஒரு அறிஞன் சொல்லிட்டுப் போயிருக்கான். கல்வி கற்காதவன் குருடனுக்குச் சமானம்னு திருவள்ளுவர் சொல்லியிருக்கார். ஊமைக்கு ஊனம்! பேச முடியலை.''

‘‘எல்லாம் இருந்தும் படிப்பறிவில்லாததனால் குருடன்னு பட்டம் வாங்கிக்கணுமா? இந்தப் பார்வையை விட உயர்ந்தது ஞானப்பார்வைன்னுதானே அப்படிச் சொல்லியிருக்கு! எதுவுமே ஆரம்பத்துல கஷ்டம்தான். பிரசவம்ங்கறது தாய்க்கு மட்டும் கஷ்டமில்லை. உள்ள இருக்கிற சிசுவுக்கும் சிரமம்தான். வெளியே வர அதுவும் தாய்க்குச் சமானமா போராடத்தான் செய்யறது. ரெண்டு பேருக்குமே வலி உண்டு. ரெண்டு பேருக்கும் மறுபிறவிதான். ஆனா அதுக்கப்புறம்தான் எவ்வளவு சுகம்! அதே மாதிரிதான் அறிவும். நமக்குள்ள இயற்கையாகவே அது நிறைய இருக்கு. நாமதான் அதைப் பிரசவிக்கணும். நம்ம அறிவு வெளிப்படணும்.''

‘‘பிள்ளையைப் பெத்தப்பறம் ஒரு பெண்ணுக்குத் தாய்ங்கற அந்தஸ்து கிடைக்கறது. கல்வியின் மூலம் நம்ம அறிவு வெளிப்படும்போது அறிஞன்ங்கற அந்தஸ்து ஒவ்வொரு மனுஷனுக்குமே கிடைக்கிறது. கல்வியறிவு இல்லாதவன் மலட்டுப் பெண்ணுக்குச் சமானம். மலட்டுத்தனத்துக்கு அந்தப் பெண் காரணமாகமாட்டா. அது இயற்கை. இறைவனோட சித்தம். ஆனால், கல்விங்கறது நம்ம கைல இருக்கு. முயற்சியை நாமதான் எடுக்கணும். யார் மேலயும் பழிபோட்டுத் தப்பிக்கவே முடியாது. ஆறாவது அறிவு இருக்கற ஒவ்வொருத்தராலயும் முடியக் கூடிய விஷயம்தான் கல்வி.''

அன்னம்மா கிழவி வாய் பிளந்து அவனைப் பார்த்தாள். "எத்தனை அழகா பேசற தம்பி!" என்று அவன் முகத்தை வழித்தெடுத்து நெற்றியில் சொடுக்கித் திருஷ்டி கழித்தாள். "உம் பள்ளிக்கோடத்துல மொதல் பேரா என் பேரை எழுதிக்க ராசா" என்றாள்.

முதல் ஒரு வாரம் தயங்கித் தயங்கி ஐந்தாறு பேரே வந்தனர். பிறகு 'என்னதான் நடக்கிறது, போய்த்தான் பார்க்கலாமே' என்ற ஆவலில் சிலர் வர, வந்த இடத்தில் மனம் மாறித் தொடர்ந்து வர ஆரம்பிக்க, நாள் போகப் போக ஸ்டேஷன் மாஸ்டரின் வீடு போதவில்லை. நிலத்தரகர் வஜ்ரவேலுவைப் பிடித்துச் செட்டியார் பள்ளிக்கென்றே ஒரு இடம் வாங்கினார். கட்டடமும் கட்டினார். எல்லாமே சொந்தப் பணம்தான். இலவசக் கல்விக் கூடம் என்பதால் அனுமதியும் எளிதில் கிடைத்தது.

முதியோர் என்றல்ல, விவசாயம் காரணமாகப் பள்ளிக்குச் செல்ல இயலாத சிறிய வயதினரும் ஆர்வமாய் வந்து படிக்கத் தொடங்கினார்கள். பாலூர் முழுக்கக் கொஞ்ச காலத்துக்கு அத்தனை பேரும் கிடைக்குமிடத்தில் கிடைக்கும் நேரத்தில் மணலிலோ சிலேட்டிலோ வெறும் விரலாலேயே எழுதிப் பார்த்து மகிழ்ந்த காட்சியைக் காண முடிந்தது.

தபால்காரரர் மூக்கில் விரல் வைத்தார். கைநாட்டு என்பது பெயருக்குக்கூட இல்லாமல், பாலூரைப் பொறுத்தவரை அது அழிந்துபோன, மறைந்து போன கதையாகிவிட்டிருந்தது. செட்டியார் ஊருக்குள் வந்தால் அவர் காலில் சாஷ்டாங்கமாக விழுந்து வணங்கினார்கள். 'சாமி நீ நல்லார்க்கணும். எங்க கண்ணைத் தொறந்தாயே' என்று தழுதழுத்தார்கள்.

மூர்த்தி அன்னம்மா கிழவியைப் பார்த்தான். 'பார்த்தயா? நான் சொன்னது சரியா? விழியுள்ள இவர்களுக்கு இப்போதுதான் கண் திறந்ததாம்! காரணம் புரிந்ததா' என்றான். அன்னம்மா கிழவி பொக்கை வாய் திறந்து முழுமையாகச் சிரித்தாள்.

கற்றுக் கொடுப்பது என்பது தனி சுகம்தான். கார்த்திகை மாசத்தில் ஒவ்வொரு அகல்விளக்காய் ஏற்றி வைக்க ஊரே ஜெகஜோதியாய் காணக் கண்கொள்ளாக் காட்சியாய் இருக்குமே, அதைப் போலத்தான். அது கண்ணுக்கு விருந்து. மனசுக்கு மகிழ்ச்சி. இதுவும் அப்படித்தான். அறிவு ஜோதி ஏற்றி வைக்க ஊரே சுடர் விட்டுப் பிரகாசிப்பதைப் பார்க்கும்போது ஆத்ம சுகம் கிட்டுகிறது.

கல்வி கற்றபின் பாலூர் மக்களின் மற்ற நடவடிக்கைகளிலும் வித்தியாசம் தெரிந்தது. அரசியல் பற்றி ஆழமாக விவாதித்தார்கள். பத்திரிகைகளை ஊன்றிப் படித்து நாட்டு நடப்புத் தெரிந்து கொண்டார்கள். பட்ஜெட் பற்றி கருத்துச் சொன்னார்கள். அரசியல் கட்சிகளின் நடவடிக்கைகளை அறிவுபூர்வமாய் ஆராய்ந்து தெளிந்து தேர்தலில் ஓட்டளித்திருந்தார்கள் என்பது பாலூரின் தேர்தல் முடிவு பார்த்தபோது தெரிந்தது.

பள்ளிக் கட்டடம் கட்டியதோடு நிற்கவில்லை, செட்டியார். அதிலேயே ஒரு வாசகசாலையும் ஏற்படுத்தினார். தம் சொந்தச் செலவில் நல்ல நல்ல புத்தகங்களை வாங்கி வைத்தார்.

பாலூரில் நடத்தப்படும் பள்ளி பற்றிக் கேள்விப்பட்ட அக்கம் பக்கத்தில் உள்ள ஊர்களைச் சேர்ந்த படித்த இளைஞர்களும் இந்த உயர்ந்த பணியில் ஈடுபட ஆர்வத்தோடு முன் வந்தார்கள். பாலூர் மட்டுமல்ல, சுற்றியுள்ள அத்தனை கிராமங்களுக்கும் கல்வி தீபம் ஏற்ற வேண்டும் என்று அவர்களுக்கு அறிவுரை சொன்னார் செட்டியார். அதற்கான உதவிகளும் செய்வதாக வாக்களித்தார்.

பாலூரில் பரவிய வெளிச்சத்திற்குக் காரணம் இந்துவும், மூர்த்தியும்தான் என்று ஊரே புகழ்ந்தது. அவர்கள் பட்டபாடு வீண் போகவில்லை. இத்தனை பிரகாசத்திற்கு மத்தியில் ஒளியிழந்து போனவனும் ஒருவன் உண்டு. பரமசிவம். இப்போது அவன் இருக்குமிடம் தெரியவில்லை.

இந்துவின் வற்புறுத்தலால் ஒருநாள் பாலா பாலூருக்கு அவர்களோடு வந்தாள். முன்பைவிட தேஜஸ் கூடியிருந்த பாலாவை ஊரே வியப்போடு பார்த்தது. பாலா வந்திருப்பது கேள்விப்பட்ட பரமசிவம் போர்க்கொடி உயர்த்தினான். அந்த ஊருக்குள் அவள் காலடி எடுத்து வைக்கக் கூடாதென்றான். முன்போலிருந்தால் ஊர் அவன் பின்னே சென்றிருக்கும், இப்போதோ மூர்த்தியின் பக்கம் நின்றதும் உள்ளுக்குள் குமைந்தான்.

அன்று மாலை ஆற்றங்கரையோரமாய் இந்துவும் பாலாவும் நடந்து சென்றபோது நன்றாகக் குடித்துவிட்டு வந்து பாலாவின் தலைமயிரைக் கொத்தாகப் பற்ற, பாலா துடிதுடித்தாள். இந்து பதறினாள். தரதரவென்று இழுத்துக் கொண்டு கையில் வீச்சரிவாளையும் வைத்தபடி சென்றவனை நெருங்க ஊரே பயந்தது. கிருஷ்ணமூர்த்தி ஊரில் இல்லை.

"கோயில்ல எவங்கூடவோ இருந்தயே, பத்து நிமிஷம் எங்கூட இருக்கயா? சும்மா கட்டிப் பிடிச்சுக்கோ. ஊர் பார்க்கட்டும்" என்று அவன் உளற, பாலா விடுபட முடியாமல் கண்ணீரோடு போராட, இந்து ஸ்டேஷனருகில் இருக்கும் போலீசை அழைத்துவர ஒருவனை அனுப்பினாள். தலைமுடியைப் பிடித்திருந்தவன் சட்டென்று அவள் புடவைத் தலைப்பைப் பற்றிக்கொள்ள, பாஞ்சாலியைப் போல, இந்தப் பாலாவும் துடிதுடித்தபடி கண் மூடி, கண்ணீர் வழியத் தெய்வத்தை வேண்டத் தொடங்க, வானத்தில் பெரிசாய் இடிச் சப்தம் கேட்டது. சற்று நேரத்தில் மழை கொட்டத் தொடங்கியது. சாதாரண மழையல்ல பேய் மழை.

காற்றும் மழையும் அவனை ஒரு கணம் நிலை தடுமாற வைக்க, அந்த அவகாசத்தில் அவன் கையை ரத்தம் வரக் கடித்துவிட்டு ஓடி வந்தாள் பாலா. அவள் வந்ததும், ஊரே அந்த இடத்திலிருந்து அவளை அழைத்துச் செல்ல, போதை தாளாமல் மயங்கி விழுந்திருந்தான் பரமசிவம். அன்றைக்கு

இரவு காவேரி பொங்கிக் கரை புரண்டு வெள்ளம் ஊருக்குள் வர, வெள்ளத்தில் சிக்கிக் கொண்டவனை அது இழுத்துக் கொண்டு போயிற்று.

முழங்கால் அளவு வெள்ளத்தில் ஊரே மூழ்கியிருந்த நிலையில் வேலை முடிந்து ஊருக்குத் திரும்பிய மூர்த்தியின் காலில் ஏதோ தட்டுப்பட அது மனித உடல் என உணர்ந்தவன் பரபரப்போடு அதை அலாக்காகத் தூக்கிக் கொண்டு அருகிலிருந்த பாலாம்பிகா கோயிலின் மண்டபத்தில் சென்று குப்புறப்படுக்க வைத்து குடித்திருந்த நீரை உடம்பை அமுக்கி வெளியேற்றினான். வாயிலும் மூக்கிலும் தண்ணீர் வெளியேறியது.

மண்டபத்தில் லேசான ஒளியிருந்ததால் முகம் பார்க்க முடிந்தது. முகத்தைப் பார்த்த மூர்த்தி திடுக்கிட்டான். பிறகு அவனையும் மீறிப் புன்னகை ஒன்றும் பரவியது. மயக்கம் தெளிந்து எழுந்த பரமசிவத்தால் பேச முடியவில்லை. வாயை வேக வேகமாகத் திறந்து பேச முயன்று தோற்றவனின் முகம் பயத்தால் வெளிறியது. இது எதனால்? செய்த பாவத்திற்குத் தண்டனையா? யாருக்கும் புரியவில்லை.

ஒரு நாள்தான்... ஒரே ஒரு நாள்தான். அத்தனை வெள்ளமும் இருந்த இடம் தெரியாமல் வடிந்து போயிற்று. காவேரி சீற்றம் தணிந்து சின்னக் குழந்தை போல் சிரித்துக் கொண்டு பழையபடி ஓடினாள். வானம் பளிச்சென்றிருந்தது. காலமில்லாத காலத்தில் இது என்ன மழை! யாருக்காகப் பெய்தது? என்று ஊரே வியந்தது. ஒரு வாரம் வரை பேசி மாய்ந்து போனது.

மறுநாள் காலையில் தஞ்சாவூருக்குப் புறப்பட்ட பாலாவை மரியாதையுடன் பார்த்தது. அன்போடு வழி அனுப்பி வைத்தது. இந்த முகம் தப்பு செய்திருக்காது என்ற தீர்மானத்திற்கு வந்தது. வழக்கை விசாரிக்காமலே நிரபராதி என்று தீர்ப்பெழுதியது.

இப்போது நினைத்தால்கூட வியப்பாயிருந்தது கிருஷ்ணமூர்த்திக்கு. தன் பெண்ணுக்கு நடந்த கொடுமையையும்

அதற்குப் பின் நடந்த நிகழ்ச்சிகளையும் கேட்டு ஸ்டேஷன் மாஸ்டர் சில நிமிடங்கள் பேசவில்லை. பிறகு மேலே இரு கைகளையும் உயர்த்திக் காட்டினவர்,

யதா யதா ஹி தர்மஸ்ய க்லானிர்பவதி பாரத
அப்யுத்தானம் அதர்மஸ்ய ததாத்மானம்
ஸ்ருஜாம்யஹம்

"எவ்வெப்போது தொல்லைகள் ஏற்பட்டு அதர்மம் ஆதிக்கம் செலுத்துகிறதோ அப்போதெல்லாம் யான் தோன்றுகிறேன்னு பகவான் சொல்லிர்க்கார். அங்க இடிச்ச இடி, வீசின காத்து, பெய்த மழை எல்லாமே அவன் தாம்ப்பா!" என்றார் அமைதியாய். உண்மைதான் என்று உணர்ந்தான் கிருஷ்ணமூர்த்தி.

அதற்குப் பிறகு வாழ்க்கை இதமாய்ப் போயிற்று. அந்த இதமான வேளையில் அவன் தரிசித்தது இந்துவின் புத்திசாலித்தனத்தை, பரந்த மனசை, உன்னதமான அவள் லட்சியங்களை, எதற்கும் சிரிக்கும் அவள் கண்களை, அற்புதமாய்ப் பாடம் நடத்தும் அவள் திறமையை, அவனோடு இலக்கியம் பேசி வாதிட்ட அவள் அறிவை... எத்தனை பேசியிருப்பார்கள்! எதைப் பற்றியெல்லாம் அலசியிருப்பார்கள்! எந்தப் படைப்பாளியைத்தான் அவர்கள் விட்டு வைத்தார்கள்? வால்மீகியிலிருந்து நேற்றுப் புதிதாய்ப் பிறந்த படைப்பாளி வரை படித்துத் தீர்க்கமாய் அபிப்ராயம் சொல்லும் அவள் திறமையை மிகவும் வியந்தான். இந்த அறிவையும் அழகையும் ஆராதிக்கும், இதற்கு ஈடுகொடுக்கும் துணை இந்தப் பெண்ணுக்கு அமைய வேண்டுமே என்று அவன் மனசு கவலை கொண்டது. கொண்ட கவலை பற்றி வெளிப்படையாகவும் சொன்னான் ஒரு நாள்.

"அந்தத் துணையா நீங்களே ஏன் ஆகக் கூடாது, மூர்த்தி?" என்று அவள் திருப்பிக் கேட்டபோது திகைத்தான்.

நிமிர்ந்து எதிரிலிருந்த அவள் கண்களை உற்றுப் பார்த்தான். அவள் கேட்டது ஒப்புக்கு இல்லை என்று அவை சொல்லின. உடம்பு நடுங்கியது அவனுக்கு.

அத்தியாயம் 22

"என்ன மூர்த்தி, திகைப்பார்க்கா? என்னடா இந்துவுக்குள்ள இப்படி ஒரு ஆசையான்னு ஆச்சரியமார்க்கா? ஆனா எனக்கில்லை! இது இயல்பு. இயற்கையின் வெளிப்பாடு. காமம்தான் தப்பு. காதல் இல்ல. காதலின்பாற்பட்ட காமம் தெய்வீகம் நிறைஞ்சது. உங்களோட பழகின இத்தனை நாள்ல எனக்கேற்பட்ட உணர்வைத்தான் நான் வெளிப்படையா சொல்றேன். அர்ப்பணம் பண்ணியாச்சு. ஏத்துக்கறதும் ஒதுக்கறதும் உங்க இஷ்டம்."

இந்து பேசப் பேசக் கிருஷ்ணமூர்த்தி அயர்ந்து போனான்.

"இதென்ன... இந்த விபரீதம்? நீ எங்க? நான் எங்க? உங்கப்பா சொன்ன வார்த்தை மறந்து போச்சா? எம்பொண்ணு மேல எனக்கு நம்பிக்கை இருக்குன்னு சொன்னவர், இதைக் கேட்டா ஆடிப் போய்டுவார்."

"ம்ஹும்...! என் கட்டுப்பாடு ஒழுக்கத்துல அவர் நம்பிக்கை வெச்சிருந்தார். மனசுங்கறது எந்தக் கட்டுப்பாட்டுக்குள்ளயும் அடங்காத, அடக்க முடியாத ஒண்ணு இல்லையா? இதைக் கேட்டா அவர் சந்தோஷப்படுவார், நிச்சயமா. தன் பொண்ணு தரங்கெட்ட ஒரு ஆளைத் தேர்ந்தெடுக்கலைன்னு மகிழ்ந்து போவார்."

"இ... இல்ல இந்து. எவ்வளவுதான் சவால் விட்டாலும் கடசீல ஒரு ஆணும் பெண்ணும் பழகினா என்ன நடக்குமோ அதுதான் நம்ம விஷயத்துலயும் நடக்கப் போறதுன்னு

இளக்காரமா சிரிப்பார். அதுவுமில்லாம...'' கிருஷ்ணமூர்த்தி தயங்கினான். பாலாவைப் பற்றிச் சொன்னால் இவளால் தாங்க முடியுமா என்று யோசித்தான். இதைச் சொல்வதால் பாலாவுக்கும் இவளுக்கும் உள்ள நட்பு உடைந்து விடுமோ? சொல்லித்தான் பார்ப்போம். சொல்லாமல் இருந்து விடத்தான் முடியுமா?

''அதுவுமில்லாம... என்ன மூர்த்தி?''

''நான்... நான்... பாலாவை...'' அந்த ஒரு வார்த்தையிலேயே விஷயம் புரிந்து கொண்டவள், சட்டென்று மௌனமானாள். முழங்காலைக் கட்டிக் கொண்டு சிறிது நேரம் தலை குனிந்து உட்கார்ந்திருந்தாள். பிறகு,

''சாரி மூர்த்தி... இது எனக்குத் தோணவேல்ல. உங்களைப் பார்த்தப்போ எனக்கு இப்படி ஒரு சந்தேகம்கூட வரலை. பரவால்ல. எதுக்குமே ஒரு யோகம் வேணும். உங்களுக்கு என்னோட வாழ்த்துக்கள்!'' என்றாள் லேசாய்ச் சிரித்தபடி.

''இந்து... நீ... இதனால...''

''ஒண்ணும் ஆய்டாது. சாமிக்குன்னு நைவேத்யம் பண்ணினதைச் சாமியா சாப்பிடறது? சாதாரண மனுஷாதான் சாப்பிடறா! என்னையும் ஒருத்தன் சாப்டுவான். பிடிச்சாலும் பிடிக்கலைன்னாலும் அவனுக்குள்ள நான் ஜீரணமாகித்தான் தீரணும். அதுகூட அப்பாவுக்காகத்தான். என்னால எந்த கஷ்டமும் அவருக்கு வந்துடக் கூடாதுன்னு நான் நினைக்கிறேன். ஆனா அதுக்கு முன்னால ஒரு சின்னச் சந்தேகம், மூர்த்தி.''

கிருஷ்ணமூர்த்தி அவளை நிமிர்ந்து பார்த்தான்.

''கற்புன்னா என்ன மூர்த்தி?''

திடீரென்று இதென்ன கேள்வி என்று திகைத்தான், கிருஷ்ணமூர்த்தி.

“சொல்லுங்க. கற்புங்கறது எது சம்பந்தப்பட்டது? உடம்பா, மனசா? எதுல இருக்கணும் கற்பு? ரேணுகா தேவி கதை தெரியும் இல்லையா? வானத்துல பறந்து போன கந்தர்வனோட பிம்பத்தை நதி நீர்ல பார்த்துட்டு ஒரு க்ஷணம் மயங்கினதுனால அவ கற்பிழந்தவளாய்ட்டாளாம். ஆற்று மண்ணில் குடம் செய்யும் சக்தியை இழந்தாளாம். பிம்பத்தைப் பார்த்து மயங்கினதாலேயே சுத்தமிழந்ததா புராணம் சொல்றது.”

“இப்போ சமீபத்துல ஒரு கதை படிச்சேன். தேவதாசி ஒருத்தி தன் குடும்பத்தைக் காப்பாத்த தன் குலத்தொழிலைக் கடமையா நினைச்சு செய்யறா. அவ சொல்றா, என் உடம்புதான் தப்பு பண்றது. என் மனசு யாரோடவும் ஐக்கியமாகலை. அதனால என்னைப் பொறுத்தவரை மனசால கெடாத நான் பரிசுத்தமானவதான்னு சொல்றா. ஆனாலும் உலகம் அதை ஏத்துக்குமா? விபசாரின்னுதான் ஒதுக்கி வைக்கும். அதான் கேக்கறேன். கற்பு எதுல இருக்கு மூர்த்தி?”

சற்று நேரம் யோசித்த மூர்த்தி, “தேவதாசிப் பெண் சொல்றதும் சரிதான். மனசு சுத்தமா இருக்கறது முக்கியம்தான். அதோட உடம்பும் சுத்தமா இருக்கறவ பதிவிரதைதான்!” என்றான்.

“அப்பொ மனசுதான் கற்புக்கு இருப்பிடம்னு சொல்றீங்க.”

மூர்த்தி மௌனமாக இருந்தான்.

“அப்போ நான் கெட்டுப் போனவ, மூர்த்தி.”

திடுக்கிட்டுப் போய் அவளைப் பார்த்தான்.

“எத்தனையோ ராத்திரி என் மனசால உங்களைத் தொட்டிருக்கேன். உங்களோட இருந்திருக்கேன்.”

“ப்ளீஸ் இந்து...” மூர்த்தி கெஞ்சினான். அவனுக்கு வியர்த்துக் கொட்டியது.

இந்து சட்டென்று எழுந்து கொண்டாள். கைப்பையை எடுத்துக் கொண்டு புறப்பட்டாள். மரம் போல் அமர்ந்திருந்தான் கிருஷ்ணமூர்த்தி.

மறுநாள் வழக்கம் போலவே பள்ளிக்கு வந்தவள் எப்போதும் போலத்தான் அவனிடம் பேசினாள். சிரித்தாள். ஆனால் அவனுக்குத்தான் உடம்பு நடுங்கியது. அவளை ஏறிட்டுப் பார்க்கவும் முடியவில்லை.

"என்னைப் பார்த்தா பயமார்க்கா மூர்த்தி?" என்றாள் ஒருநாள். மூர்த்தி அசடு வழியச் சிரித்தான்.

"வெளிப்படையா சில விஷயங்களைச் சொல்றதுகூடத் தப்புதான்னு இப்பதான் புரிஞ்சுது" என்றவள் குரலில் தொனித்தது வேதனையா விரக்தியா என்று புரியவில்லை.

அதற்குப் பிறகு கொஞ்ச காலம் கழித்துச் செட்டியார் அவனிடம் பேசும்போது, பேச்சு இந்துவைப் பற்றித் திரும்ப,

"ரெண்டு மூணு வரன் வந்துச்சு மூர்த்தி. இந்தப் பொண்ணு சரியா பிடி குடுக்க மாட்டேங்குது. நீ கொஞ்சம் எடுத்துச் சொல்லக் கூடாதா?" என்றார் ஆதங்கத்தோடு. ஆனால் மூர்த்தி உடனே அவளிடம் எதுவும் கேட்கவில்லை. ஆனால் கேட்காமலும் இருக்க முடியவில்லை.

"அப்பாவுக்காகக் கல்யாணம் பண்ணிப்பேன்னு சொன்னயே, இந்து" என்றான் ஒரு நாள் மெல்ல.

"ம்... சொன்னேன்."

"அப்புறம் ஏன்...?"

"நான் என்ன பண்ணட்டும், மூர்த்தி?"

மூர்த்தி பதில் சொல்லவில்லை.

"ஒண்ணு கேக்கட்டுமா?"

தலையசைத்தான்.

''பாலாவைப் பார்க்கவேயில்லன்னா இந்த நைவேத்தியத்தை ஏத்துட்டிருப்பீங்க இல்ல? மனசைத் தொட்டுச் சொல்லுங்க.''

மூர்த்தி கலங்கினான். யார் கண்டார்கள்? அப்படியும் இருக்கலாமோ என்னமோ?

''தெரியல இந்து. இதுக்கு இப்போ என்ன பதில் சொல்றதுன்னு தெரியலை. ஒருக்கால் விரும்பியிருக்கவும் கூடும்.''

இந்து சட்டென்று அவனருகில் வந்து அவனை இறுக்கிக் கொண்டாள். ''போதும் மூர்த்தி. இதுபோதும்'' என்று மெல்ல முணுமுணுத்தாள். இந்த அணைப்பிலிருந்து விடுபட வேண்டும் என்று அவனுக்குத் தோன்றவில்லை. விடுபடவும் இயலவில்லை. உடம்பு தெப்பலாய் நனைந்தது. எந்தவித உணர்ச்சியுமில்லாமல் ஜடம் போல் இருந்தான். அவளது மேனியிலிருந்து வீசின பவுடர் வாசமும் தலையிலிருந்து வந்த பூவாசமும் அவனைக் கிறுகிறுக்க வைத்தது.

''தப்பா மூர்த்தி? இது தப்பா? எனக்கு அப்படித் தோணலை. இந்தத் தப்பு காலம் காலமா யுகயுகமா நடந்துண்டுதான் இருக்கு. புராணக் கதையெல்லாம் படிச்சுப் பாருங்க. யாரும் இதுலேர்ந்து தப்பிக்கலை. ரிஷி பத்தினிகள்கூட இதுக்குப் பலியாகியிருக்காங்க. புருஷன் ரூபத்துல வந்தாலும் வந்திருப்பது இந்திரன்தான்னு தெரிஞ்சும் தப்பு பண்ணினா அகலிகை. இந்திரன் கிருஷ்ணனின் அம்சமாம். பிறன் மனைமேல் ஆசைப்படறது தப்புன்னா தேவேந்திரனே அந்தத் தப்பைச் செஞ்சிருக்கான். நான் சாதாரண மனுஷிதான் மூர்த்தி! என் புத்திசாலித்தனம் பகுத்தறிவு எல்லாத்தையும் பறிகொடுத்துட்டு நிக்கறேன் இப்போ!'' பேசிக் கொண்டே விசித்து விசித்து அழ ஆரம்பித்தவளைப் பரிதாபமாய்ப் பார்த்தான். இதற்கு என்னதான் முடிவு என்ற கேள்வி எழும்பியது.

அவள் அணைப்பிலிருந்து மெல்ல விடுபட்டான். ''உனக்கு என்ன வேணும் இந்து?'' என்றான் முனகலாக.

"தெரியலை மூர்த்தி. சொல்லத் தெரியலை. எனக்கே தெரியலை. நான் உடனே கல்யாணம் பண்ணிக்கணும்னு நீங்க சொன்னா நான் சம்மதிக்கிறேன். யாரை வேணா பண்ணிக்கறேன். இப்ப நான் உங்களைத் தொட்டேனே, இந்த ஸ்பரிச சுகம் எனக்கு என்னிக்கும் மறக்காது. இரட்டை வாழ்க்கைதான் என் தலையெழுத்துன்னா வாழ்ந்துட்டுப் போறேன். இவ்வளவு நடந்ததுக்கப்புறம் உங்களால் மட்டும் என்னை மறந்துவிட முடியுமா மூர்த்தி? பாலாவைத் தொடும்போது எல்லாம் இது நினைவுக்கு வராதா?"

பளாரென்று கன்னத்திலறைந்தது போல் இருந்தது. மறக்காதுதான். சடக்கென்று மூச்சுத் திணற அவள் இறுக்கி அணைத்த இந்த க்ஷணம் ஆயுசுக்கும் மறக்க முடியாதுதான். நிமிர்ந்து அவளைப் பார்த்தான். அழுகையும் வியர்வையும் முகத்தில் கசகசக்க... தலை கலைந்து கிடக்க... புகை படிந்த ஓவியம்போல் நின்றவளைப் பார்த்துக் கொண்டே இருந்தவன் மெல்ல அவளருகில் சென்றான். கலைந்து கிடந்த கேசத்தைச் சரிசெய்து கண்ணீரையும் வியர்வையும் கையால் துடைத்தான்.

"எழுந்திரு இந்து! எதுவுமே நம்ம கைல இல்ல. இந்திரன் பண்ணின தப்புக்கு அவன் ஆண்மையை இழந்து உடம்பெல்லாம் யோனியோட நபும்சகனா நடமாடினான். அகலிகை கல்லானாள். புராணத்துலேர்ந்து எல்லாத்தையுமே நமக்குச் சாதமாக்கிக்கக் கூடாதும்மா. உன்னை என்னால மறக்க முடியாதுதான். செட்டியார் எனக்குச் செய்திருக்கிற உதவிக்கு இன்னும் எத்தனை ஜென்மம் எடுத்தாலும் என்னால பரிகாரம் செய்ய முடியாது. அவர் மனசு கஷ்டப்படும்படியா ஒரு நாளும் நீ நடந்துக்கக் கூடாது. அதுக்கு நான் காரணமா இருக்கக் கூடாது. அவர் சொல்ற பையனைக் கல்யாணம் பண்ணிக்கோ. கொஞ்ச நாள் கஷ்டமாதான் இருக்கும். போகப் போக உன் செய்கை உனக்கே சின்னத்தனமா பட ஆரம்பிக்கும். அதுக்காக

வெட்கப்படுவ. ஆனா வேதனப்படாதே. நீ சொல்ற மாதிரி எல்லாரும் சாதாரண மனுஷாதான். நீ பழையபடி ஆகணும். உன் புத்திசாலித்தனமும் பகுத்தறிவும் திரும்ப வெளிப்படணும். என்கூட முந்தி மாதிரியே பழகணும். இதை மறந்துடு இந்து. ப்ளீஸ்... எனக்காக, என்னைவிடச் சகல விதத்திலும் உயர்ந்த, நல்லவன் ஒருவனுக்கு நீ வாழ்க்கைப்படுவ. அன்புங்கறது ஒரு உணர்வுதான். எதனால அன்பு ஏற்பட்டதோ அதுக்கு எதிர்மாறா நினைச்சு அன்பை வெறுப்பாக மாத்திக்க முடியறதான்னு பாரு. எல்லாத்துக்கும் மனசுதான் காரணம்'' என்றான் மென்மையாக.

அன்றைக்குப் போனவள்தான் இந்து, அதற்குப் பிறகு அவனைப் பார்க்கவில்லை அவள்.

அதற்கடுத்த ஒரே மாதத்தில் செட்டியார் நேரிலேயே அவனிடம் கல்யாணப் பத்திரிகையைக் கொடுத்தார். அவர் முகத்தில் மகிழ்ச்சி தெரிந்தது. நிம்மதி தெரிந்தது. கிருஷ்ணமூர்த்தியின் மனசிலும் நிம்மதி படர்ந்தாலும் அதையும் மீறி எங்கோ ஒரு வலியும் வேதனையும் படர்ந்தது. இந்து அவனை இறுக்குவதுபோல் தேகம் சுட்டது. வியர்த்தது. சட்டென்று சிலிர்த்து நினைவுகளை உதறினான்.

கல்யாணத்திற்குப் பிறகு பம்பாயில் குடிபோய் விட்டாள் புருஷனோடு. இரண்டு வருடமாகிறது. இதுவரை அவனுக்கு இரண்டே கடிதம்தான் நலம் விசாரித்து எழுதினாள்.

'இந்து இல்லாம ரொம்ப கஷ்டமார்க்கு' என்று பாலா அடிக்கடி சொல்வாள். அவளுக்கும் தனக்கும் இடையில் எந்த ரகசியமும் இருக்கக் கூடாது என்று அவன் மனப்பூர்வமாக விரும்பினாலும் அதையும் மீறி மிகப் பெரிய ரகசியமாய் இந்த விஷயம் அவன் மனசுக்குள் புதைந்து போயிற்று.

பொழுது விடிந்திருந்தது. பட்சிகளின் சப்தமும் கறவைகளின் ஒலியும் கேட்க ஆரம்பித்துவிட்டன. கொல்லையில் பூத்திருந்த மலர்களின் மணம் கும்மென்று வீசத் தொடங்கியது.

மூர்த்தி எழுந்து கொண்டான். பேஸ்ட்டும் பிரஷ்ஷும் துண்டும் சோப்பும் எடுத்துக் கொண்டு தோப்புக்குச் சென்றான்.

தென்னங்கன்றுகள் அல்ல! இப்போது எல்லாமே மரங்கள்! காலம்தான் எத்தனை வேகமாக ஓடுகிறது. ஒரு சில மரத்தைத் தவிர எல்லாவற்றிலும் காய்கள் காய்த்திருந்தன. பட்ட பாட்டுக்குப் பலன் கிடைக்கப் போவதைப் போல் மகிழ்ச்சி எதுவுமே கிடையாது என்று தோன்றியது.

பூக்காத ஒரு சில மரத்தைக் கூட மலட்டு மரம் என்று விட்டுவிட இருளாண்டி தயாராக இல்லை. மர உலக்கை கொண்டு வந்து அடிமரத்தை ஓங்கி ஓங்கிக் குத்தினான். அடி மரம் முழுக்க வட்ட வட்டமாய்ப் பள்ளம் விழுந்தது.

கிருஷ்ணமூர்த்தி சிரித்தான். "அடிச்சுக் கனிய வெப்பாங்க, கேள்விப்பட்டிருக்கேன். அடிச்சுக் காய்க்க வைப்பாங்களா? சிரிப்புதான் வரது."

ஆனால் ஒரே வாரத்தில் சிரிப்பு வியப்பாக மாறியது. மரத்தில் பாளை விட்டிருந்தது.

அப்படியும் காய்க்காத இரண்டு மரங்களைச் சுற்றிப் பள்ளம் வெட்டினான் இருளாண்டி.

"வேர் தெரியுதா தம்பி? ரெண்டு மூணு நாள் அதுல நல்லா வெய்யில் படட்டும். அப்பால கொஞ்சம் உரம் போட்டுத் தண்ணி ஊத்திடு. ஒரு வாரத்துல பூக்குதா இல்லையா பார்" என்றான்.

அந்த மரங்களும் அவன் சொன்னது போல ஒரு வாரத்தில் பாளை விட்டன.

பாவம், இந்த மரங்களின் வளர்ச்சியில் பாதிப் பங்கு அன்னம்மா கிழவியைத்தான் சேரும். பெற்ற பிள்ளைகளைப் போல இவைகளைப் பார்த்துக் கொண்டவள், அவை காய்ப்பதற்கு முன்னாலேயே அதன் நிழலிலேயே உயிரை

விட்டு விட்டாள். அதற்குள்ளாகவே மரங்கள் நன்கு வளர்ந்திருந்ததால், இனிக் காவல் தேவையில்லை என்றான் இருளாண்டி. “இனிமே தெனம் தண்ணி ஊத்தணும்னுகூட இல்ல தம்பி. மழை பெய்ஞ்சாலே போதும்” என்றான். ஆனாலும் காலையில் கொஞ்சம் நீர் இறைத்து விடுவதை வழக்கமாகத்தான் கொண்டிருந்தான்.

பல் தேய்த்து நீர் இறைத்து விட்டுவிட்டு, காவேரிக்குச் சென்று முங்கிக் குளித்து விட்டு வரும்போதே வெயில் நன்கு ஏறியிருந்தது.

வீட்டுக்கு வந்து பாலைக் காய்ச்சிக் குடித்துவிட்டு ஒன்பது மணி பஸ்ஸில் தஞ்சாவூருக்குப் புறப்பட்டவனைத் தபால்காரர் அழைத்து இரண்டு கடிதங்களைக் கொடுத்தார்.

அத்தியாயம் 23

சிகாமணியும் அம்மாவும்தான் கடிதம் எழுதியிருந்தார்கள். அம்மாவின் கடிதத்தை முதலில் பிரித்தான்.

அம்பி...

நன்னார்க்கயா? உன்கிட்டேர்ந்து கொஞ்ச நாளா கடுதாசியே இல்லையே. ஏன்? ஹேமாவோட கல்யாணத்துக்குத்தான் நீ வரலை. வரவும் மாட்டேன்னு எனக்குத் தெரியும். அதுக்கப்புறம் ஒரு தரம் வந்திருக்கலாமே... உன்னைப் பார்க்காம ஒவ்வொரு நிமிஷமும் இப்பல்லாம் தவிப்பார்க்கு கண்ணா. நீ போய் நாலு வருஷமாய்டுத்தா... நாலு வருஷமாச்சு உங்கப்பாவும் எங்கிட்ட பேசி! இன்னும் அவர் எதையுமே மறக்கத் தயாராயில்ல. என் கையால சாப்பிடக்கூடப் பிடிக்காம ஒரு சமையல்காரரைப் போட்டிருக்கார். அவர் சமைக்கறதைத்தான் சாப்பிடறார். இந்த நிலை என்னிக்கு மாறும் கண்ணா?

உனக்காகத்தான் இன்னும் நான் உசிரை வெச்சுண்டு இருக்கேன். நீ வருவாய், பெரிய ஆளா வருவாய், ‘இந்தாங்கோ உங்க பிள்ளையைப் பத்திரமா ஒப்படைச்சுட்டேன். அதுவும் பெரிய மனுஷனா, மத்தவாளை மாதிரியே வந்திருக்கான்’னு சொல்லணும் அவர்கிட்ட. உன்னைப் பத்தி ஏதோ பத்திரிகைல எல்லாம் எழுதியிருக்கிறதா சிகாமணி சொன்னான். உங்கப்பா

படிச்சாரான்னு தெரியல. பத்திரிகை படிக்க அவருக்கு ஏது நேரம்? சிகாமணி சொன்னப்போ சந்தோஷமார்ந்தது. ஃபோட்டோவில் உன்னைப் பார்த்தப்போ அழுகை வந்தது. நீ எப்போ வரப்போற அம்பி?

உன்,

அம்மா.

பொங்கின கண்ணீரைத் துடைத்துக் கொண்டு சிகாமணியின் கடிதத்தைப் பிரித்தான்.

சௌக்கியமார்க்கயா மூர்த்தி? உன்னைப் பத்தி பத்திரிகைல எல்லாம் எழுதியிருந்ததைப் படிச்சேன். சந்தோஷத்துல அழுதுட்டேன். உங்கம்மாகிட்டயும் காமிச்சேன். உங்கம்மா உடம்பு ரொம்ப மோசமார்க்கு. வேதனைத்தீ அவளைக் கொஞ்சம் கொஞ்சமா சாப்பிட்டுண்டு இருக்கு. முழுக்க அது அவளைப் பொசுக்கறதுக்குள்ள நீ வந்துடு.

நிற்க. உங்கப்பாவை ஹைகோர்ட்டில் அவரோட ஆபீஸ் ரூம்ல பார்த்தேன். பத்திரிகைகளை அவர்கிட்ட காமிச்சேன். எல்லாத்தையும் படிச்சுப் பார்த்தார். எதுவுமே சொல்லலை. மௌனமா எங்கிட்டயே திருப்பிக் கொடுத்துட்டார். இன்னும் அவன் மேல கோவமா சார்னு கேட்டேன். 'இது நிஜமா நம்ம மூர்த்திதானா சிகாமணி?'ன்னு ரெண்டு தரம் கேட்டார். 'இதுல என்ன சந்தேகம் சார்'னு சிரிச்சுண்டே கேட்டேன்.

அவர் முகத்துல ஏதோ வேதனை. அதுக்கு என்ன அர்த்தம்னு தெரியல. ஆனா ஆரம்பத்துல இருந்த கோவம் இப்போ அவர்கிட்ட இல்லன்னுதான் சொல்லணும். மத்தப்படி உன்னை எல்லாரும்

ஒவ்வொரு நிமிஷமும் எதிர்பார்க்கிறோம். எனக்குப் பிள்ளை பிறந்து ஒரு வயசாகப் போறது. ஹேமா சௌக்கியம். அவ இப்போ அசட்டு ஹேமா இல்ல. பிள்ளை பெத்துக் கொஞ்சம் இளைச்சுட்டான்னு கூடச் சொல்லணும்.

அம்மாவுக்கு நல்லாவே குணமாய்டுத்து. பேரனோட சந்தோஷமா விளையாடறா. லலிதாவுக்கு பெண் பிறந்து அஞ்சு மாசமாறது. நகைக்கடனை நானே அடச்சுட்டேன். ஒரு வருஷ டைம் முடிஞ்சதுமே பாங்க்லேர்ந்து நோட்டீஸ் வந்தது. ஹேமாவோட நகையெல்லாம் வெச்சு பணம் வாங்கி உங்கம்மாவோடதை மீட்டு வெச்சிருக்கேன். ரெண்டு வருஷமா நீ வட்டியும் அசலுமா அனுப்பற பணத்தைக் கட்டி ஹேமாவோட நகையும் மீட்டுடறேன். இன்னும் கொஞ்சம்தான் கட்ட வேண்டியிருக்கும்னு நினைக்கிறேன்.

உன் தென்னப்தோப்பு எப்படியிருக்கு? காய்க்க ஆரம்பிச்சாச்சா? உன் லட்சியத்துல நீ முக்கால் கிணறு தாண்டியாச்சுன்னு நினைக்கிறேன். உன்னை நினைக்கும்போது பெருமையார்க்கு. விவரமாகப் பதில் போடு.

இப்படிக்கு
சிகாமணி

கடவுளே! என்று பெருமூச்சு விட்டான். பூர்வஜென்ம புண்யத்தின் மிச்சம் மீதிதான் சிகாமணியின் நட்போ என்னமோ? ஹேமா இப்போது அசட்டு ஹேமா இல்லை என்று அவன் எழுதியிருந்த வரிகள் மனசைக் குத்தின. நிச்சயமா நோகடிப்பதற்காகச் சிகாமணி எழுதியிருக்க மாட்டான். தெரிந்து இடித்தாலும் தெரியாமல் பட்டாலும் வலி வலிதானே!

“தம்பி... மூர்த்தி தம்பி! இருக்கயா?”

“வஜ்ரவேலுவா? என்னங்க, நேரா கடைக்கே வந்துட்டீங்க. என்ன விஷயம்?”

“உனக்கு நல்ல காலம் பொறந்துடுச்சு, தம்பி.”

“என்ன சொல்றீங்க?”

“பரமசிவம் வைத்தியம் பார்த்துக்கப் பட்டணம் பக்கம் போறானாம். இந்த ஊரோட ஞாபகம்கூட வேணாமாம். எல்லாத்தையும் வித்துட்டுப் பட்டணத்துல ஒரு வீடு வாங்கிட்டு போகப் போறானாம். அவனோட ஒண்ணுவிட்ட அண்ணன் ஒருத்தன் பட்டணத்துல இருக்காரில்ல, அவர்தான் வரச் சொல்லிட்டாராம். அவனோட தென்னந்தோப்பு பாத்திருக்க இல்ல. அதை நீயே வாங்கிக்கணும்னு ஆசைப்படறானாம். இருளாண்டிகிட்ட சொல்லியனுப்பியிருக்கான்.”

வியப்பாயிருந்தது வஜ்ரவேலு சொன்னபோது.

“அவ்வளவு பணத்துக்கு நான் எங்க போவேன், வஜ்ரவேலு?”

“அதைத்தான் நானும் சொன்னேன். ஒரு தொகை கட்டித் தோப்பைக் குத்தகைக்கு மொதல்ல எடுத்துக்கறதாம். பயப்படாத தம்பி! நல்ல தோப்பு. நல்ல ஜாதி மரங்கள். ஒசத்தி தேங்காய். நிறைய லாபம் கிடைக்கும். குத்தகைப் பணம் போக மீதித் தொகையைச் சேமிச்சாகூட ஒரு ரெண்டு மூணு வருசத்துல விலைக்கு வாங்கிடலாம். ஆண்டவன்தான் பரமசிவம் மனசுல பூந்திருக்கணும். அவனை நீ காப்பாத்தின பாரு, அதுக்குப் பலன் இது. வேண்டாம்னு சொல்லாதே.”

கிருஷ்ணமூர்த்தி யோசித்தான். ஸ்டேஷன் மாஸ்டரிடமும் செட்டியாரிடமும் கலந்தாலோசித்தான். செட்டியாரையும் அழைத்துக் கொண்டு பரமசிவத்தின் வீட்டிற்குப் போனான். எல்லாம் சுமுகமாய் முடிந்தது. தோப்பைக் குத்தகைக்கு

விட ஒப்பந்தம் எழுதிக் கையெழுத்திட்டார்கள். வீட்டைச் செட்டியார் தானே வாங்கிக் கொள்வதாகக் கூறி அச்சாரமாய்க் கொஞ்சம் பணமும் கொடுத்தார். பரமசிவம் கையெடுத்துக் கும்பிட்டான். கண்கள் கலங்கியிருந்தன. கிருஷ்ணமூர்த்தியின் மனசு கனத்தது. மனசு திருந்திவிட்ட அவனை மன்னித்து அவனுக்குப் பேசும் சக்தியை அளித்து விடும்படி பாலாம்பிகாவிடம் மனப்பூர்வமாய் வேண்டிக் கொண்டான்.

தோப்பில் காற்று சிலுசிலுவென்று வீசியது. உடம்பு சிலிர்த்தது கிருஷ்ணமூர்த்திக்கு. ஊருக்கு வந்த புதிதில் இதே தோப்பில் வைத்துப் பரமசிவம் இளநீர் கொடுத்து, கூடவே பாலாவைப் பற்றி அவதூறும் சொன்னது நினைவுக்கு வந்தது. அன்றே இயற்கை சீற்றம் கொண்டிருக்க வேண்டும். பக்கத்தில் ஓடும் காவேரிக்கும் காற்றுக்கும் காது கேட்டிருக்க வேண்டும். தென்னை மரங்கள் வெறுப்புக் கொண்டிருக்க வேண்டும். 'உன்னை விட்டுப் பிரிகிறேன் பார்' என்று அப்போதே கங்கணம் கட்டிக் கொண்டிருக்க வேண்டும். காற்றும் காவேரியும் மழையும் அதற்குத் துணை வந்திருக்கிறது.

ஒரு நல்லநாள் பார்த்து இரண்டு தோப்பிலும் காய் இறக்க ஆரம்பித்தார்கள். மரமேறிகள் லாகவமாக மரத்தில் ஏறுவதை வியப்போடு பார்த்தான் கிருஷ்ணமூர்த்தி. தேங்காய்களை மொத்தமாய் வாங்கிச் செல்ல ஆட்கள் வந்திருந்தார்கள். அத்தனையிலும் மட்டை உரித்ததும் மட்டைகளும் விலை போயிற்று. காய்ந்த தென்னை ஓலைகளையும் விலை கொடுத்து எடுத்துச் செல்ல முன் வந்தனர். அடி முதல் நுனிவரை அத்தனையும் காசாய் மாறும் அற்புதம் கண்டதும் மரங்களைக் கையெடுத்துக் கும்பிட்டான். கண்ணீர் பெருகியது.

பரமசிவத்துக்குக் குத்தகைப் பணம் அனுப்பி வைத்தது, மரமேறிகளின் கூலி மற்றச் செலவுகள் எல்லாம் போகக் கணிசமாய்க் கையில் நின்ற பணம் கண்டு பிரமித்தான். செட்டியாரிடம் வாங்கின தொகையில் கொஞ்சம் அடைத்துவிடலாம் என்று தோன்றியது.

அதுபோக பாங்க்கில் சிகாமணி வைத்த நகைகளை மீட்டுக் கொடுத்துவிட்டு அம்மாவையும் பார்த்துவிட்டு வந்துவிடலாம் என்று முடிவு செய்தான்.

செட்டியார் பணம் வாங்கிக்கொள்ள மறுத்து விட்டார். "மொத மொதலா நீ பணம் பாக்கற தம்பி. இந்த முறை நீயே வெச்சுக்க. எனக்கென்ன இப்போ அவசரம்? மெதுவா குடேன். நீதான் எங்க போய்டப் போற? இல்ல. நான்தான் எங்க போய்டப் போறேன்?"

பணத்தை அவர் காலடியில் வைத்து விழுந்து வணங்கினான். அவனையும் மீறிக் கண்ணீர் பெருகி அவர் பாதத்தை நனைத்தது.

செட்டியார்தான் வாங்கிக் கொள்ளவில்லை. சரி, ஸ்டேஷன் மாஸ்டரிடம் வாங்கிய கடனையாவது அடைப்போம் என்றால் அவர் அதற்குமேல் பிடிவாதமாயிருந்தார்.

"என்ன சார், குடுத்த கடனை வாங்கிக்க மாட்டேன்னா எப்படி சார்?"

"காரணம் இருக்கு, மூர்த்தி. பாலா எல்லாத்தையுமே விவரமா சொன்னா" என்றவர் அவனைக் கூர்ந்து பார்த்துச் சிரித்தார். சட்டென்று ஒருவிதக் கூச்சம் பரவத் தலை குனிந்து கொண்டான்.

"அதுக்கும் இதுக்கும் என்ன சார் சம்பந்தம்?"

"பாலா கல்யாணத்துக்காகப் போட்டு வெச்ச பணம்தான் அது. சேர வேண்டிய ஆள்கிட்டதான் சேர்ந்திருக்கு. சீக்கிரம் ஊருக்குப் போ மூர்த்தி. முறைப்படி உங்கப்பாவை நான் வந்து பார்க்கறேன். ஆனா... அவர்..."

"அவரைப் பத்தி கவலைப்பட வேண்டாம், சார். இந்தப் பேச்சு வார்த்தை சும்மா மரியாதைக்குத்தான். பாலாம்பிகா கோயில்ல வெச்சு பாலாவுக்கு நான் தாலி கட்டறது நிச்சயம்.

கல்யாணங்கறது முடிவு இல்ல. வாழ்க்கையோட ஆரம்பமே அதுதான். அது மனசுப்படி திருப்தியா சந்தோஷமா அமைய வேண்டியது முக்கியம். இந்த விஷயத்துல யாரும் யாரையும் கட்டுப்படுத்த முடியாது.''

ஸ்டேஷன் மாஸ்டர் கண் கலங்கியது. அவன் கைகளைப் பிடித்துக் கொண்டார். ''சந்தோஷமார்க்கு, மூர்த்தி. பாலா ரொம்ப குடுத்து வெச்சவ. எல்லாமே நல்லதுக்குத்தான்னு நான் நினைச்சது வீண் போகலை. ஆனா... அவளை நீ நம்பற இல்ல மூர்த்தி? என்னிக்கும் உனக்குச் சந்தேகம் வந்துடாதே...''

''சார்... ப்ளீஸ்... நம்பிக்கைதான் வாழ்க்கை. ஏன் இந்த மாதிரிப் பேசறீங்க?''

''இல்லப்பா. எனக்கே இன்னும் உறுத்திண்டிருக்கு. பாலாவா சொல்லுவான்னு நானும் பொறுமையா இருக்கேன். நம்பிக்கை வேற. இது வேற. அவ நல்லவதான். நெருப்புதான். ஆனா அது யாருன்னு மனசுக்குள்ள குத்திண்டே இருக்கே, என்ன செய்ய? இதனாலேயே செத்தாகூட என் சாவுல ஒரு குறை இருந்துண்டே இருக்கும்னு தோணறது.''

மூர்த்திக்கு அவரைப் பார்த்து இரக்கம் மேலிட்டது.

''வருத்தப்படாதீங்க சார். அது யார்ன்னு நான் சொல்றேன்'' என்றான்.

சட்டென்று திடுக்கிட்டவர், ''என்னப்பா சொல்ற, உனக்கு எப்படித் தெரியும்?'' என்றார்.

''பாலா எங்கிட்ட எதையுமே மறைக்கலை சார். உங்களுக்குத் தெரிய வேண்டாம்னு அவ நினைச்சதுலயும் தப்பில்ல. அவ சொல்லாட்டா என்ன, நான் சொல்றேன். தெரிஞ்ச மாதிரி நீங்க காட்டிக்க வேண்டாம். கடைசி வரை ஒரு உறுத்தலோட நீங்க வாழக் கூடாதுங்கற எண்ணத்தினால சொல்லிடறேன். ஆனா இங்க வேண்டாம். நாளைக்குப் பாலூர்க்கு வாங்க. தோப்புல உட்கார்ந்து விவரமா சொல்றேன்'' என்றான்.

அவரிடம் விடை பெற்றுப் புறப்பட்டு பஸ் பிடித்து பாலூர் வந்த சேர்ந்தபோது மாலை வெய்யில் நன்கு இறங்கி ஆரஞ்சு நிற ஒளியில் ஊரை மூழ்கடித்திருந்தது.

பஸ்ஸை விட்டு இறங்கியவனைப் பார்த்து ஓடி வந்தான் இருளாண்டி. "உங்களைத் தேடி யாரோ வந்திருக்காங்க, தம்பி" என்றான்.

என்னைத் தேடி யார் என்று யோசித்தவன், "யாராம் இருளாண்டி?" என்றான்.

"தெரியல தம்பி. உங்க வீட்டுத் திண்ணையில் உட்கார வெச்சுட்டு வந்தேன். போய்ப் பாருங்க. நான் அவசரமா தஞ்சாவூர் வரை ஒரு சோலியா போறேன். வரட்டுமா?" என்றான்.

தலையசைத்து விட்டு வேகமாய் வந்தவன் வீட்டு வாசலில் உட்கார்ந்திருந்தவரைக் கண்டு திகைத்துப்போய் நின்று விட்டான். நம்ப முடியாமல் கண்களை அகல விரித்துப் பார்த்தான்.

அத்தியாயம் 24

அப்பா!

அப்பாவா? கிருஷ்ணமூர்த்தியால் நம்ப முடியவில்லை. ஐந்து வருடத்தில் அப்பாவின் தலைமுடி முழுக்கவே நரைத்து உடம்பும் தளர்ந்திருந்தது. தொண்டையில் தோல் சுருங்கித் தளர்ந்திருந்தது. எதிர்பாராமல் அவரைச் சந்தித்த அதிர்ச்சியில் பேச்சு வராமல் அவரையே பார்த்தான். அவரும் அவனை விழுங்கி விடுவது போல் பார்த்தார். அவர் உதட்டில் புன்னகையும் கண்ணில் ஏதோ ஒரு பெருமையும் வெளிப்பட்டதாகத் தோன்றியது. சட்டென்று அவர் கால்களில் விழுந்து வணங்கினவனைத் தொட்டுத் தூக்கி உற்றுப் பார்த்தவர் மார்போடு அணைத்துக் கொண்டார்.

தொண்டை வலித்தது. கண்கள் பொங்கின. இதற்காகத்தானே இத்தனை பாடும்! அவன் மட்டுமா? அம்மாவுக்கு எவ்வளவு கஷ்டம்! அக்னி முனையில் அவள் மேற்கொண்டிருக்கும் தவம் முடியப் போவதை நினைக்கும்போது சந்தோஷமாக இருந்தது.

''உள்ள வாங்கோப்பா'' என்றான்.

உள்ளே அழைத்துச் சென்றான். அப்பா ஊஞ்சலில் உட்கார்ந்து கொண்டதும், எதிரில் பவ்யமாய்க் கைகட்டி நின்று கொண்டான்.

''எப்போ வந்தேள்ப்பா? எப்படி இந்த இடம்...? சிகாமணி விலாசம் கொடுத்தானா?''

சட்டென்று நிமிர்ந்தார். "சிகாமணிக்கு அப்பொ தெரியுமா?"

"அப்படியானால் சிகாமணிக்கு நீங்க இங்க வந்த விஷயம் தெரியாதா?"

"தெரியாது. யாருக்குமே சொல்லலை. எப்பவோ சிகாமணி காமிச்சான். அந்தப் பத்திரிகைல படிச்சேன். பத்திரிகை ஆபீஸ்க்கு ஃபோன் பண்ணி வழி கேட்டேன். வந்தேன்."

"அடுத்த வாரம் நானே வரதாதான் இருந்தேன்" என்றவன் தோல் பையில் வைத்திருந்த ரூபாய் நோட்டுக் கற்றைகளை எடுத்து அவர் காலருகில் வைத்துவிட்டு நமஸ்காரம் பண்ணினான்.

"இதெல்லாம் நான் சம்பாதிச்சதுப்பா. உங்க பிள்ளை நேர் வழில சரீரத்தாலே பாடுபட்டுச் சம்பாதிச்சது."

ஒரு நிமிடம் அந்தப் பணத்தை உற்றுப் பார்த்தவர் விழிகள் கலங்கின.

"தப்பு பண்ணிட்டேன்டா அம்பி! நான் முன்னுக்கு வர, எங்கப்பா எத்தனையோ வழில உதவினார். உனக்கு நான் ஒரு உபகாரமும் பண்ணலை. உன் தலையில முள் கிரீடம் வெச்சு சம்மட்டியால அடிச்சதைத் தவிர வேற ஒண்ணும் பண்ணலை நான்."

"அப்படிச் சொல்லாதீங்கோப்பா. அப்பொ எனக்கேற்பட்ட வைராக்கியம்தான் என்னை இவ்வளவு உசரத்துக்கு உந்தித் தள்ளியிருக்கு. இந்தப் பெருமையெல்லாம் உங்களைத்தான் சேரும். பரிவுகாட்டிச் செல்லம் குடுத்திருந்தா ஏதோ ஒரு கம்பெனிலயோ, அரசாங்க ஆபீஸ்லயோ கணக்குப் பார்த்துண்டு மாசச் சம்பளம் வாங்கிண்டு இருந்துருப்பேன். அதுக்கு மேல உயரணும்னு எனக்குத் தோணியிருக்கவே இருக்காது. உண்மையச் சொல்லப்போனா உங்க வார்த்தைகளுக்குப் பயந்துண்டு நான் ஊரை விட்டு வரலை. கல்யாணத்துக்குப் பயந்துண்டுதான் வந்தேன்."

"கல்யாணம்ங்கற பந்தத்தினால செல்வத்தை அடைய எனக்கு இஷ்டமில்லை. அதனாலதான் புறப்பட்டுட்டேன். அந்த நேரத்துல நிச்சயம் நீங்க இருந்த மன நிலையில என்னைப் போக விட்டிருப்பேளா? சொல்லுங்கோ. ஆனா அம்மா என்னைப் புரிஞ்சுண்டா. என் தாகமும் வேகமும் நியாயம்னு உணர்ந்துண்டா. நகையெல்லாம் குடுத்து அவதான் என்னை வழியனுப்பிச்சா."

"ஒரு பக்கம் புருஷன். ஒரு பக்கம் பிள்ளை. ரெண்டும் ரெண்டு கண்ணு. யாரை யார்கிட்ட விட்டுக்கொடுக்க முடியும் அவளால? உங்களுக்குள்ள என்னால ஏற்பட்ட மனஸ்தாபம் தீரணும்னுதான் நான் இத்தனை வேகமா பாடுபட்டேன். பலன் கிடைச்சுது. எனக்காக அம்மாவை மன்னிச்சுடுங்கோப்பா!" கிருஷ்ணமூர்த்தி கேவிக் கேவிக் குழந்தை போல் அழ ஆரம்பித்தான்.

சட்டென்று ஊஞ்சலிலிருந்து இறங்கி அவனருகில் வந்து அவன் கண்ணீரைத் துடைத்தவர், "அவதான்டா என்னை மன்னிக்கணும். நான் புழு! புழுவைவிடக் கேவலமான ஜென்மம். அது தெய்வாத்மா! அதான் பூஜை உள்ளுலயே முடங்கிக் கிடக்கு. இந்த மனுஷப் பூச்சியை அதுதான் மன்னிக்கணும்!" என்றார்.

ஒரு நிமிடம் கனத்த மௌனம் அங்கு நிலவியது.

"ஏதாவது சாப்பிட்டேளாப்பா? நான் இங்க எதுவும் சமைக்கறதில்லை. ஸ்டேஷன்கிட்ட ஒரு மெஸ் இருக்கு. அங்கதான் சாப்பிடுவேன். நீங்க ஹோட்டல்லயும் சாப்பிட மாட்டேளே... இப்பொ ஏதாவது பிரட், பழம் வாங்கிண்டு வரட்டுமா? காலம்பற எனக்குத் தெரிஞ்சவாளோட வீட்ல உங்களுக்குச் சாப்பாடு ஏற்பாடு பண்ணிடறேன்."

"இல்லடா. நானே பழம்தான் வாங்கிச் சாப்பிட்டுட்டு வந்தேன். பசியில்லை. மனசும் வயிறும் நிறைஞ்சு கிடக்கு. நீ உன்னைப்பத்தி சொல்லுடா அம்பி. இந்த அஞ்சு வருஷத்துக் கதையைச் சொல்லேன், கேக்கறேன்."

அப்பாவுக்கு எப்போது குரல் இவ்வளவு மிருதுவாயிற்று என்று வியந்தான். அன்பும் பாசமும் கூடியதால் இந்த மாற்றமா? பிறந்ததிலிருந்து இத்தனை வயதுவரை அவரோடு எதிரில் நின்று அவர் முகத்தைப் பார்த்து எப்போது அவன் நாலு வார்த்தை பேசியிருக்கிறான்...? அவனைக் கண்டால் அவர் விரட்டுவதும் அவரைக் கண்டால் அவன் ஓடி ஒளிவதுமே வாழ்க்கையாகி விட்டது. இப்போது அவர் இப்படிப் பேசுவதும், அவனும் பதிலுக்கு இவ்வளவு பேசுவதும், அவனாலேயே நம்ப முடியவில்லை. காலம்தான் எத்தனை மாற்றங்களை அள்ளிவீசிவிட்டுக் கரைந்திருக்கிறது!

ஊரை விட்டுப் புறப்பட்டது முதல் ஒன்று விடாமல் அத்தனையும் விவரமாகச் சொன்னான். ஸ்டேஷன் மாஸ்டரைப் பற்றி, பாலாவைப் பற்றி, பாலாவுக்குப் பரமசிவம் செய்த அநியாயங்கள் பற்றி, செட்டியாரைப் பற்றி, அவர் செய்த உதவிகள் பற்றி அவன் சொன்னதும் அவர் முகத்தில் விவரிக்க இயலாத உணர்ச்சிகள் படிந்தன.

"என்னைத் தவிர எல்லாருமே நல்லவாதான் இல்ல அம்பி? ஸ்டேஷன் மாஸ்டரை மாதிரியும், செட்டியாரை மாதிரியும் ஏன் எனக்கு நடந்துக்கத் தெரியாமப் போச்சு? சொந்தப் பிள்ளைக்கே நான் எதிரியார்ந்துர்க்கேன். ச்சட்...! எத்தனை மோசமான தகப்பன் நான்! எனக்கு அவாளை உடனே பார்க்கணும் அம்பி. அவாளைத் தரிசனம் பண்ணினா என் பாசம் கொஞ்சம் தீர்ந்துடும்னு தோணறது."

"ப்ளீஸ்ப்பா... எதுக்கு இப்படி வருத்தப்படறேள்? இப்பொ என்ன நடந்துடுத்து?" கிருஷ்ணமூர்த்தி உண்மையிலேயே வருந்தினான். இத்தனை நாள் அவர் துவேஷம் காட்டியதுகூட அவர் மனசுவிட்டுப் பேசின அந்த க்ஷணத்தில் மறைந்து போய் பாசம் என்றுமில்லாத அளவுக்குப் பொங்கி எழுந்தது. அவரைப் பற்றி அவன் இதுநாள்வரை கொண்டிருந்த அபிப்ராயங்கள் அத்தனையும் ஒரு நொடியில் காணாமல் போயின.

எல்லோருமே நல்லவர்கள்தான். எந்தத் தகப்பனாவது பிள்ளையிடம் வேண்டுமென்றே துவேஷம் காட்டுவானா? மருந்தில் சர்க்கரை கலந்து கொடுக்கும் அன்னையும் உண்டு. கசக்கக் கசக்க மூக்கைப் பிடித்துப் புகட்டி விடுபவளும் உண்டு. குத்திக் காட்டினால் பிள்ளையின் ரோஷம் வெளிக் கிளம்பும், அவன் முன்னேறி விடுவான் என்று அவர் நினைத்திருக்கக் கூடும். அதைத் தவறென்று எப்படிச் சொல்ல முடியும்?

"சரிப்பா. எல்லாத்தையும் மறந்துடுங்கோ. நிம்மதியாத் தூங்குங்கோ. காலம்பற தஞ்சாவூர் போவோம்" என்றவன், அவருக்குப் பாயும் தலையணையும் கொண்டு வந்து கொடுத்தான்.

விடிகாலையில் இருவருக்குமே விழிப்புக் கண்டுவிட்டது. காலைக் கடன்கள் முடிந்த பிறகு அவரைத் தோப்புக்கு அழைத்துச் சென்றான்.

"இதுதான் நான் முதன் முதலா வாங்கின நிலம். அப்பொ வெறும் பத்து மரம்தான் இருந்தது. மத்ததெல்லாம் அதுக்கப்பறம் வெச்சு வளர்ந்திருக்கு."

பிள்ளை சொன்னதும் அவர் முகத்தில் ஒரு பிரகாசம் கூடியது. அங்கு வீசின சுகந்தக் காற்றை இழுத்து ஒருமுறை சுவாசித்தார். குனிந்து கீழிருந்து ஒரு பிடி மண் எடுத்து முகர்ந்து பார்த்தார். முத்தமிட்டார். பிறகு கீழே போட்டு விட்டு சாஷ்டாங்கமாய் விழுந்து நமஸ்கரித்தார். அந்தப் பூமித் தாயை.

'அப்பாவா... அப்பாதானா இது!' என்று வியப்புக் கூடியது.

பரமசிவத்திடமிருந்து குத்தகைக்கு வாங்கிய தோப்பையும் சுற்றிக் காட்டினான்.

"இன்னும் உனக்கு எவ்வளவு கடன் இருக்கு? சொல்லுடா அம்பி, நான் குடுத்து அடைச்சுடறேன்."

"வேண்டாம்ப்பா. அவசரம் எதுவுமில்லை. இதுலேர்ந்து வர லாபத்துலயே அடைச்சுடறேன்."

“அப்பாமேல இன்னும் வெறுப்புத் தீரலை இல்ல உனக்கு.”

“ஐயய்யோ! அப்படி இல்லைப்பா.”

“அப்பொ சொல்லு...! இனிமே நான் யாருக்குப் பண்ணப் போறேன் அம்பி? நீ வளர வேண்டிய நேரத்துலதான் உனக்குத் தண்ணி விடலை. இப்பவாவது கொஞ்சம் நீரும் உரமும் போடறேனே.”

“அதுக்கில்லப்பா...”

“நீ எதுவும் பேச வேண்டாம் அம்பி. இங்க புறப்பட்டு வரும்போது உன்னைப் பார்க்கணும், உடனே கூட்டிண்டு போணும்னுதான் வந்தேன். இப்போ என் தீர்மானமே மாறிடுத்து. என் வேலைக்கெல்லாம் ஒரு முற்றுப்புள்ளி வெச்சுட்டு கடைசிக் காலத்தை என் பிள்ளை வாங்கின இந்த நிலத்துல, என் பிள்ளையோட பக்கத்துலயே கழிச்சுடணும்னு தோன்றது. அதைத்தான் செய்யப் போறேன். அப்பாவை வேண்டாம்னு சொல்லிடுவயா, அம்பி?”

“என்னப்பா இது...” என்று பதறினவன் கண்கள் கலங்கின. “அதுக்கு நான் பாக்கியம் பண்ணியிருக்கணும்ப்பா. இதெல்லாம் கனவா நனவான்னே புரியல.”

“எனக்கும் அப்படித்தான் இருக்குடா.”

“இந்த ஊர்க்காரரர் ஒருத்தர் என்னோட ரயில்ல வந்தார். ‘எந்த ஊருக்கு சார் போறீங்க’ன்னார். ‘பாலூர்க்கு’ன்னேன். ‘அங்க யார் வீட்டுக்கு’ன்னு கேட்டார். ‘என் பிள்ளை கிருஷ்ணமூர்த்தி இருக்கான். அங்கதான்’னு சொன்னேன். ‘அடடா.. மூர்த்தியோட அப்பாவா நீங்க? கொடுத்து வெச்சவர் சார் நீங்க! எங்க ஊருக்கு கிடைச்ச மாணிக்கக் கல்தான் உங்க பிள்ளை’ன்னு அவர் சொன்னப்பொ எனக்குள்ள என்னமோ பஸ்பமாச்சு. என்னன்னு பார்த்தா என் செருக்கு, அகங்காரம், மமதை எல்லாம்தான்.”

“நானும்தான் நிறையச் சம்பாதிச்சேன். அதுமட்டும் சாதனையாய்டுமா? வேறென்ன பண்ணினேன்? என்னால யாருக்கு என்ன உபகாரம் ஆகியிருக்கு? என் வீடு, என் மனைவி, என் குழந்தைகள் இந்த சுயநலத்துக்குதான் சம்பாதிச்சேன். மத்தப்படி எட்டணா காசு யாருக்கும் தர்மம் பண்ணினதில்லைன்னு நெனச்சுப் பார்க்கும்போது உடம்பும் மனசும் கூசிக் குறுகிப் போச்சுடா அம்பி. உனக்கு முன்னால இப்ப நான் ரொம்ப சின்னவன். புழு. நீ தகப்பன் சுவாமி!”

“அப்பா... திரும்பவும் எதுக்குப்பா?” கிருஷ்ணமூர்த்தி சட்டென்று அவர் வாயைப் பொத்தினான், பதற்றத்தோடு, இனிமேலும் எதற்கு அவர் மனசைப் புண்படுத்த வேண்டும் என்று யோசித்தான். கணக்குப் பார்த்துக் கடன் விவரங்களைச் சொன்னான்.

மறுநாள் போய்ச் செட்டியாரைப் பார்த்துவிட்டு ஸ்டேஷன் மாஸ்டர் வீட்டுக்கு வந்தார்கள்.

ஸ்டேஷன் மாஸ்டர் பயபக்தியோடு முகங்குளிர வரவேற்றார்.

“என் பிள்ளை இந்த அளவுக்கு உசந்ததுக்குக் காரணமான உங்களை விழுந்து நமஸ்காரம் பண்ணணும்னு தோணறது.”

“நான் என்ன பண்ணிட்டேன்னு இப்படிச் சொல்றேள் சார்! நான் ஒண்ணும் செஞ்சுடலை. புத்தியும் அறிவும் இருந்தது. ஆர்வமும் உழைப்பும் தன்னால வந்தது. உசந்துட்டான்!” என்று ஸ்டேஷன் மாஸ்டர் உள்ளே போய் பாலாவை அழைத்தார். பாலா வந்து அவரை நமஸ்கரித்ததும் பிள்ளையை அர்த்தத்தோடு பார்க்க, கிருஷ்ணமூர்த்தி லேசாய்ச் சிரித்தபடி தலைகுனிந்தான்.

“நன்னாரும்மா. மூர்த்தி எல்லாம் விவரமா சொன்னான். உடனே நல்ல முகூர்த்தமா பாத்துடலாம்” என்று அவர் சொன்னதும், பாலாவின் முகம் குங்குமமாய்ச் சிவக்க, சட்டென்று எழுந்து உள்ளே ஓடினாள்.

"இருந்து சாப்பிட்டுட்டுப் போகலாம்" என்று ஸ்டேஷன் மாஸ்டர் வற்புறுத்த,

"இல்ல சார். சுப்பையர் வீட்ல சமைக்கச் சொல்லியிருக்கேன். நாங்க இன்னிக்குச் சாயந்தர வண்டிக்கு மெட்ராஸ் போறோம்." என்று சொன்னான் கிருஷ்ணமூர்த்தி.

அத்தியாயம் 25

அப்பாவோடு ரயில் வண்டியில் ஏறியபோது ஏனோ உடம்பு சிலிர்த்தது. ஐந்து வருடங்களுக்கு முன்னால் திக்குத் திசை தெரியாமல் மனசு முழுக்க வேதனையைச் சுமந்து கொண்டு எதிர்காலமே கேள்விக்குறியாய்த் தெரிய இதே ரயிலில் ஊரை விட்டுப் புறப்பட்டதெல்லாம் ஒவ்வொன்றாய் நினைவுக்கு வந்தது. எந்த அப்பாவின் கெடுபிடிகள் அவனை உந்தித் தள்ளியதோ அதே அப்பா அன்பின் சொரூபமாய் பூரண ஞானம் பெற்று அவனை எதிர்கொண்டு அழைத்துச் செல்கிறார். நம்ப முடியவில்லைதான். ஆனால் நடக்கிறது!

அம்மாவைப் பார்க்கப் போகிறோம் என்று நினைத்தபோது உச்சந்தலை முதல் உள்ளங்கால் வரை பரவசம் ஓடியது. அவனைப் பார்த்ததும் திகைப்பாளோ? பரவசப்படுவாளோ? கட்டியணைத்துக் கொண்டு அழுவாளோ? அம்பி என் அம்பி என்று மாய்ந்து போவாளோ? அப்பாவே அவனைத் தேடி வந்ததை அறிந்து சிலிர்த்துப் போவாளோ?

சென்னை மண்ணைத் தொட்டதுமே குப்பென்று எதுவோ தொண்டையில் அடைத்துக் கொண்டது. பிறந்து, தவழ்ந்து, கற்று, வளர்ந்த இடம் என்ற பரவசம் அணு அணுவாய் உடம்பையும் மனசையும் ஆக்கிரமித்தது. சாலைகளில் ஓடிய பல்லவன் பஸ்களும், சைக்கிள் ரிக்ஷாக்களும், பரபரப்பான மனிதர்களும் ஓங்கி உயர்ந்த கட்டடங்களும், அரசு அலுவலகங்களும், நடைபாதைக் கடைகளும், கூவம்

ஓரத்துக் குடிசை வாழ் மனிதர்களும், கடற்கரைச் சிலைகளும், சமாதிகளும், எதுவும் மாறவில்லை. எல்லாம் அவனுக்குக் காலை வணக்கம் சொல்லி வரவேற்றது.

ஒரு காலத்தில் இந்தப் பரபரப்பும் ஜனசந்தடியும்தான் வாழ்க்கை என்றிருந்ததும் உண்டு. இப்போது அமைதியான பாலூர் கிராமமும், தென்னங்காற்றும் காவேரியும்தான் சுகம் என்று ஆகியிருக்கிறது. அவன் வளர்ந்தது இந்த நகரத்தில்தான் என்றாலும் அவனை வாழ வைத்திருப்பது அந்தக் கிராமத்து மண்ணும் மரங்களும், காற்றும் நீரும், மனிதர்களும்தான்.

வீடும் அப்படியேதான் இருந்தது. எந்த மாற்றமும் இல்லை. வாசல் கேட்டைத் திறப்பதற்காகத் தொட்டபோது குபுக்கென்று கண்கள் பொங்கின. கர்ப்பக் கிருகத்தில் அம்பாளைத் தரிசிக்கப் போகும் சிலிர்ப்பு எழும்பியது.

உள்ளே அமைதியாயிருந்தது. சமையலறையிலிருந்து ரவை வறுபடும் மணம் வந்தது.

பூஜையறையில் அம்மாவின் முதுகு தெரிந்தது. குளித்து ஈரத் தலை நுனி முடிந்திருந்த கறுப்பும் நரையும் கலந்த கூந்தலோடு சம்மணமிட்டு உட்கார்ந்தபடி லலிதா சகஸ்ரநாமம் சொல்லிக் கொண்டிருந்தாள்.

“அம்மா...!”

கிருஷ்ணமூர்த்தி மெல்லத்தான் அழைத்தான். எத்தனை ஆழ்ந்த பக்தியிலும் தியானத்திலும் மூழ்கியிருந்தாலும் கூடப் பிள்ளையின் குரல் எட்டாத தாய்மையும் உண்டோ? உடம்பு முழுக்க எதிரொலித்த அந்த ஒரு சொல் ஓங்கார நாதமாய்த் தோன்ற, சட்டென்று திரும்பினாள்.

கிருஷ்ணமூர்த்தி திடுக்கிட்டான். அம்மாவா, என் அம்மாவா இது...! கறுத்து, இளைத்து, கண்கள் குழி விழுந்து, கருவளையம்

கட்டிக்கொண்டு... அவள் முகத்தில் நிலைத்திருக்கும் மந்தஹாசமும் புன்சிரிப்பும் எங்கே போயிற்று...

"அம்பி... அம்பிதானா...?" விழி விரியப் பார்த்துக் கொண்டே தட்டுத் தடுமாறி எழுந்து கொண்டாள்.

"அம்பி..."

"அம்மா... என்னம்மா இது? நீதானா... ஏம்மா இப்படி ஆய்ட்ட? கடவுளே! எங்கம்மாதானா இது...!" கிருஷ்ணமூர்த்தி அவளைக் கட்டிக்கொண்டு பச்சைக் குழந்தையைப் போல் தேம்பித் தேம்பி அழ... 'அம்பி அம்பி' என்பதற்கு மேல் வேறு எந்த வார்த்தையும் வெளி வராமல் அவன் கேசத்தைத் தடவினாள். முதுகைத் தடவினாள். முகத்தை உற்றுப் பார்த்தாள். கரகரவென்று அவள் கண்களிலிருந்து கண்ணீர் வழிந்தது. தாயும் பிள்ளையும் பரவசக் கோலமாய் நின்ற காட்சி கண்டு கண்ணீரைத் துடைத்துக் கொண்டே அப்பாவைப் பார்த்த கிருஷ்ணமூர்த்தி, "வாங்கோப்பா. சேர்ந்து நில்லுங்கோ, நமஸ்காரம் பண்றேன்" என்றான்.

அம்மா பயத்தோடு அவரைப் பார்த்தவள், அவர் கண்களில் தெரிந்த கண்ணீர் கண்டதும் பதறினாள். தன்னருகில் வந்து பிள்ளையை ஆசீர்வதிக்க அவர் நின்றதும் மாறிய அவர் மனசை உணர்ந்து கொண்டாள். எதுவும் பேசவில்லை. யாருக்கும் யாரும் சமாதானம் சொல்லவில்லை. யாரிடமும் யாரும் வாய்விட்டு மன்னிப்புக் கேட்கவில்லை. அந்தராத்மாவை அந்தராத்மா உணர்ந்துகொள்ள, அங்கே பிரகாசமாய் ஒரு சந்தோஷப் பூ மலர்ந்தது.

சாப்பிடும் போது சமையல்காரரைப் பார்த்து அப்பா சொன்னார்.

"வர மாசத்துலேர்ந்து ஜட்ஜ் தட்சிணாமூர்த்தி வீட்டுல உம்மை வேலைக்குச் சேர்த்து விட்டுடறேன். என்னைவிட

சம்பளம் நிறையத்தருவார் அவர். ஒத்தாசைக்கு ஆள் இல்லாம திண்டாடறார். என்ன சொல்றீர்?''

அம்மாவின் முகம் மலர்ந்ததை ரசித்தான் கிருஷ்ணமூர்த்தி.

சாப்பிட்டுவிட்டு வெளியே கிளம்பினார் அப்பா. ''சிகாமணிக்கு போன் பண்ணிச் சொல்லிடவா'' என்றார் அவனைப் பார்த்து. சரி என்று தலையசைத்தான். அவர் புறப்பட்டதும் வாசலுக்கு வந்து, ''சிகாமணி வரும்போது அம்மாவோட நகைகளையும் கொண்டு வரச் சொல்லிடுங்கோ'' என்றான்.

உள்ளே வந்து அம்மாவின் மடியில் தலை வைத்துச் சிறிது நேரம் படுத்துக் கொண்டான். அப்பப்பா! என்ன இதம்! எத்தனை நிம்மதி! தெய்வமே எதிரில் வந்து நின்றால்கூட இந்தப் பரவசமும் நிம்மதியும் கிடைக்குமா?

''இங்கேர்ந்து போய் ரொம்ப கஷ்டப்பட்டயா அம்பி?''

''இல்லம்மா. ஆண்டவன் பல ரூபத்துல வந்து எனக்குத் துணையிருந்தான். கை கொடுத்தான். தூக்கி விட்டான்.''

அம்மா சற்று நேரம் எதுவும் பேசவில்லை. மொட்டை மாடியில் அன்றிரவு அம்மாவிடம் நிறையப் பேசினான். பேசிக் கொண்டே மொட்டை மாடியில் சுற்றிச்சுற்றி நடந்தான். மதில் சுவரோரம் வந்து வேப்ப மரக்கிளைகளை இழுத்து முகத்தோடு உரசி நுகர்ந்து பார்த்தான். 'என்னை மறந்து விட்டாயா மூர்த்தி?' என்றது.

மறப்பதா? உன்னை மறப்பதா? தினம் தினம் எனக்குக் கவரி வீசித் தாலாட்டித் தூங்கச் செய்த இன்னொரு தாயல்லவா நீ? உன்னைப் பாலூருக்கும் விதை வடிவில் கொண்டுபோகப் போகிறேன். அங்கேயும் நீ வேர் விட்டு வளர்ந்து என்னைத் தாலாட்ட வேண்டும்.

''நீ போனதுக்கப்புறம் கொஞ்ச நாள் நான் உன்னை நினைச்சுண்டு இங்க வந்துதான் படுத்துப்பேன் அம்பி. இந்த

மரம் காத்துக்குச் சலசலக்கும் போதெல்லாம் அது அம்பி எங்க, அம்பி எங்கன்னு கேக்கறாப்போலவே இருந்தது எனக்கு!'' வேப்ப மரத்தோடு அவன் ஒன்றி நின்றதை உணர்ந்ததுபோல் அம்மா சொன்னாள்.

மீண்டும் அம்மாவுக்கு அருகில் வந்து உட்கார்ந்தான்.

''அந்தப் பாலாம்பிகா எப்படிடா அம்பி இருப்பா?''

''உன்னாட்டம்தாம்மா.'' ஒரே வார்த்தையில் கோடி அர்த்தம் பொதிந்த பதிலைச் சொன்ன பிள்ளையைப் பெருமையோடு பார்த்தாள்.

பஞ்சு சாஸ்திரிகளை மறுநாளே வரவழைத்தார் அப்பா. பஞ்சாங்கத்தில் புதைந்து அவர் நல்ல நாள் தேடிக் கொண்டிருந்த போது வாசற்பக்கம் நிழலாடியது. கிருஷ்ணமூர்த்தி திரும்பிப் பார்த்தான்.

சிகாமணி...!

வேகமாய் அவனருகில் சென்றவனை மார்போடு அணைத்துக் கொண்டான் சிகாமணி.

''நன்னார்க்கயா மூர்த்தி?''

ஞானம் தந்த போதிமரம் புத்தனைப் பார்த்துக் கேள்வி கேட்கிறது.

''உன் இடத்திற்கு ஒருவன் வந்தால், வந்தவன் புறப்பட்டு வந்த இடம் உனக்கு எதிர்ப் பக்கத்தில் காலியாகத்தான் இருக்கும். யாருக்கும் இரண்டு சரீரம் இல்லையே. காலியிடத்திற்கு நீ சென்று விடு!''

''எவ்வளவு பெரிய விஷயத்தை எவ்வளவு எளிமையா சொன்னவன் நீ! அன்னிக்கு எனக்கேற்பட்ட ஞானம்தான் என்னோட இந்த வளர்ச்சிக்குக் காரணம்டா சிகாமணி.''

சிகாமணி அந்தப் புகழ்ச்சி கேட்டு லேசாகக் கூச்சப்பட்டான். கையிலிருந்த தோல் பையை நீட்டினான். ''உங்கம்மாட்ட

கொடுத்து நமஸ்காரம் பண்ணுடா மூர்த்தி'' என்றான். மூர்த்தி அவனை நன்றியோடு பார்த்தான். ஐந்து வருடத்தில் சிகாமணிக்கு நன்கு சதை போட்டு வாட்ட சாட்டமாக இருந்தான். சந்தோஷப் பூரிப்போ? அம்மாவிடம் நகைகளைக் கொடுத்து நமஸ்கரித்தான்.

''லலிதா எப்படிடா இருக்கா? எங்க இருக்கா?''

''மெட்ராஸ்லதான்டா இருக்கா. குரோம்பேட்டைல. அவ ஆம்படையானுக்கு ஃபோன் பண்ணி ரெண்டு பேரையும் வரச் சொல்லியிருக்கேன். சாயங்காலம் வருவா.''

ஆனால் சாயங்காலம் லலிதா மட்டும்தான் குழந்தையோடு வந்தாள். அவருக்கு வேலை அதிகம் சிகாமணி என்றாள். சிகாமணி ஹேமாவையும் பையனையும் அழைத்து வந்திருந்தான்.

மொட்டை மாடியில் உட்கார்ந்து எல்லாருமாய் மனசு விட்டுச் சிரித்துப் பேசினார்கள். சிகாமணியின் பிள்ளை அவனையே உரித்து வைத்துப் பிறந்திருந்தது. ஹேமா வியக்கத்தக்க அளவுக்கு அமைதியும் அடக்கமுமாக மாறியிருந்தாள். அம்மாவோடு சேர்ந்து சமையல் பண்ணினாள்.

''கல்யாணத்தைப் பாலூர்ல எளிமையா நடத்துவோம். நிச்சயதார்த்தத்தை இங்கே கிராண்டா பண்ணிடுவோம். நீ என்னப்பா சொல்ற சிகாமணி?'' என்றார் அப்பா.

எல்லாருமே சரியென்றார்கள். ஸ்டேஷன் மாஸ்டருக்கும், பாலாவுக்கும் தனித்தனியே கடிதம் எழுதினான். செட்டியாரையும் வரச் சொல்லி அவருக்கும் கடிதம் எழுதினான். பம்பாயிலிருக்கும் இந்துவையும் விசாரித்து அவளுக்கும் திருமணம் குறித்துக் கடிதம் எழுதினான்.

மற்றப்படி அக்காக்கள், சிவண்ணா எல்லாருக்கும் தகவல் சொல்லி உடனடியாக வரச் சொல்லி எழுதினார்கள்.

இரவு மொட்டை மாடியில் வத்தல் குழம்பு சாதத்தை நல்லெண்ணெய் வாசத்தோடு சுட்ட அப்பளத்தைத் துணைக்கு

வைத்து உருட்டி உருட்டி அவன் கையில் அம்மா தந்தபோது, தேவர்களும் அசுரர்களும் அதற்கும் போட்டிக்கு வந்து விடுவார்களோ என்று யோசித்தான். வேப்ப மரம் அவன் யோசனை புரிந்தது போல் சிரித்தது. சலசலவென்று அசைந்து காற்றை அள்ளித் தெளித்தது.

"பாலா வந்தா அவளை இந்த வேம்புக்கு அறிமுகப்படுத்திடும்மா. மாட்டுப் பெண்ணை இது பார்க்க வேண்டாமோ?" என்றான் அம்மாவிடம்.

"அதுக்கென்ன, அதுக்கும் ஒரு நமஸ்காரம் பண்ணிடுங்கோ ரெண்டு பேருமா சேர்ந்து. அது ஆசீர்வாதத்துல அதை மாதிரியே நீங்களும் கொப்பும் கிளையுமா தழைச்சு வளர்ந்து உங்களைச் சுத்தி சுகந்தக் காத்தை வீசணும். ஆதைச் சுவாசிக்கறவனுக்கு வியாதி வெக்கையே வராது!" என்ற அம்மாவைப் பெருமையோடு பார்த்தான். எத்தனை நல்ல வயிற்றில் கருவாகி உருவாகியிருக்கிறேன் கடவுளே! என்று நெகிழ்ந்து போனான்.

நிச்சயதார்த்தத்துக்கு முதல் நாளே தஞ்சாவூரிலிருந்து ஸ்டேஷன் மாஸ்டரும், பாலாவும், செட்டியாரும் வந்து விட்டனர்.

பாலாவை வைத்த கண் வாங்காமல் பார்த்த அம்மாவின் கண்களில் தெரிந்த பூரிப்பைக் கண்டு மலர்ந்து போனான் கிருஷ்ணமூர்த்தி.

பட்டுப்புடவை கட்டி, நீண்ட கருங்கூந்தலைப் பின்னலிட்டுத் தோட்டத்து மல்லிகையைத் தொடுத்துத் தலைநிறைய வைத்து, கிருஷ்ணமூர்த்தி திருப்பிக் கொடுத்த நகைகள் அத்தனையும் போட்டு அலங்கரித்தாள் பாலாவை. இவள் பாலாவா அல்லது அந்தப் பாலாம்பிகாவா என்று மலைத்துப் போனான் கிருஷ்ணமூர்த்தி.

"கிருஷ்ணமூர்த்திக்கு நீங்க கொடுத்த ரூபாயை மொதல்ல நீங்க வாங்கிக்கணும். வேண்டாம்னு நீங்க சொன்னா அவனுக்கு

நாங்க வரதட்சிணை வாங்கிண்ட மாதிரி ஆய்டும்'' என்று வற்புறுத்தி ஸ்டேஷன் மாஸ்டரிடம் ரூபாயை நீட்டி அவரைப் பெற்றுக்கொள்ளச் செய்த அப்பாவை நன்றியோடு பார்த்தான்.

வாசலில் ஆட்டோ சப்தம் கேட்டது. சிகாமணி, ஹேமா, அவன் தாய், லலிதாவின் புருஷன் எல்லாரும் உள்ளே வந்தனர். பாலாவை அவர்களுக்கு அறிமுகம் செய்து வைக்கும்முன் லலிதாவின் புருஷனைக் கண்டு சிலையாய் நின்றாள் பாலா. அவளைக் கண்டு அவனும் மலைத்துப் போய் நிற்க, கிருஷ்ணமூர்த்தியின் முகத்தில் கேள்விக் குறி எழும்பியது.

அத்தியாயம் 26

நிச்சயதார்த்தம் விமரிசையாய் நடந்தது. சொன்னபடியே வெகு விமரிசையாய் நடத்தி விட்டார் அப்பா. எல்லாருமே வந்திருந்தார்கள். பெரியக்கா முகத்தில் எந்த வருத்தமும் இல்லை. எப்போதும் போலவே சிரித்துப் பேசினாள். பெண்ணுக்கு நல்ல புருஷன் கிடைத்து விட்டதால் அனைத்தையும் மறந்து விட்டாள் போலும். சிவண்ணாவும் மன்னியும்கூட அவனிடம் அன்பாய் மரியாதையாய்ப் பேசியது குறித்து ஆச்சரியப்பட்டான். சிவண்ணாவின் குழந்தைகள் நன்கு வளர்ந்திருந்தனர். கல்லூரிக்குப் போகிறார்களாம்.

அன்றிரவு ஸ்டேஷன் மாஸ்டரையும் அழைத்துக் கொண்டு காலாற நடந்து விட்டு வருவதாகச் சொல்லி விட்டு வெளியே புறப்பட்டான்.

கடற்கரைப் பக்கம் மெல்ல நடந்தார்கள். "எல்லாத்தையுமே சொல்ல வேண்டிய நேரம் வந்தாச்சு சார். உங்க கல்யாண வாழ்க்கையைப் பத்தி நீங்க பாதி சொன்னீங்க. நீங்க விட்ட இடத்துலேர்ந்து முழுக்கச் சொல்லி முடிக்க வேண்டிய நேரம் வந்திருக்கு. லலிதாவோட புருஷனைப் பார்த்து பாலா திகைச்சுப் போய் நின்றாளே, கவனிச்சேளா? அவன் வேற யாரும் இல்ல. உங்க பிள்ளைதான். உங்களைவிட்டுப் பிரிஞ்சு போன உங்க மனைவி எடுத்துண்டு போன பிள்ளை!"

"நீங்க பண்ணி வெச்ச கல்யாணம் ரொம்ப நாள் நிலைக்கலை. புருஷனை விபத்துல பறிகொடுத்துட்டு திரும்ப

உங்ககிட்டயும் வர முடியாத அவங்க, தனக்குப் பிள்ளைதான் இனி எல்லாம்னு அவனுக்காக வாழ்ந்து அவனை வளர்த்து ஆளாக்கி சாகப்போற கடைசி நேரத்துலதான் தான் பண்ணின அவலமான காரியத்தை எல்லாம் பிள்ளைகிட்ட சொல்லிப் பாவமன்னிப்புக் கேட்டிருக்கா. பாலாவைப் பத்திச் சொல்லியிருக்கா.''

''தங்கையைப் பார்க்கணுங்கற ஆவல்ல மொதல்ல அவளுக்கு விவரமா கடிதம் எழுதிப் போட்டிருக்கான். அவளுக்கு எதுவுமே தெரியாதுங்கற விஷயம் அவனுக்குத் தெரியாது. விஷயம் தெரிஞ்ச பாலா முதல்ல இடிஞ்சு போனாலும் ரத்த பாசம் அவனை வரவேற்கத் துடிச்சிருக்கு. தெரிஞ்சதா உங்ககிட்ட காட்டிக்கவும் தைரியமில்லை. வரச் சொல்லி அவனுக்கும் லெட்டர் எழுதிப் போட்டிருக்கா.''

''எத்தனையோ வருஷம் கழிச்சுப் பார்க்கப் போறதுனால கோவில்ல வெச்சு பார்க்கலாம்னு நேரா கோவிலுக்கு வரச் சொல்லியிருக்கா. அன்னிக்குன்னு பார்த்து இந்திராகாந்தி சுடப்பட்டு ஊரே திமிலோகப்பட, பாலூர்லயும் ஏதோ கலாட்டா நடக்க, இவா உள்ள இருந்தது தெரியாம கோவில் கதவு சாத்தப்போனப்போ பயந்து போய் ரெண்டு பேரும் வெளில ஓடி வந்தப்போதான்...''

கிருஷ்ணமூர்த்தி நிறுத்தினான். இனி எதுவுமே சொல்லத் தேவையில்லை போல் எல்லாம் புரிந்து விட்டது ஸ்டேஷன் மாஸ்டருக்கு. திகைப்பிலும் பிரமிப்பிலும் எதுவுமே பேச முடியாமல் ஒரு கணம் அப்படியே உட்கார்ந்துவிட்டார். சட்டென்று அவன் கரங்களைப் பிடித்துக் கொண்டார். ''ரொம்ப நாளா மனசுல குத்திண்டிருந்த முள் வெளில வந்துடுத்து மூர்த்தி. இனிமே நான் நிம்மதியா சாவேன். என் பிள்ளையையும் பார்த்துட்டேன். இனிமே வேறென்ன வேணும் எனக்கு?'' என்று தழுதழுத்தார்.

சற்று நேரம் மௌனமாய்க் கழிந்தது. "இருந்தாலும் இந்த ரகசியம் ரகசியமாவே இருக்கட்டும் மூர்த்தி. யாருக்குமே தெரிய வேண்டாமே. அவங்கிட்டயும் சொல்லி வெச்சுடு."

"யார்ட்ட சார்?"

"அதான் அவங்கிட்ட... எம்பிள்ளை கிட்ட. பாசம் நிச்சயமா செத்துப் போகலை! ஆனா நம்மைச் சுத்தியிருக்கறவாளோட க்ஷேமத்துக்காக சில விஷயத்தைப் பலி கொடுத்துதான் ஆகணும். இதைச் சொல்றதால உங்கம்மாவும், அப்பாவும் நல்லவிதமாக்கூட எடுத்துக்கலாம். ஆனா ஊரும் உலகமும் பாலாவைப் பத்தியோ அவ பிறந்தகத்தைப் பத்தியோ தப்பா பேசிடப்படாது பாரு. அதுக்காக இந்த உறவைப் பலி கொடுத்துதான் ஆகணும்."

அவர் சொன்னது நியாயம் என்றே தோன்றியது அவனுக்கு.

மறுநாளே பாலாவையும் அழைத்துக் கொண்டு பாலூருக்குப் புறப்பட்டார் அவர்.

அதற்கு அடுத்த வாரம் கிருஷ்ணமூர்த்தியும் பாலூருக்குப் புறப்பட்டுப் போனான். கல்யாண ஏற்பாடுகளோடு, பாலூரிலேயே தாங்களும் குடி வருவதற்கான ஆயத்தங்களையும் செய்து கொண்டு பத்து நாள் முன்பாகவே வந்து விடுவதாக அப்பா கூறியதும் சந்தோஷமாகத் தலை அசைத்தான்.

பாலூர் வீட்டின் கதவைத் திறந்ததும் நடையில் கடிதம் ஒன்று கிடந்தது. கடிதம் இந்துவிடமிருந்து வந்திருப்பது அறிந்ததும் சந்தோஷமாகப் பிரித்துப் படிக்க ஆரம்பித்தான்.

என் உயிரினும் மேலான மூர்த்திக்கு,

இந்தக் கடிதம் உங்களுக்கு வியப்பாய் இருக்கலாம். வெறுப்பைக் கூட உண்டாக்கலாம். ஆனால் இதுதான் உண்மை. "என்னைவிடச் சகல விதத்திலும் உயர்ந்த

ஒரு புருஷன் உனக்குக் கிடைப்பான்!" என்று நீங்க சொன்ன வாழ்த்து பொய்யாகி விட்டது. கல்யாணமான முதல்நாளே எனக்குப் புரிந்துவிட்டது பொய்யாகிவிட்டதென்று. ஆயினும் இதுவரை வெளியே காட்டிக்கொள்ளவில்லை. இப்போது மட்டும் ஏன்... என்று கேட்கலாம். உங்களிடம் சொல்ல வேண்டும் என்று ஏனோ தோன்றுகிறது.

அப்பா வரன் பார்த்து, மணமேடையில் தாலிகட்டும்வரை இவர் யாரோ நான் யாரோ. முகம்கூடச் சரியாக அறியாதவரோடு முதலிரவா என்று கூசிப் போனேன். ஆயினும் தாலி கட்டியவர் என்பதால் அதை வெளிக்காட்டிக் கொள்ளாமல் அவரோடு நன்கு பழகி அவரைப் புரிந்து கொண்டு பிறகு என்னைக் கொடுக்க விரும்பினேன். என் விருப்பத்தை வெளிப்படையாக அவரிடம் சொல்லவும் செய்தேன். நாம் ஒருவரை ஒருவர் நன்கு புரிந்து கொள்ளும்வரை இதெல்லாம் வேண்டாமே என்றேன். அவர் கேட்கவில்லை. என் கூச்சத்தையும், என் உணர்வுகளையும் சிறிதும் மதிக்கவில்லை. ஒரு வெறித்தனம்தான் அன்று நான் அவரிடம் கண்டது.

முதலிரவாக அது எனக்குத் தெரியவில்லை. யாரோ என்னைப் பலவந்தமாகக் கற்பழித்துவிட்டது போல்தான் தோன்றியது. எத்தனை கொடுமை! அதற்குப் பின் இன்று வரை வயிற்றுப்பாட்டுக்காக, ஒரு அந்தஸ்துக்காக, போலி வாழ்க்கைக்காகப் புருஷனிடம் மட்டும் விபசாரம் செய்து கொண்டு வருகிறேன். நீங்கள் சிரிக்கலாம். ஆனால் இதுதான் நிஜம். மனசுக்குப் பிடிக்காத உறவுக்குப் பெயர் விபசாரம் தானே? கடமைக்காகவும் காசுக்காகவும் படுப்பதற்கும் இதற்கும் என்ன வித்யாசம்?

தாலி கட்டிவிட்ட ஒரே காரணத்தினால் மட்டும் என் சம்மதமில்லாமல் என்னைத் தொட்டுச் சின்னா

பின்னமாக்கியதைக் கற்பழிப்பு என்று சொல்லாமல் என்ன சொல்வது? காமம் என்பது காதலின் வெளிப்பாடல்லவா? காதலில்லாத காமத்தை என்னவென்று சொல்லலாம்.? அதுதான் போகட்டும். மற்ற குணங்கள்...? எதுவுமே இல்லை. பணக்காரர்! பெரிய உத்தியோகம்! கை நிறையச் சம்பளம். பெரிய வீடு. எல்லாம் இருந்தும் நற்குணமில்லாதவரை என்னவென்று அழைப்பது.?

அவருக்கு நான் மட்டும் மனைவியா என்றால் அதுவுமில்லை. இன்னும் எத்தனையோ...! அத்தனையும் அப்பாவுக்காகப் பொறுத்துக் கொண்டிருக்கிறேன். என் சீரழிந்த நிலை கண்டால் மாண்டு விடுவார் அவர். அவருடைய மரணம் இயற்கையாய் நிகழும்வரை அத்தனையும் பொறுத்துக் கொள்வேன். அதற்குப் பிறகு இவரைப் பிரிவது என்று முடிவு செய்திருக்கிறேன். இந்த உலகில் பெண் தனித்து வாழ வழியா இல்லை?

"வீடு தோறும் கலையின் விளக்கம்
வீதி தோறும் இரண்டொரு பள்ளி
நாடு முற்றிலும் உள்ளன ஊர்கள்
நகர்களெங்கும் பலப்பல பள்ளி
தேடு கல்வியிலாததொரு ஊரை..."

என்ற பாரதியார் பாடல் நினைவுக்கு வருகிறது. இனி இதுதான் என் லட்சியம். கற்பிக்கும் பணியை விட்ட இடத்திலிருந்து தொடர்வதே என் எதிர்காலத் திட்டம். மரண வாயிலில் யாருக்குப் பின் யாரோ? யார் அறிவார்கள்? இது என் கனவுதான்! கனவு மெய்ப்பட வேண்டும்.

இத்தனை துக்கத்திலும் எனக்குள் இன்னும் ஒரு சுகம் பசுமையாய் இருக்கிறது மூர்த்தி! எத்தனை

ஜென்மம் எடுத்தாலும் மறக்காது அது.! அன்று நான் உங்களைக் கட்டியணைத்த அந்தச் சில வினாடிகள்... என் வாழ்வின் என்றும் மாறாத வசந்த காலம். இன்றளவுக்கும் நினைத்து நினைத்துச் சிலிர்க்கிறேன். இது தவறோ சரியோ? ஆனால் எனக்குப் பிடிக்கிறது.

இந்த நாட்டின் பெண்தானா நீ என்று கேட்கலாம். சில விஷயங்களுக்கு நாடு, பண்பாடு, பெருமை என்று வரம்பு கட்டிவிட முடியாது, மூர்த்தி! அன்புக்கும் காதலுக்கும் ஏது வாய்ப்பு? ஏது ஜாதி? உலக மொழியல்லவா அது! பாலாவோடு நீங்கள் நடத்தப் போகும் இனிமையான தாம்பத்யத்திற்கு என் இதய பூர்வமான வாழ்த்துக்கள்.

அன்றைய அந்தச் சில வினாடிகள்தான் என் சுவாசக் காற்று! அதைச் சுவாசித்துக் கொண்டே என் மிச்ச காலத்தையும் மகிழ்ச்சியாகக் கழித்து விடுவேன்! உங்கள் திருமணத்திற்கு வர முடியும் என்று எனக்குத் தோன்றவில்லை. அதனால் என்ன? உலகம் உருண்டைதான். என்றேனும் ஓர் நாள் நாம் மீண்டும் சந்திப்போம் என்ற நம்பிக்கை எனக்கிருக்கிறது.

அன்புடன்
இந்து.

கடிதத்தைப் படித்து முடித்தபோது காலோடு தலை நடுங்கியது. இரத்தம் சூடேறி வியர்த்தது. இறுக்கி அணைத்த இந்துவின் உஷ்ணமான மூச்சுக் காற்று முகத்தில் பட்டதுபோல் இருந்தது. அன்று போலவே உடம்பு தெப்பலாய் நனைய ஜடம் போல் அப்படியே உட்கார்ந்து விட்டான். அவனையும் மீறிக் கண்ணீர் பொங்கி வழிந்தது.

***

பாலாம்பிகாவின் சந்நிதியில் வைத்து மேள தாளம் முழங்கப் பாலாவின் கழுத்தில் மூன்று முடிச்சிட்டான். பரமசிவம் கூடக் குடும்பத்தோடு வந்து கண்ணீர் வழிய வாழ்த்தினார்.

ஊருக்கே கல்யாண விருந்து வைத்தார் அப்பா. கல்யாணம் முடிந்து எல்லோரையும் நமஸ்கரித்தான். காவேரிக் கரைக்குப் போய்க் காவேரியை நமஸ்கரித்தான். தென்னந்தோப்பில் விழுந்து வணங்கினார்கள்.

சென்னை வீட்டின் வேப்ப மரத்து விதைகளை அப்பாவும் அம்மாவும் கொஞ்சமும், அவனும் பாலாவும் கொஞ்சமும் விதைத்தார்கள்.

தோப்புக்குள் சின்னக் கீற்றுக் கொட்டகை கட்டி, கட்டிலும் மெத்தையும் போட்டுப் பூவலங்காரம் செய்து வைத்திருந்தது.

சிலுசிலுவென்று காற்று வீசப் பௌர்ணமி நிலா வானத்திலிருந்து தன் பங்குக்குப் பாலாய் வெளிச்சம் பொழிந்து அவர்களை வாழ்த்த, கிருஷ்ணமூர்த்தி மெல்லப் பாடினான்.

"பாட்டுக் கலந்திடவே அங்கே ஒரு
பத்தினிப் பெண் வேண்டும்"

பாலா கூச்சத்தோடு முகத்தைப் பொத்திக் கொள்ள, மெல்ல அவளை அணைத்துக் கொண்ட போது மனசுக்குள்ளிருந்து இந்து சிரித்தாள்.

"உங்களால மட்டும் என்னை மறந்துட முடியுமா மூர்த்தி? பாலாவைத் தொடும்போதெல்லாம் இது நினைவுக்கு வராதா?"

சுரீரென்று வலித்தது. வருகிறதே! நினைவுக்கு வருகிறேதே! முதல் நாளே வருகிறதே! இனி ஆயுசுக்கும் வரத்தான் செய்யும். இந்து ஜெயித்து விட்டாள் என்றே தோன்றியது. ரகசியமாய் மனசுக்குள் எழும் சில உணர்வுகளை யாராலும் வெல்ல முடியாதுதான். சில பேரின் க்ஷேமம் கருதிச் சில

விஷயங்களையும் சில சந்தோஷங்களையும் ரகசியமாகத்தான் புதைத்து வைக்க வேண்டும். வேறு வழியே இல்லை.

கிருஷ்ணமூர்த்தி பெருமூச்சு விட்டான். பாலாவிடம் மானசீகமாக மன்னிப்புக் கேட்டான்.

"என்னாச்சு?" என்றாள் பாலா. அவனுடைய திடீர் மௌனம் கண்டு.

"இ... இல்ல... ஒண்ணும் இல்ல" என்றவன் குரல் லேசாய் நடுங்கியது.

அதன் அர்த்தம் உணர்ந்தது போல் தென்னங்காற்று மெல்லச் சிரித்தபடி வீசி, அவனுக்கு ஆறுதல் சொன்னது.

மனிதன் விஷயங்களைக் கற்கும்போது அவற்றில் அவனுக்குப் பற்றுதல் உண்டாகிறது. பற்றுதலால் காமம் பிறக்கிறது; காமத்தில் கோபம் பிறக்கிறது; கோபத்தில் நினைவுத் தடுமாறுதல் உண்டாகிறது; நினைவுத் தடுமாறுதலால் மதிக்குழப்பம் தோன்றுகிறது; மதிக்குழப்பத்தால் மனிதன் அழிந்து விடுகிறான்.

- பகவத் கீதை

www.ingramcontent.com/pod-product-compliance
Lightning Source LLC
LaVergne TN
LVHW090131160826
845673LV00017B/1578

* 9 7 8 9 3 9 5 4 1 6 6 3 4 *